வீடும் வாசலும் ரயிலும் மழையும்

பொறியியல் கட்டுரைகள்

மு.இராமனாதன்

பாரதி புத்தகாலயம்

Veedum vasalum rayilum mazhaiyum (in Tamil)

Mu. Ramanathan ©

First Published: June, 2023

Published by

BHARATHI PUTHAKALAYAM

7, Elango Salai, Teynampet, Chennai - 600 018

Email: bharathiputhakalayam@gmail.com / www.thamizhbooks.com

வீடும் வாசலும் ரயிலும் மழையும்

மு. இராமனாதன் ©

முதல் பதிப்பு: ஜூன், 2023

வெளியீடு:

பாரதி புத்தகாலயம்

7, இளங்கோ சாலை, தேனாம்பேட்டை, சென்னை - 600 018.

தொலைபேசி : 044-24332424, 24330024 | விற்பனை: 24332924.

அச்சு : பிரிண்டெக், சென்னை - 600 005.

பொறியியலும் வாழ்வியலும் பயிற்றுவித்த

கோவை தொழில்நுட்பக் கல்லூரி(CIT)க்கு

நன்றியறிதல்

இந்து தமிழ் திசை

(கே.அசோகன், சமஸ், ஆசை, வெ.சந்திரமோகன், த.ராஜன், ஆதி வள்ளியப்பன், அருண் பிரசாத்)

அருஞ்சொல்.காம்

(சமஸ்)

ஜூனியர் விகடன்

(வேல்ஸ், டி.எல்.சஞ்சீவிகுமார்)

காக்கைச் சிறகினிலே

(வி.முத்தையா)

மின்னம்பலம்.காம்

(அ.காமராஜ்)

கட்டுமானப் பொறியாளர்

(அ.வீரப்பன்)

ஏபிபி லைவ்.காம்

(ராஜா சண்முகசுந்தரம்)

மானுடம்

(தங்க செங்கதிர்)

மு. இராமனாதன் (பி.1959)

பொறியாளர்-ஹாங்காங்கின் பதிவு பெற்ற பொறியாளராகவும் பிரிட்டனின் சார்டர்ட் பொறியாளராகவும் பட்டம் பெற்றவர். இந்தியா, ஹாங்காங், சவுதி அரேபியா முதலான நாடுகளில் பல்வேறு உள்கட்டமைப்புத் திட்டங்களில் பணியாற்றியிருக்கிறார். இவரது பொறியியல் கட்டுரைகள் பன்னாட்டு ஆய்விதழ்களில் வெளியாகியுள்ளன.

எழுத்தாளர்- பொறியியல், உலக அரசியல், சமூகம், பண்பாடு, மதம், கலை-இலக்கியம் முதலான பொருள்களில் எழுதி வருகிறார்.

இவரது பதிப்பில் மூன்று நூல்கள் வெளியாகியுள்ளன. ஹாங்காங் இலக்கிய வட்டக் கூட்டங்களின் பதிவுகள் அடங்கிய 'இலக்கிய வெள்ளி' (2008); பர்மாவிலிருந்து புலம் பெயர்ந்த செ.முஹம்மது யூனுஸின் அனுபவத் தொகுப்பான 'எனது பர்மா குறிப்புகள்' (காலச்சுவடு, 2009); அ.முத்துலிங்கத்தின் கிளாசிக் சிறுகதைகளின் தொகை நூலான 'புவியீர்ப்புக் கட்டணம்' (காலச்சுவடு, 2022).

இவர் எழுதிய பன்னாட்டு அரசியல் கட்டுரைகளின் தொகை நூல் 'கிழக்கும் மேற்கும்' (காலச்சுவடு, 2022).

சொந்த ஊர்: சிவகங்கை மாவட்டம், அரியக்குடி.

பெற்றோர்: முத்துக்கருப்பன்- அழகம்மை.

மனைவி: அலமேலு.

மகள்: கவிதா, வழக்குரைஞர்.

மகன்: குமார், ஆய்வு மாணவர்.

மின்னஞ்சல்: Mu.Ramanathan@gmail.com

அணிந்துரை

சமுதாய நோக்கில் பொறியியல் கட்டுரைகள்

மு.இராமனாதன் கட்டிடவியல் துறையில் தனித்துவம் பெற்றவர். அவரது இந்தப் புத்தகம் ஒரு வித்தியாசமான முயற்சி. தமிழில் இப்படியொரு புத்தகம் இதுவரை வந்ததாகத் தெரியவில்லை. சமுதாய நோக்கு, கல்வி, மனிதநேயம், உலகளாவிய பார்வை, தனிமனித ஒழுக்கம் என்று பல கோணங்களில் எழுதப்பட்ட பொறியியல் கட்டுரைகளின் தொகுப்பு இந்தப் புத்தகம்.

இந்தியாவின் ஏவுகணை மைந்தர் போலியோவால் பாதிக்கப்பட்டவர்களுக்கு இலகுவான நடை உபகரணம் ஒன்றைக் கண்டுபிடித்தார். தமது கண்டுபிடிப்புகளிலேயே அதுதான் உன்னதமானது என்று உறுதியாக நம்பினார். ஆம், பொறியியல் எப்படித் தனித்து இயங்க முடியும்? சாமானியனின் வாழ்வை மேம்படுத்துவதுதான் அதன் நோக்கம். அப்படிப்பட்ட பின்னணியில்தான் இந்தப் புத்தகத்தின் அனைத்துக் கட்டுரைகளும் அமைந்துள்ளன.

இராமனாதன் இந்தியாவில் சில வருடங்கள்தான் பொறியாளராகப் பணியாற்றினார். இருந்தாலும் அப்போது தான் பெற்ற பல்வேறு அனுபவங்களை மனதில் நிறுத்தி இந்தக் கட்டுரைகளை எழுதியிருக்கிறார். குறிப்பாக, இன்றளவும் பிரச்சினையில் இருக்கிற பெரியாறு அணை எண்பதுகளில் பலப்படுத்தப்பட்டது. அப்போது அங்கு அவர் பொறியாளராகப் பணியாற்றினார். அணைத் திட்டங்களில் பொறியாளராகப் பணியாற்றுவதில் பெரும் சிக்கல்களும் சவால்களும் உண்டு. நகர வாழ்க்கையில் எந்த வசதிகளும் இருக்காது. நித்தமும் விதவிதமான பிரச்சினைகளை எதிர்கொள்ள நேரிடும். அதுவும் பட்டப்படிப்பு முடித்தவுடன் அப்படிப்பட்ட இடங்களில் வேலை செய்ய சகிப்பும் அர்ப்பணிப்பும் வேண்டும். அது அவரிடம் மிகுதியாக இருந்திருக்க வேண்டும். அதனால்தான் பெரியாறு அணை பற்றிய கட்டுரையில் ஜான் பென்னிகுயிக் 26 ஜனவரி, 1897 அன்று

லண்டன் பொறியாளர் சங்கத்தில் வாசித்த கட்டுரையின் வரிகளை குறிப்பிட்டுச் சொல்ல முடிகிறது. அதேபோல், "..... அணைப் பாதுகாப்பு மசோதா மீண்டும் 2019இல் பாராளுமன்றத்தில் அறிமுகப்படுத்தப்பட்டது. அப்படித்தான் பல ஊடகங்கள் எழுதின. ஆனால் அப்படிச் சொல்வது பிழை" என்று அழுத்தம் திருத்தமாகச் சொல்ல முடிகிறது.

'வீடும் வாசலும் ரயிலும் மழையும்' என்பது இந்தப் புத்தகத்தின் தலைப்பு. இது ஒரு கவிதைத் தொகுப்பின் தலைப்பாகத் தோன்றலாம். இராமனாதனுக்குள் இருக்கிற எழுத்தாளர்தான் இந்தப் பொறியியல் கட்டுரைகளை எழுதுகிறார். பொறியியல் நுணுக்கங்களை அழகிய நடையில் எழுதியிருப்பது வாசிப்பை சுவாரசியமாக்குகிறது. உதாரணமாக, ஒரு கட்டிடம் இடிந்ததைப் பற்றிச் சொல்கிறபோது, "பாரப்பாதை பிறழ்ந்தது, கட்டிடம் வீழ்ந்தது" என்கிறார். மேலும், "வேரால் உண்ட நீரை தலையால் தான் தரும் தென்னைமரம் போன்றவை நீர்நிலைகள்" என்று ஒப்பிடுகிறார். பல கட்டுரைகளில் இலக்கியங்களிலிருந்து மேற்கோள் வழங்குகிறார். அவை இந்தப் பொறியியல் கட்டுரைகளைத் தமிழுக்கும் வாசகருக்கும் நெருக்கமாக்குகின்றன.

இன்னொரு சிறப்பு என்னவென்றால் இவர் அள்ளித்தரும் புள்ளிவிவரங்கள். சென்னை வெள்ளம், பெரியாறு அணை போன்ற கட்டுரைகளில் அவர் அடுக்கிச் செல்லும் புள்ளி விவரங்கள் மிகவும் முக்கியமானவை.

பொறியியல் கட்டுரைகளாக இருந்தாலும் அவை ஒரு கதை போல் துவங்கும். மெல்ல பொறியியல் அம்சங்கள் உள்ளே நுழையும். சமுதாயப் பார்வையில் உட்கருத்துகளை ஆராய்ந்து கட்டுரையை முடிப்பார்.

இந்தக் கட்டுரைகள் எல்லோருக்குமானவை. சமுதாய அக்கறை உள்ளவர்களுக்கு இந்தப் புத்தகம் ஒரு சிறப்பான பொறியியல் கையேடாக அமையும். பொறியாளர்களுக்கு, குறிப்பாக அரசுத் துறைகளில் பணியாற்றும் பொறியார்களுக்கு ஓர் அவசியமான ஆவணமாகவும் அவர்களது பொறுப்புணர்வை மேம்படுத்தும் புத்தகமாகவும் இது அமையும். இவர் யாரையும் குறை கூறும் வகையிலோ, புண்படுத்தும் நோக்கத்துடனோ தனது கருத்துகளை முன்வைக்கவில்லை. 'சாலைகள் மேலே பொறியியல் கீழே' என்கிற கட்டுரை இதற்குச் சிறந்த உதாரணம். பொறியியல்

கோட்பாடுகளுடனும் சமுதாய நோக்கத்துடனும் மக்கள் நலத் திட்டங்கள் அமையவேண்டும் என்கிற அவரது ஆழ்ந்த விருப்பம் எல்லா கட்டுரைகளிலும் இழையோடுவதை உணர முடியும்.

இராமனாதனின் முயற்சி பாராட்டுதலுக்கு உரியது. அவர் பணி தொடர வாழ்த்துகள்!

புதுச்சேரி
29.04.2023

சி. கோதண்டராமன்
மேனாள் முதல்வர் &
கட்டிடவியல் துறைத் தலைவர்
புதுவைப் பொறியியல் கல்லூரி.

என்னுரை

சமூகம்...அரசியல்...பொறியியல்

அறிவியல் கண்ணோட்டத்தின் அவசியத்தை மனிதநேயத்திற்கு நிகராக நிறுத்துகிறது நமது அரசியலமைப்புச் சட்டம். ஆனால் நமது நாட்டில் அறிவியல் துறைகள் பாடநூல்களிலும் ஆய்வகங்களிலும் தொழிற்கூடங்களிலும் சிக்கிக்கொண்டிருக்கின்றன. அவை எளிய மக்களின் கைக்கெட்டுவதில்லை. பொறியியல் துறைகளும் அப்படித்தான். கட்டுமானப் பொறியியலும் இந்த விதிக்கு விலக்காக அமையவில்லை. எனில், மற்ற பொறியியல் துறைகளைவிட கட்டுமானப் பொறியியல் நமது அன்றாடங்களில் கலந்திருக்கிறது.

சொந்தமாக ஒரு வீடு என்பது நம்மில் பலருக்கும் ஒரு கனவாகவோ, லட்சியமாகவோ இருக்கிறது. ஆனால் வீடு கட்டுவது இங்கே ஒரு முறையான தொழிலாக உருப்பெறவில்லை. பல ஒப்பந்தக்காரர்கள் பொறியியல் விதிகளையோ, பாதுகாப்பு விதிகளையோ முழுமையாக அனுசரிப்பதில்லை. அவர்களைக் கட்டுப்படுத்தும் சட்டங்களும் போதுமானவையன்று. நாம் வீட்டைத் தாண்டி வாசலைத் தாண்டி, கால்பதிக்கும் நடைபாதைகளும், பயணிக்கும் சாலைகளும், ஏறி இறங்கும் கட்டிடங்களும், மழைநீர், குடிநீர், கழிவுநீர் உள்ளிட்ட உள்கட்டுமானங்களும் எவ்விதம் மேம்படுத்தப்பட வேண்டும் என்கிற உரையாடல் நம் சமூகத்திற்கு அவசியமானது. அதற்கு இந்தக் கட்டுமானங்களைக் குறித்த அடிப்படைப் பொறியியல் அம்சங்களை அறிந்துகொள்வது பயன் தரும்.

பெரியாறு அணையின்மீது கட்டுக்கதைகள் சமைக்கப்படுகின்றன. மணற்கொள்ளையால் இயற்கை வளம் சூறையாடப்படுகிறது. நீர்நிலைகளும் நீர்வழிப் பாதைகளும் ஆக்கிரமிக்கப்டுகின்றன; விளைவாக மழை வெள்ளம் சாலைகளில் தேங்கி, சமயங்களில் வீடுகளுக்குள்ளும் புகுந்துவிடுகின்றன.

இப்படியான சமூகப் பிரச்சினைகளின் ஊடுபாவாக இருக்கும் பொறியியல் அம்சங்களைப் புரிந்துகொள்ளும் முயற்சியில் இந்த நூல் ஒரு சிறிய படிக்கல்லாக விளங்கக்கூடும்.

கடந்த சில ஆண்டுகளாக அரசியல், பொறியியல், சமூகம், இலக்கியம் தொடர்பான கட்டுரைகளை எழுதி வருகிறேன். இவற்றில் பொறியியல் கட்டுரைகளிலிருந்து தெரிவு செய்யப்பட்டவை

இந்த நூலில் இடம் பெறுகின்றன. எனது பத்தி எழுத்திற்கு தொடக்கம் குறித்த கட்டுரை ஜூலை 2014இல் 'இந்து தமிழ் திசை'யில் வெளியாகியது. கட்டுமானம் நடந்துகொண்டிருந்த 11 மாடிக் கட்டிடமொன்று இடிந்து விழுந்தது. 61 பேர் பலியாயினர். இடம்: சென்னை, மவுலிவாக்கம். பல வளர்ந்த நாடுகளில் அனுசரிக்கப்படும் கட்டுமான விதிகள் இந்தியாவில் கட்டாயமில்லை. அவை பின்பற்றப்பட்டிருந்தால் அந்த விபத்து தவிர்க்கப்பட்டிருக்கும். அதுதான் அந்தக் கட்டுரையின் சாரம். தொடர்ந்தும் பல விபத்துகள் நடந்தன. பொறையாறில் ஒரு பணிமனையின் கூரை (2017), மேட்டுப்பாளையத்தில் ஒரு சுற்றுச் சுவர் (2019), திருநெல்வேலியில் ஒரு பள்ளிச் சுவர் (2021), திருவொற்றியூரில் ஒரு குடிசைமாற்று வாரிய அடுக்ககம் (2021), பாரிமுனையில் ஒரு பழைய கட்டிடம் (2023) முதலானவை இடிந்து விழுந்த கட்டுமானங்களின் பட்டியலில் வரும். ஒவ்வொரு விபத்துக்குமான காரணங்கள் வேறு வேறானவை. ஆனால் எல்லாமே பொறியியல் ரீதியான தவறுகளால் நிகழ்ந்தவை. வடிவமைப்பிலோ, கட்டுமானத்திலோ, பராமரிப்பிலோ நேர்ந்த பிழைகளால் விளைந்தவை. இம்மாதிரியான விபத்துகளைத் தவிர்க்க நமது கட்டுமான விதிகளை எவ்விதம் மேம்படுத்தலாம் என்று எழுதப்பட்ட கட்டுரைகள் இந்தத் தொகை நூலில் இடம் பெறுகின்றன.

அடுத்து, மெட்ரோ ரயில் கட்டுரைகள். உலகின் பல நகரங்களில் சீறிப் பாயும் மெட்ரோ ரயில் சென்னைக்குத் தாமதமாகத்தான் வந்திருக்கிறது. மதுரையிலும் கோவையிலும் அது வரைபட மேசையிலிருந்து இறங்கி, தடங்களில் ஓட இன்னும் சில ஆண்டுகள் ஆகும். மெட்ரோ ரயிலின் வரலாறு, பொறியியல், இன்னும் நாம் போக வேண்டிய தூரம் முதலானவற்றை மெட்ரோ ரயில் கட்டுரைகள் பேசுகின்றன.

நமது நடைபாதைகளில் நடப்பது எப்படி ஒரு சாகசமாக மாறிவிட்டது, நகரின் பல சாலைகள் ஏன் கார் உரிமையாளர்களின் வசமாகிவிட்டது, சென்னைக்கு ஒருங்கிணைந்த வெள்ள வடிகால் திட்டம் ஏன் தேவையானது, ஒன்றிய அரசின் நிதிக் கொள்கையால் தமிழ்நாட்டுத் திட்டங்கள் எப்படி பாதிக்கப்படுகின்றன என்று பல பேசுபொருள்களில் இந்தப் பொறியியல் கட்டுரைகள் விரிகின்றன.

இந்த நூலில் பல இடங்களில் 'ஹாங்காங் மாட'லை எடுத்துக் காட்டியிருப்பேன். அங்குள்ள பொறியியல் துறைகள் சீராக இயங்குவதை தொட்டுணர்ந்திருக்கிறேன். அதில் பலவற்றை

நம்மாலும் நடப்பிலாக்க முடியும். அந்த நம்பிக்கையில்தான் ஹாங்காங் உதாரணங்களைப் பயன்படுத்தியிருக்கிறேன்.

இந்த நூலின் கடைசிக் கட்டுரை ஹாங்காங்கின் மூங்கில் சாரங்களைப் பற்றியது. அது ஒரு பொறியியல் கட்டுரை. இந்த நூலில் உள்ள மற்ற கட்டுரைகளைப்போலவே அது பொறியியல் கட்டுரை மட்டுமல்ல. பாரம்பரியமான ஒரு தொழில்நுட்பத்தை ஹாங்காங்கின் கல்விப்புலமும் கட்டுமானத் துறையும் உள்வாங்கிக்கொண்டு நவீன அறிவியலுக்குரிய எல்லா சோதனைகளுக்கும் அதை உட்படுத்தியது; மேம்படுத்தவும் செய்தது. இதில் நமக்கான படிப்பினைகளும் இருக்கின்றன.

நான் எழுதிய பொறியியல் கட்டுரைகளில் காலப்பொருத்தமும் பயன்பாடுமுள்ள கட்டுரைகள் மட்டுமே இந்தத் தொகை நூலில் இடம் பெறுகின்றன. ஒரே பொருள் குறித்து பல்வேறு கால கட்டத்தில், பல்வேறு இதழ்களில் எழுதப்பட்ட கட்டுரைகளை இயன்றவரை இணைத்து ஒரே கட்டுரையாக்கி இருக்கிறேன். கூறியது கூறலைத் தவிர்க்கவேண்டுமென்பதும் வாசிப்பதற்கு வசதியாக இருக்கவேண்டுமென்பதும் காரணங்கள்.

இதழ்களில் வெளியான வடிவம் அப்படியே இந்த நூலில் இடம் பெறவில்லை. நாளிதழ்க் கட்டுரைகள் பலவும் பக்க அளவின் பொருட்டு எடிட் செய்யபட்டவை. இந்த நூலில் நான் முதலில் எழுதிய வடிவத்தை எடுத்துக் கொண்டிருக்கிறேன். இதழாசிரியர்களின் எடிட்டிங் பல இடங்களில் கட்டுரைக்கு மெருகூட்டியிருக்கிறது. அப்படியான இடங்களை நன்றியோடு தக்க வைத்துக்கொண்டிருக்கிறேன். மேலும் கட்டுரைகளை இயன்றவரை நிகழ்நிலைப்படுத்தி இருக்கிறேன்.

இந்தக் கட்டுரைகள் வெளியான இதழ்களும் அவற்றின் ஆசிரியர் பெயர்களும் 'நன்றியறிதல்' பக்கத்தில் இடம் பெறுகின்றன. இவர்கள்தான் இந்தக் கட்டுரைகளை வாசகர்களிடம் கொண்டு சேர்த்தவர்கள். எனில், பல துணை-இணை ஆசிரியர்கள், வடிவமைப்பாளர்கள், ஓவியர்கள், ஒளிப்படக் கலைஞர்கள், பிழை திருத்துநர்கள் என்று பலரின் கரம்பட்ட பின்பே இந்தக் கட்டுரைகள் வாசகப் பரப்பை எட்டின. இந்த இதழ்களின் வாசகர்கள் பலரைப் போலவே நானும் அவர்களின் பெயரறியேன். அவர்கள் அனைவருக்கும் நான் நன்றி பாராட்டுகிறேன்.

இந்தக் கட்டுரைகள் வெளியானபோது மின்னஞ்சல் வாயிலாகப் பாராட்டி உற்சாகமூட்டியவர்களில் பலரும் என்னை முன்பின்

அறிந்திராத வாசகர்கள். பிரமுகர்கள் சிலரின் வாழ்த்தும் அவ்வப்போது கிடைத்தது. என் உள்ளத்தில் ஊறி வந்த நன்றியை அவர்களுக்கெல்லாம் அஞ்சலில் வெளிப்படுத்தும் சாமானிய மரியாதை என்னிடத்தில் மிகுதியும் இருந்ததில்லை. அதற்கு எனது ஒழுங்கீனமே காரணம். இந்த வாய்ப்பில் அவர்கள் அனைவரையும் கைகூப்பி வணங்கிக்கொள்கிறேன்.

முனைவர் சி. கோதண்டராமன் எனது ஒரு சாலை மாணக்கர். புதுவைப் பொறியியல் கல்லூரியில் முதல்வராகவும் கட்டிடவியல் துறைத் தலைவராகவும் விளங்கியவர். கல்விப் புலத்திலும் ஆய்வுப் புலத்திலும் அறியப்பட்ட ஆளுமை. புதுச்சேரி அரசுக்கு கட்டுமானத்துறை சார்ந்த ஆலோசனைகள் வழங்கி வருபவர். கான்கிரீட் தொழில்நுட்பம், மறுசீரமைப்புப் பணிகள், நிலநடுக்கக் கட்டமைப்பு முதலான பொருள்களில் 60க்கும் மேற்பட்ட ஆய்வுக் கட்டுரைகள் எழுதியவர். பல ஆய்வு மாணவர்களை வழிநடத்தியவர். சமீபகாலமாகத் தமிழில் பொறியியல் கட்டுரைகள் எழுதி வருகிறார். இந்த நூலிலுள்ள பல கட்டுரைகளை அவை வெளியான காலத்திலேயே படித்துப் பாராட்டியவர். இப்போது அணிந்துரை வழங்கிச் சிறப்பித்திருக்கிறார். நண்பருக்கு என் மனமார்ந்த நன்றிகள்.

இந்த நூலின் பக்கங்களைச் சிரத்தையோடு வடிவமைத்தவர் மு.அபினேஷ். அட்டையை அழகுற அமைத்தவர் ரா.காளத்தி. தொடர்ந்து என்னை ஊக்கப்படுத்தி இந்தத் தொகை நூல் வரக் காரணமானவர் 'பாரதி புத்தகாலய'த்தின் பதிப்பாளர் தோழர் க. நாகராஜன். இந்த நூல் நல்ல அச்சோடும் அமைப்போடும் வருவதன் பின்னில் பலரின் உழைப்பு இருக்கிறது. இவர்கள் அனைவரையும் நன்றியோடு நினைத்துக் கொள்கிறேன்.

கடந்த ஆண்டு சென்னைப் புத்தகக் காட்சியில் எனது பன்னாட்டு அரசியல் கட்டுரைகளின் தொகை நூலான 'கிழக்கும் மேற்கும்' (காலச்சுவடு, 2022) வெளியாகியது. இப்போது இந்தப் பொறியியல் கட்டுரைகளின் தொகை நூல் வெளியாகிறது. இதையடுத்து, சமூகம், உள்நாட்டு அரசியல், மதம், பண்பாடு சார்ந்த கட்டுரைகளை ஒரு தொகுப்பாகவும்; கலை, இலக்கியம், மொழி சார்ந்த கட்டுரைகளை இன்னொரு தொகுப்பாகவும் கொண்டுவரும் எண்ணம் இருக்கிறது. நல்லுலகம் ஆதரிக்கும் எனும் நம்பிக்கை இருக்கிறது.

சென்னை

மே நாள், 2023. **மு. இராமனாதன்**

உள்ளடக்கம்

1

வீடு கட்டும் சவால்

சொந்த வீடு என்பது நம்மில் பலருக்கும் ஓர் லட்சியமாக இருக்கிறது. தலைக்குமேல் ஒரு கூரை இருப்பது பாதுகாப்பைத் தருகிறது. அந்தக் கூரை நம்முடையது என்கிற உணர்வு பெருமிதம் தருகிறது. ஆனால் அந்த வீட்டைக் கட்டுவது சுலபமாக இருப்பதில்லை. 'வீட்டைக் கட்டிப் பார்' என்கிற சொல்லாடல் எளிய மனிதர்களோடு மல்லுக்கு நிற்கிறது.

வீடு கட்டுவதற்குப் பணம் மட்டும் போதாது. கொத்தனார்கள், தச்சர்கள், கொல்லர்கள், பிளம்பர்கள், வர்ணம் பூசுபவர்கள் என்று திறன்மிக்க பணியாளர் பலர் வேண்டும். வடிவமைப்பதற்கும் மேற்பார்ப்பதற்கும் கட்டிடக் கலைஞரும் (architect) பொறியாளரும் வேண்டும். குடிநபர்கள் வீடு கட்டுவதற்காக ஒப்பந்தக்காரர்களையோ, பொறியாளர்களையோ அரசு அங்கீகரிக்கிற வழமை நம் நாட்டில் இல்லை. அதாவது வீடு கட்டும் ஒப்பந்தக்காரர்களும் பொறியாளர்களும் அரசின் அங்கீகாரம் பெற்றுக்கொள்ள வேண்டுமென்பது இங்கே கட்டாயம் இல்லை. மேலும், நமது தொழிலாளர்களின் திறன் பரிசோதிக்கப்பட்டு சான்றளிக்கப்படுவதும் இல்லை. தவிர, வீடு கட்டுவதற்கு சிமெண்ட், கம்பி, செங்கல், மணல் தொடங்கி மரச்சட்டம், இரும்பாணி வரை எண்ணற்ற பொருள்கள் வேண்டும். அவை தரமானவையாகவும் இருக்க வேண்டும். தரமற்ற பொருள்களைச் சந்தை கட்டுப்படுத்துவது இல்லை. இப்படி முறை சாராமல் பன்னெடுங்காலமாக இயங்கி வருகிற கட்டுமானத் தொழிலில் இவை அனைத்தையும் ஒருங்கிணைப்பதில் உள்ள சிரமந்தான் வீடு கட்டுவதைச் சவால் மிக்கதாக ஆக்குகிறது. 'வீட்டைக் கட்டிப் பார்' என்ற சொல்லாடல் அதைத்தான் உணர்த்துகிறது.

இப்போது தொழில்நுட்பம் வளர்ந்துவிட்டது. படித்துப் பட்டம் பெற்ற தொழில்முறை ஆள்கள் இருக்கிறார்கள். ஆனாலும், இன்றும் நம் சமூகத்தில் 'வீட்டைக் கட்டிப்பார்' என்ற சொல்லாடல் உயிர்ப்புடனேயே இருக்கிறது. தொழில்நுட்பம் பல வேலைகளை எளிதாக்கியிருக்கிறது, ஆனால் அது வீடுகளை உயிர்ப்புடையதாக்கவில்லை. மறுபுறம், பொறியியல் வளர்ச்சியும்

இந்தச் சவாலுக்கு ஒரு காரணமாக அமைகிறது என்று சொன்னால் வியப்பாக இருக்கலாம்.

பழைய வீடுகளும் புதிய வீடுகளும்

பழங்காலக் கட்டிடங்களில் மிகுதியும் ஒன்றோ, இரண்டோ தளங்கள்தாம் இருக்கும். காரணம், தளங்களின் பாரத்தைச் சுவர்கள் தாங்கும். சுவர்களின் பாரம் பெரும்பாலும் கருங்கல் அடித்தளத்தின் வழி பூமிக்குக் கடத்திவிடப்படும். அதிகமான தளங்கள் பாரத்தைக் கூட்டும். சுவர்களின் கனத்தை ஓரளவிற்குமேல் கூட்ட முடியாது. ஆதலால்தான் பழைய கட்டிடங்களில் தளங்களின் எண்ணிக்கை குறைவாக இருந்தன.

நாளடைவில் கான்கிரீட்டின் பயன்பாடு அதிகமானது. தளங்களின் (slabs) பாரம் கான்கிரீட் உத்திரங்களுக்கும்(beams), உத்திரங்களின் பாரம் கான்கிரீட் தூண்களுக்கும் (columns/pillars), இந்தத் தூண்கள் கான்கிரீட் அடித்தளத்தின் (foundation) வழி பூமிக்கும் பாரத்தைக் கடத்துகின்றன. நவீனத் தொழில்நுட்பம் வலிமை மிகுந்த கான்கிரீட்டிற்கும் ஊடுகம்பிகளுக்கும் வழி கோலியிருக்கிறது. ஆகவே பல மாடிக் கட்டிடங்கள் இன்று சாத்தியமாகிறது. இந்தப் புதுயுகக் கட்டிடங்களில் சுவர்கள் பாரம் தாங்குவதோ, பாரம் கடத்துவதோ இல்லை. அவை வெறும் தடுப்புகளாய் மட்டுமே செயல்படும். இதுதான் அந்நாள் வீடுகளுக்கும் இந்நாள் வீடுகளுக்கும் இடையேயான முக்கியமான வேறுபாடு.

படம் 1.1 பாரந்தாங்கும் கட்டிடம்

படம் 1.2 சட்டகக் கட்டிடம்

பாரந்தாங்கும் சுவர்களைக்கொண்ட பழைய பாணிக் கட்டிடங்கள் 'பாரந்தாங்கும் கட்டிடங்கள்' (*load bearing structures*) (படம் 1.1) எனவும், தளம்-உத்திரம்-தூண்-அடித்தளம் என்பதாக பாரப்பாதை (*load path*) அமைந்த நவீன கான்கிரீட் கட்டிடங்கள் 'சட்டகக் கட்டிடங்கள்' (*framed structures*) (படம் 1.2) எனவும் அழைக்கப்படுகின்றன.

பழைய வீடுகளில் மேற்கூரைகள் ஓடுகளால் வேயப்பட்டு சரிவாக இருக்கும் அல்லது செங்கற்களாலும் சுண்ணாம்புச் சுருக்கியாலும் கெட்டிக்கப்பட்ட தளங்கள் (*Madras terrace*) தட்டையாக இருக்கும். இவை இரண்டுக்கும் மாற்றாக கான்கிரீட் தொழில்நுட்பம் கனங்குறைந்த தளங்களை வழங்கியிருக்கிறது. இது வரவேற்கத்தக்க மாற்றம். சாதாரண வீடுகளுக்கு நவீனத் தொழில்நுட்பம் வழங்கியிருக்கும் கான்கிரீட் தளங்களையும் பாரம்பரியத் தொழில்நுட்பத்தின் கனியான பாரந்தாங்கும் சுவர்களையும் பயன்படுத்தலாம்.

எளிய வீடுகளின் அழகு

பாரம்பரியக் கட்டுமான முறையைக்கொண்டு கட்டப்படும் பாரந்தாங்கும் கட்டிடங்களின் அழகே அவற்றின் எளிமையும்,

சூழலோடு இயைந்த அவற்றின் கட்டுமான முறையும்தான். ஆனால் சட்டகக் கட்டிடங்களின் தொழில்நுட்பத்தைக் கணிசமான பொறியாளர்களும் ஒப்பந்தக்காரர்களும் மேஸ்திரிகளும் எளிய வீடுகளுக்குப் பயன்படுத்துகிறார்கள். அதாவது சாதாரண வீடுகளுக்குக்கூட கான்கிரீட் அடித்தளம், கான்கிரீட் தூண்கள், கான்கிரீட் உத்திரங்கள் - என்று கான்கிரீட் மயமான வீடு கட்டிக் கொடுக்கிறார்கள். எளிய வீடுகளுக்கு இவை தேவையில்லை. இதனால் செலவு அதிகரிக்கிறது. சுற்றுச்சூழலுக்குக்கும் கேடு விளைகிறது. கூடுதல் வெப்பம் கடத்தப்படுவதால் வீட்டில் வசிப்பதற்கான சூழலையும் வலிய நாசமாக்குகிறது. "ஏன் ஐயா இப்படித் தேவையற்ற விஷயங்களைச் சின்ன வீடுகளின்மீது சுமத்துகிறீர்கள்?" என்று கேட்டால், அதற்கு அவர்கள் சொல்லும் சமாதானம்: "இப்படிக் கட்டினால்தான் வீடு வலிமையாக இருக்கும்!"

ஒன்றோ, இரண்டோ தளங்களுடன் கட்டப்படும் வீடுகளைக் கான்கிரீட் தளத்துடனும் பாரந்தாங்கும் சுவர்களுடனும் கட்டிக் கொடுக்கும் ஒப்பந்தக்காரர்களும் மேஸ்திரிகளும் இன்று குறைவு. இந்த முறையில் சுவர்களுக்கு தரமான செங்கற்கள் வேண்டும். சாந்துக் கலவையும் தரமாக இருக்க வேண்டும். திறன் மிகுந்த தொழிலாளர்கள் வேண்டும். மாறாக கான்கிரீட் தூண்கள்-உத்திரங்கள் உள்ள சட்டகக் கட்டிடத்தில் இந்தச் சுவர்கள் வெறும் தடுப்புச் சுவர்களே என்பதால் சுமாரன கட்டுமானப் பொருள்கள் போதுமானது. தொழிலாளர்களும் திறமானவர்களாக இருக்கவேண்டியதில்லை. இந்த வேறுபாட்டைப் பயனர்கள் பலரும் உணருவதில்லை. ஒப்பந்தக்காரர்களும் மேஸ்திரிகளும் சொல்லும் கான்கிரீட் வீடுதான் வலிமையானது என்பதை நம்பி விடுகிறார்கள். தாங்கள் கட்டுகிற வீட்டிற்கு ஆகும் அதிகப்படியான செலவை அவர்கள் அறிவதில்லை, அறிந்தாலும் வலிமையானது என்று நம்புவதால் பொருட்படுத்துவதில்லை.

வலிமையும் எளிமையும் எதிரெதிரானவையா?

பாரம்பரியக் கட்டுமான முறை எந்த வகையிலும் வலிமை குன்றியதில்லை; இப்படிக் கட்டப்பட்டு, நீடித்த உழைப்பின் மகத்துவத்தைச் சொல்லும் பல கட்டிடங்கள் தமிழ்நாட்டில் ஊருக்கு ஊர் உண்டு. சென்னை உயர் நீதிமன்றம், சேப்பாக்கத்தின் பொதுப்பணித் துறை அலுவலகம், மதுரை அமெரிக்கன் கல்லூரி என்று நீளமான பட்டியலே கொடுக்கலாம். பொதுமக்கள்

அன்றாடம் ஏறி இறங்குகிற பல அரசு மருத்துவமனைகள் பாரம்பரிய முறையில் கட்டப்பட்டவைதாம். இந்தக் கட்டிடங்களில் பல வெளிப்பூச்சின்றி செங்கல் தோற்றத்தோடு விளங்குவதைக் காணலாம். பல மேலைநாடுகளிலும், ஒன்றிரண்டு தளங்கள் உள்ள வீடுகள் இப்போதும் இதுபோல செங்கல் புறத்தோற்றத்தோடுதான் கட்டப்படுகின்றன.

இந்தக் கட்டுமானத்தில் உள்ள சவால், தரமான ஒரே அளவிலான செங்கற்கள் பயன்படுத்தப்பட வேண்டும்; சாந்துக் கலவை ஒரே கனத்தில் அமைந்திருக்க வேண்டும்; அது மழைநீர் கசியாத வண்ணம் கெட்டிப்பானதாக இருக்க வேண்டும்; தொழிலாளர்கள் திறமானவர்களாக இருக்க வேண்டும். இவை எதுவும் சாத்தியமற்றது அல்ல. நமது ஒப்பந்தக்காரர்கள், பொறியாளர்கள் அல்லது மேஸ்திரிகளில் பலர் இப்படியான பலப்பரீட்சையில் ஈடுபடுவதில்லை. அதன் பொருட்டு எந்தப் பொறுப்பையும் ஏற்பதில்லை. அவர்கள் பாரந்தாங்க வேண்டிய சுவர்களையே தடுப்புச் சுவர்களாக்கி, அதையும் பல முறை சாந்தாலும் பின் வர்ணத்தாலும் பூசி மெழுகிவிடுகிறார்கள். விளைவாக, தேவையில்லாத கான்கிரீட் சட்டகக் கட்டிடங்களும், பெருங்கட்டுமானங்களுக்கு உரிய கடினப் பொருள்களையும் ‘தரம் - வலிமை’ என்ற பெயரில் வீட்டுக்காரர்கள் முதுகில் ஏற்றிவிடுகிறார்கள்.

எலியைப் பிடிக்க...

சமீப காலமாக நவீனத் தொழில்நுட்பம் கண்டடைந்த உயரழுத்த சிமெண்ட்டையும் ஊடுகம்பியையும் வீடு கட்டப் பயன்படுத்துகிறார்கள். இவையும் எளிய வீட்டுக் கட்டுமானத்திற்குத் தேவையில்லாதவை. சிமெண்ட்டானது தரம்-33, தரம்-43, தரம்-53 என மூன்று தரங்களில் தயாராகிறது. அந்த எண்கள் மெகா பாஸ்கல் எனும் அலகில் சிமெண்ட்டின் தாங்குதிறனைக் குறிக்கிறது. தரம்-53 சிமென்ட், பாலங்களுக்கும் அணுமின் நிலையங்களுக்கும் பல மாடிக் கட்டிடங்களுக்கும் அவசியமான உயரழுத்த கான்கிரீட் தயாரிக்கப் பயன்படுகிறது. வீடுகளின் தளங்களுக்கான கான்கிரீட்டிற்குத் தரம்-33 அல்லது தரம்-43 சிமெண்ட்டைப் பயன்படுத்தலாம். சாந்துக் கலவைக்கு தரம்-33 போதுமானது. பூச்சு வேலைகளில் தரம்-53 சிமெண்ட்டைப் பயன்படுத்துவது உசிதமல்ல. அது கூடுதல் வெப்பத்தைக் கடத்தக் கூடியது. விரைவில் இறுகக் கூடியது. ஆகவே பூச்சில் விரிசல்கள்

வரக்கூடும். நீண்ட காலத்திற்கு வெப்பத்தைக் கடத்தும் சாத்தியமும் உண்டு. அதாவது வீட்டிற்குள் புழுக்கம் கூடிவிடும்.

இதைப்போலவே ஊடுகம்பிகளில் தரம்-415, தரம்-500, தரம்-500D, தரம்-550, தரம்-550D போன்றவை உள்ளன. மல்யுத்த வீரர்களின் தோற்றப் பொலிவையொத்த திரைக் கலைஞர்கள், பிரபல ஊடகங்கள் வழியாக தரம்-550 கம்பிதான் வலுவானது என்று விளம்பரம் செய்கிறார்கள். இது தவறான வழிகாட்டுதல். எளிய வீடு கட்டுவதற்குத் தரம்-415 கம்பி போதுமானது. ஆனால் இப்போதெல்லாம் சந்தையில் தரம்-33 சிமெண்ட்டும் தரம்-415 ஊடு கம்பியும் அதிகமாகக் கிடைப்பதில்லை. உற்பத்தியாளர்கள் அவற்றைத் தயாரிப்பதில்லை. பொறியாளர்கள் அதைப்பற்றி ஒரு பொது விவாதத்தை முன்னெடுத்ததாகத் தெரியவில்லை.

என்ன செய்யலாம்?

நமது நாட்டில் லட்சக்கணக்கான குடிமக்கள் தங்கள் வாழ்நாள் சேமிப்பை முதலீடு செய்து வீடு கட்டுகிறார்கள். ஆனால் கட்டுமானத் தொழில் பல கண்ணிகளை உடையதாக இருக்கிறது. இதனால் மக்களுக்கு வீடு கட்டுவது சவாலாக இருக்கிறது. தரமான, வீண் செலவில்லாத வீடென்பது மேலதிகச் சவாலாகிறது. கட்டுமானத் தொழிலை அரசு முறைப்படுத்தலாம். தரமான கட்டிடக் கலைஞர்களையும் பொறியாளர்களையும் ஒப்பந்தக்காரர்களையும் அரசு அங்கீகரிக்கலாம். தொழிலாளர்களுக்குப் பயிற்சிப் பள்ளிகள் தொடங்கலாம். தேர்வு பெற்றவர்களுக்குச் சான்றிதழ்கள் வழங்கலாம். பயனர்களைச் சான்று பெற்ற தொழிலாளர்களைப் பணிக்கு அமர்த்த ஊக்குவிக்கலாம். தரங்குறைந்த கட்டுமானப் பொருள்கள் புழங்குவதைத் தடை செய்யலாம். இவற்றையெல்லாம் கண்காணிக்கலாம். மேலதிகமாக கட்டுமானம் குறித்த அடிப்படைக் கல்வியை பொதுமக்களுக்கு வழங்கலாம். பள்ளிப் பிள்ளைகளின் பாடத்திட்டத்திலும் சேர்க்கலாம். முக்கியமாக வீடு கட்டும்போது அது வசிப்பதற்கான, சூழலுக்கு இயைந்த தன்மையுடன் கூடியதாக இருப்பதன் முக்கியத்துவம் குறித்த விழிப்புணர்வு உண்டாக்கப்பட வேண்டும். இவையெல்லாம் நடப்பிலாகும்போது வீடு கட்டுவது எளிய மக்களுக்குச் சவாலாக இராது.

இந்து தமிழ் திசை 2.8.2019

2

கட்டுமானத்தில் நீராற்று

இந்தியாவில் ஒவ்வொரு வீட்டையும் கட்டி எழுப்புவது சவாலாகத்தான் இருக்கிறது. ஏனெனில் நம்மவர்கள் பல்வேறு கட்டுமான நடைமுறைகளை அக்கறையோடு செயல்படுத்துவதில்லை. அவற்றுள் ஒன்று கட்டி முடித்த சுவர்களின் மீதும் கான்கிரீட் தளங்களின்மீதும் தண்ணீர் சொரிவது. இது ஓர் அவசியமான நடவடிக்கை. எனில், போதிய முக்கியத்துவமின்றிச் செயல்படுத்தப்படும் நடவடிக்கைகளில் இதுவும் ஒன்று.

சிலர் இதை நனைத்தல் என்பார்கள். ஆனால் இது நனைத்தல் மட்டுமில்லை. ஆங்கிலத்தில் இதற்கு கியூரிங் (curing) என்று பெயர். இதைத் தமிழில் குணப்படுத்துதல் என்று மொழிபெயர்க்கலாம். ஆனால் அப்படி யாரும் தமிழில் சொல்வதில்லை. தமிழகத்தின் பல கட்டுமானத் தலங்களில் 'கியூரிங்' என்றுதான் சொல்கிறார்கள். இந்தச் செயல்பாடு எதைக் குணப்படுத்துகிறது? நோயிருந்தால்தானே குணப்படுத்த வேண்டும்? கட்டி முடித்த சுவரும், இட்டு முடித்த கான்கிரீட் தளங்களும் தூண்களும் உத்திரங்களும் நோய்வாய்ப்பட்டிருக்கின்றனவா? அந்த நோயைப் புறத்தே சொரியப்படும் நீர் குணமாக்குகிறதா? எப்படி?

வேதியியல் வினை

செங்கற்களை இணைத்துச் சுவராக்குவதற்குச் சாந்து வேண்டும். சுவரின்மீது பூசுவதற்கும் சாந்து வேண்டும். இந்தச் சாந்து, சிமெண்ட்டும் மணலும் கலந்து உருவாகிறது. தளங்களும் உத்திரங்களும் தூண்களும் கான்கிரீட்டால் உருவாகின்றன. கான்கிரீட்டில் சிமெண்ட்டும் மணலும் கருங்கல் ஜல்லியும் கலந்திருக்கின்றன. சாந்திலும் கான்கிரீட்டிலும் உள்ள இன்னொரு முக்கியமான இடுபொருள் தண்ணீர். இந்த நீர் ஆவியானதும் ஏற்கெனவே நீர் இருந்த இடங்களில் வெற்றிடம் உருவாகும். கான்கிரீட் தளங்களின்மீதும் சுவரின்மீதும் புறத்தில் தொடர்ந்து

நீரைச் சொரிவதன் மூலம் அகத்தில் ஒரு வேதியியல் வினை நடக்கும். சாந்திற்குள்ளும் கான்கிரீட்டிற்குள்ளும் புகும் நீரானது சிமெண்ட்டில் உள்ள கால்சியம் சிலிகேட் எனும் வேதிப் பொருளுடன் சேரும். விளைவாக கரிப்பொருள், கந்தகம், ஹைட்ரஜன் ஆகிய தனிமங்களின் கூட்டில் ஒரு பசை உருவாகும். இந்தப் பசை ஏற்கெனவே ஆவியான நீர் ஏற்படுத்தியிருக்கும் வெற்றிடங்களை நிரப்பும். இந்தப் பசை நாளடைவில் கட்டியாகும். இது கான்கிரீட்டையும் சாந்தையும் வலுவாக்கும். அதற்கு நீடித்த ஆயுளையும் வழங்கும். இந்த வினை முறையாக நடக்காவிட்டால் வெற்றிடங்கள் முழுமையாக நிரம்பாது. அந்தச் சாந்தும் கான்கிரீட்டும் குறைபட்டதாகவே இருக்கும். பிற்பாடு ஒருக்கிலும் குணப்படுத்த முடியாத நோய் அதன்மீது கவியும். பலங் குறையும். விரிசல்கள் நேரும். காற்று உள்புகும். உள்புகுந்த காற்றிலுள்ள ஆக்சிஜன் இரும்புக்கம்பியுடன் நடத்தும் வேதியியல் வினையால் ஊடுகம்பிகளில் துருவேறும். துருப்பிடித்த கம்பி பருக்கும். அதைச் சுற்றிப் பிடித்திருக்கிற கான்கிரீட்டில் விரிசல் விழவும் உதிர்ந்து கொட்டவும் ஏதுவாகும். கட்டுமானத்தின் ஆயுளும் குறையும். ஆகவே 'கியூரிங்' முறையாக நடந்தால் மட்டுமே கட்டுமானத்திற்கு நோயற்ற வாழ்வு அமையும்.

நீராற்று

சிமெண்ட் பரவலாகப் பயன்பாட்டிற்கு வந்து 70 ஆண்டுகள் ஆகிவிட்டன. இன்று சிமெண்ட் இல்லாமல் ஒரு கட்டுமானத்தை நினைத்துப் பார்க்க முடியாது. ஆனால் சிமெண்ட்டும் கான்கிரீட்டும் சார்ந்த பல கலைச்சொற்கள் தமிழில் ஆக்கப்படவில்லை. 'கியூரிங்' அவற்றுள் ஒன்று. சிலர் இதை நீராற்று என்கிறார்கள். அவ்வளவாகப் புழக்கத்தில் இல்லாத இந்தச் சொல் காடாற்று என்கிற சொல்லிலிருந்து வந்திருக்கலாம். 'காடத்து' என்பது சிதை எரியூட்டப்பட்ட அடுத்த நாள் செய்யப்படும் ஒரு சடங்கு. முதல் நாள் சடலம் வைக்கப்பட்டிருந்த இடம் மறுநாள் எலும்பும் சாம்பலுமாய் இருக்கும். அப்போதும் கனன்றுகொண்டிருக்கும். அஸ்தியை எடுப்பதற்குத் தண்ணீர் ஊற்றி மயானத்தை ஆற்றுப்படுத்துவதே காடாற்று.

ஈழத்துக் கவிஞர் சேரன் முள்ளிவாய்க்கால் இனப்படுகொலைக்குப் பின் காடாற்று என்று ஒரு கவிதை எழுதினார். அது இப்படி முடியும்:

முற்றிற்று என்று சொல்லி
காற்றிலும் கடலிலும் கரைத்துவிட்டுக்
கண்மூட
காற்றும் கிடையாது
கடலும் கிடையாது
காடாற்று எப்போதோ?

காயம்பட்ட ஈழப் பெருநிலத்தில் மாண்டு போனவர்களுக்குச் கண்ணியமான ஈமச்சடங்கு வாய்க்கவில்லை. நிறைவேற்ற முடியாத காடாற்றின் நிராதரவில் ஒலித்த கவிக்குரல் அது.

அஸ்தியை எடுத்து நீருற்றி ஆற்றுப்படுத்துவதை காடாற்று என்றழைக்கிறது தமிழ். அந்த மரபில், கான்கிரீட்டில் கலக்கப்பட்ட நீர் ஆவியானதும் உருவாகும் வெற்றிடங்களை நீர் ஊற்றி ஆற்றுப்படுத்துவதை நீராற்று என்று சொல்வது பொருத்தம்தான்.

கான்கிரீட்டை எந்தவித சமரசமும் இல்லாமல் குறிப்பிட்ட காலத்திற்கு நீராற்ற வேண்டும். நீராற்றுவதற்கு அதிகச் செலவாகாது. ஆனால் அதைச் செய்யாவிடில், மிகுந்த பொருள்செலவில் வார்க்கப்படும் கான்கிரீட்டும் கட்டப்படும் சுவர்களும் பலமும் ஆயுளும் குறைந்து போகும். நீராற்றுவது கட்டுமானத்தில் மிக முக்கியமான பணி என்கிற புரிதல் எல்லோருக்கும் வரவேண்டும். நீராற்று முறையாக நடக்கச் செய்ய வேண்டுவது என்ன?

செங்கலை நனைத்தல்

பூர்வாங்க நடவடிக்கையிலிருந்து தொடங்க வேண்டும். சுவர்களுக்குப் பயன்படுத்தப்போகும் செங்கற்களைக் குளிரக் குளிர நனைக்க வேண்டும். அப்படிச் செய்யாவிட்டால் இந்தச் செங்கற்களுக்கு இடையில் சாந்துக்கலவையைப் பரத்துகிறபோது, கலவையில் உள்ள நீரைச் செங்கற்கள் கணிசமாக உறிஞ்சி விடும். சாந்துக்கலவை முதற்கட்டமாக இறுகுவதற்கு குறிப்பிட்ட கால அவகாசம் வேண்டும். அதற்குப் பிறகுதான் சுவரின்மீது நீரைச் சொரிய முடியும். உலர்ந்த செங்கற்கள் கலவையின் நீரை உறிஞ்சிவிட்டால், சாந்து இறுகுவதற்கு முன்னதாகவே கலவையில் வெற்றிடங்கள் தோன்றிவிடும். இது கலவையில் விரிசல் தோன்றக் காரணமாகிவிடும்.

நீரின் அளவு

கான்கிரீட்டைப் பொறுத்தமட்டில் அதில் தண்ணீர் சரியான அளவில் சேர்க்கப்பட வேண்டும். தண்ணீர் குறைவாக இருந்தால் மேலே குறிப்பட்ட வேதியியல் வினை நிகழும் சூழல் உருவாகாது. தண்ணீர் கூடுதலாகச் சேர்க்கப்பட்டால், அந்தத் தண்ணீரெல்லாம் ஆவியாகும்போது வெற்றிடங்கள் அதிகமாகும். நீராற்று காலத்தில் உருவாகிற பசையால் எல்லா வெற்றிடங்களையும் நிரப்ப முடியாது. விளைவு முறையான நீராற்று நடந்தாலும், உள்ளுக்குள் வெற்றிடங்கள் நிரம்பிய, அதனால் பலமும் ஆயுளும் குறைந்த கான்கிரீட்தான் கிடைக்கும். ஆக, கான்கிரீட் கலவையில் தண்ணீர் குறைந்தாலும் குற்றம், கூடினாலும் குற்றம்.

அடுத்ததாகக் கலவையில் உள்ள நீர் ஆவியாவதைத் தாமதப்படுத்துவது பலன் தரும். தளங்களின் கான்கிரீட் வார்க்கப்பட்டதும் சில மணிநேரங்களில் இறுகிவிடும். இது முதற் கட்டம். உடன் இந்தத் தளங்களின்மீது பிளாஸ்டிக் அல்லது பாலீத்தீன் விரிப்புகளை விரிக்கலாம்.

சென்டரிங் பிரித்தல்

பொதுவாக தூண்களின் ஷட்டரிங் பெட்டிகளை 24 மணி நேரத்திற்குப் பிறகு பிரிக்கலாம். 12 அடிவரை அகலமுள்ள அறைகளைக் கொண்ட ஒரு வீட்டின் சென்டரிங்கை 7 நாள்களிலும், அதனினும் அகலம் கூடுதல் உள்ள அறைகளைக் கொண்ட தளங்களின் சென்டரிங்கை 14 நாள்களிலும் பிரிக்கலாம். நீளம் குறைந்த உத்திரங்களின் ஷட்டரிங்கை 14 நாள்களில் பிரிக்கலாம். நீளம் கூடிய உத்திரங்களுக்கு 21 நாள்கள் வேண்டிவரும்.

நீராற்றின் வேதியியல் வினை நன்றாக நடைபெற ஷட்டரிங்கையும் சென்டரிங்கையும் தாமதமாகப் பிரிப்பது உதவும். தூண்களின் ஷட்டரிங்கை இரண்டு நாள்கள் வரையில் பிரிக்காமல் வைத்திருக்கலாம். தளங்களின் சென்டரிங்கை மூன்று வாரங்களுக்கும் உத்திரங்களை நான்கு வாரங்களுக்கும் பிரிக்காமல் வைத்திருக்கலாம். இதன் மூலம் கான்கிரீட்டின் உள்புறமுள்ள நீர் முழுமையாக ஆவியாவதற்கு முன்னால் வேதியியல் வினையைத் தொடங்கிவிடலாம்.

நீராற்று முறைகள்

கான்கிரீட் தூண்களை வார்ப்பதற்காகப் பூட்டப்பட்ட ஷட்டரிங் பெட்டிகளைப் பிரித்ததும் அவற்றைச் சுற்றிச் சாக்குகளாலோ

வைக்கோல் பிரிகளாலோ கட்டி, அதன்மீது நீரைச் சொரிவது நன்று. அது நனைவு கூடுதல் நேரம் நீடித்திருக்க வகை செய்யும். நீராற்றுக் காலம் முழுவதும் கான்கிரீட் பரப்புத் தொடர்ச்சியாக ஈரமாக இருக்க வேண்டும். ஒரு முறை சொரிந்த நீர் உலர்வதற்கு முன்னர் மீண்டும் நீர் சொரிய வேண்டும்.

தளங்களைப் பொறுத்தமட்டில் கான்கிரீட் இறுகியதும் நனைத்தலைத் தொடங்கிவிட வேண்டும். தொடர்ந்து ஈரமாக வைத்திருப்பதற்குத் தளங்களின்மீது சாந்தாலோ, களிமண்ணாலோ பாத்திகள் கட்டுவார்கள். இந்தப் பாத்திகள் இறுகியதும் தண்ணீரைக் கட்டி நிறுத்துவார்கள். அது ஒரு குட்டைபோல் நீர் தேங்கி நிற்க வகை செய்யும். இந்தக் குட்டைகளை நீராற்றுக் காலம் முழுதும் நிரப்பி வைக்க வேண்டும்.

நீராற்றுக் காலம்

எவ்வளவு நாள்களுக்கு நனைக்க வேண்டும்? கான்கிரீட்டின் தரம் 15, 20, 25, 30 என்று குறிக்கப்படும். இது கான்கிரீட் வார்க்கப்பட்ட 28ஆம் நாளில் மெகா பாஸ்கல் அலகில் அதன் தாங்குதிறன். ஆகவே 28 நாள்களுக்கு நீராற்றைத் தொடர வேண்டும் என்று சில பொறியாளர்கள் சொல்வதுண்டு. இது நடைமுறைச் சாத்தியமில்லை, அவசியமுமில்லை. சுவர்களைக் கட்டிய பிறகும், பிற்பாடு அவற்றைப் பூசிய பிறகும் குறைந்தபட்சம் ஒரு வார காலத்திற்கு நனைக்க வேண்டும். கான்கிரீட் தூண்களை ஒரு வார காலத்திற்கும், தளங்களை இரு வார காலத்திற்கும் நனைக்க வேண்டும். நீராற்று காலத்தில் கான்கிரீட் பரப்பு உலர்ந்து போக அனுமதிக்கலாகாது.

நீராற்றுவதற்கு அதிகச் செலவாகாது. ஆனால், அதைச் செய்யாவிடில் மிகுந்த பொருள்செலவில் வார்க்கப்படும் கான்கிரீட்டின், கட்டப்படும் சுவர்களின் பலமும் ஆயுளும் குறைந்துபோகும். நீராற்றுவது கட்டுமானத்தில் மிக முக்கியமான பணி என்கிற புரிதல் எல்லோருக்கும் வரவேண்டும். கட்டுமானத்தில் நாம் பேசும் எந்தச் சீர்திருத்தமும் ஒரு வீட்டின் பிரச்சினை மட்டுமல்ல; சுற்றுச்சூழலோடும் பருவநிலை மாறுபாட்டோடும் தொடர்புடையது. ஆக, கட்டிடத்துக்குத் தண்ணீர் ஊற்றுவதன்மூலம் நாம் கட்டிடத்துக்கு மட்டும் தண்ணீர் ஊற்றுவதில்லை!

இந்து தமிழ் திசை 5.12.2019

3

மணலின் கதை, எம்–சாண்ட்டின் பொறியியல், தமிழக அரசின் கொள்கை அறிக்கை

இந்திய அரசியலமைப்புச் சட்டம் குடிநபர்களுக்கு அறிவியல் பார்வை இருக்க வேண்டும் என்று வலியுறுத்துகிறது. கூடவே எதையும் ஆய்வுக்கு உட்படுத்த வேண்டுமென்றும் சீர்திருத்தங்களை மேற்கொள்ள வேண்டுமென்றும் சொல்கிறது. அப்படியான ஒரு முன்னெடுப்புதான் தமிழ்நாடு அரசு 2023ஆம் ஆண்டு மார்ச் 9ஆம் நாள் வெளியிட்ட எம்-சாண்ட் கொள்கை அறிக்கை. கடந்த சில ஆண்டுகளாகக் கட்டுமானங்களில் பரவலாகப் பயன்படுத்தப்படும் எம்-சாண்டின் தயாரிப்பு முறைகளையும் அதன் பொறியியல் பண்புகளையும் அறிக்கை பேசுகிறது.

மணலின் கதை

மணல், கட்டுமானப் பணிகளில் பிரதான இடுபொருளாக இருக்கிறது. எழுபதுகளில் எங்கள் ஊரில் யாருக்கு மணல் வேண்டுமென்றாலும் சூசை அண்ணனைத்தான் அணுகுவார்கள். அவரிடம் மாட்டுவண்டி இருந்தது. வரத்து மணலை அவரே வெட்டி எடுப்பார். வெட்டுக்கூலிக்கும் சுமை கூலிக்குமாக ஒரு தொகையை வாங்கிக்கொள்வார். எங்கள் ஊரில் மணல் இலவசமாக இருந்தது. சில ஊராட்சிகள் சிறிய கட்டணம் வசூலித்தன. ஆக, மணல் வெகு சகாயமாகக் கிடைத்தது.

எண்பதுகளில் ரியல் எஸ்டேட்டிற்கான சந்தை விரிந்தது. தொண்ணுறுகளில் தாராளமயம் தொடங்கியது. மக்கள் கிராமங்களிலிருந்து நகரங்களுக்குப் புலம் பெயர்ந்தனர். அவர்கள் கைகளில் காசு சேர்ந்தது. வாழ்க்கைத் தரம் உயர்ந்தது. வீடுகளும், அடுக்ககங்களும் சாலைகளும் பாலங்களும் பெருகின. மணலின் தேவை கூடியது. மாட்டுவண்டிகளால் பெருகி வரும் மணலின் தேவையை ஈடுகட்ட முடியவில்லை.

ஆறுகள் தோறும் பொக்லைன் இயந்திரங்கள் மணலை அகழ்ந்தெடுத்தன. ஒவ்வொரு மழைக்காலமும் புதுமணலைக்

கொண்டுவரும். ஆனால் அள்ளப்படும் மணலின் அளவு, வரத்து மணலைவிடப் பன்மடங்கு அதிகம். இதனால் ஆற்றின் படுகை தாழ்ந்து போனது. சரளையும் பாறையும் மேலெழும்பியது. ஆற்றுப் பாசனம் பாதிக்கப்பட்டது. நிலத்தடி நீர்மட்டம் தாழ்ந்தது. குடிநீருக்குத் தட்டுப்பாடு வந்தது. விவசாயக் கிணறுகளில் நீர் வறண்டது. நீர்வாழ் உயிரினம் அருகியது. நீர்ப்பிடிப்புப் பகுதி குறைந்தது. இந்தச் சூழலை நமது ஆட்சியாளர்களும் பொறியாளர்களும் எங்ஙனம் நேரிட்டார்கள்?

மணலின் பொருளாதாரம்

எண்பதுகளில் மணல் அள்ளுவதை நெறிப்படுத்தும் பொறுப்பு ஊராட்சிகளிடமிருந்து பொதுப் பணித்துறைக்குக் கைமாற்றப்பட்டது. தொண்ணூறுகளில் மணலுக்கான தேவை அதிகமாகிக்கொண்டிருந்தது. 1993இல் அப்போதைய தமிழ்நாடு அரசு மேற்கொண்ட ஒரு நடவடிக்கைதான் பின்னாளைய மணற்கொள்ளைக்குத் தொடக்கம் குறித்தது. அரசுதான் தாதுக்களின் உரிமையாளர். ஒரு நிலப்பகுதியில் சிறு தாதுக்களை அகழ்ந்தெடுக்கும் உரிமையை ஒரு நிறுவனத்துக்கோ, தனியாருக்கோ அரசு வழங்கலாம். இதற்கு ஒப்பந்தப்புள்ளியோ (tender), ஏலமோ அவசியமில்லை. சிறு தாதுக்கள் சலுகை விதிகளின் பிரிவு 39 (Tamil Nadu Minor Minerals Concession Rules, Clause 39) அரசுக்கு இந்த அதிகாரத்தை வழங்குகிறது. இதைப் பயன்படுத்தி மணல் அள்ளுவதற்கான முற்றுரிமையை சில தனியார்களுக்கு வழங்கியது அரசு. முறைகேடுகள் மலிந்தன. ஒப்பந்தக்காரர்களையும் அரசியலர்களையும் அதிகாரிகளையும் மணல் கயிறு இணைத்தது. இந்தக் கயிறு இரும்புச்சங்கிலியைப்போல் பலம் பொருந்தியதாக இருந்தது.

சமூக ஆர்வலர்கள் நீதிமன்றங்களை நாடினார்கள். அதற்குப் பலன் இருந்தது. 2003இல் தனியார்களிடமிருந்த மணல் அள்ளும் முற்றுரிமையை அரசு ரத்து செய்தது (அரசாணை எண் எம்.எஸ். 95). அது பொதுப்பணித்துறைக்கு வழங்கப்பட்டது.

உயர் நீதிமன்றம் பல அறிவுறுத்தல்களை வழங்கியது. மணல் அள்ளும் படுகைகளை நிலவியல் துறை அங்கீகரிக்க வேண்டும். சூழலியல் துறை தடையில்லாச் சான்று வழங்க வேண்டும். மாவட்ட ஆட்சியரிடம் உரிமம் பெறவேண்டும். மணற்குழிகள் நான்கடி ஆழத்திற்கு மிகலாகாது. அரசுச் செயலரின் அனுமதியிருந்தால் மட்டுமே இயந்திரங்களைப் பயன்படுத்தலாம்.

ஆர்வலர்கள் மகிழ்ந்தார்கள். ஆனால் பிரச்சினை தீரவில்லை. பொதுப்பணித் துறையால் மணலை எல்லாப் பயனர்களுக்கும் நேரடியாக வழங்க முடியவில்லை. அது மணலை அள்ளவும், லாரிகளில் ஏற்றவும், பயனர்களுக்கு மறு விற்பனை செய்து கொள்ளவும் ஒப்பந்தக்காரர்களை நியமித்தது. 'இதன்மூலம் மணல் மாஃபியா, வேறு உடை தரித்து மீண்டும் சந்தைக்குள் நுழைந்தது' என்று எழுதினார் பத்திரிகையாளர் இளங்கோவன் ராஜசேகரன் ('ப்ரண்ட்லைன்,' ஜூலை 2015).

அள்ள அள்ளக் குறையாத அட்சயப் பாத்திரங்களல்ல ஆறுகள். தாமிரபரணி போன்ற மடி வறண்ட ஆற்றில் மணல் அள்ளுவதை நீதிமன்றம் தடை செய்தது. சுற்றுச்சூழல் ஆர்வலர்கள் எச்சரிக்கை மணியை ஒலித்துக்கொண்டே இருந்தார்கள். இவற்றைத் தாண்டி அள்ளப்பட்ட மணல் பணித்தலத்தை எட்டியபோது, பயனர்கள் செலுத்திய விலை, அரசு நிர்ணயித்த விலையைக் காட்டிலும் பன்மடங்கு அதிகமாக இருந்தது.

மணலின் விலை உயர்ந்தது மட்டுமல்ல, அது கிட்டுவதும் அரிதானது. இந்தக் காலகட்டத்தில்தான் எம்-சாண்ட் மெல்ல மெல்ல சந்தைக்கு வந்தது. இப்போது அதன் பயன்பாடு அதிகமாகிவிட்டது. என்றாலும் அது ஆற்று மணலுக்கு மாற்றாகுமா என்கிற ஐயம் பலருக்கும் இருக்கிறது. அதற்கான விடையாக தமிழக அரசு மார்ச் 2023இல் வெளியிட்ட கொள்கை அறிக்கை அமைந்திருக்கிறது. தரமான எம்-சாண்டை எப்படி அறிந்துகொள்வது என்கிற கேள்வியும் பலருக்கு இருக்கிறது. அறிக்கை அதற்கும் பதிலளிக்கிறது.

எம்-சாண்டின் பொறியியல்

கட்டுமானங்களில் அதிகமாகப் பயன்படுத்தப்படும் இரண்டு கலவைகள் கான்கிரீட்டும் சாந்தும். இதில் கான்கிரீட் பிரதானமாக மூன்று இடுபொருள்களால் உருவாகிறது. அவை: சிமெண்ட், பருண் சேர்மானம்(coarse aggregate), நுண் சேர்மானம் (fine aggregate). கருங்கல் ஜல்லி பருண் சேர்மானமாகப் பயன்படுகிறது. பன்னெடுங்காலமாக ஆற்று மணல்தான் நுண் சேர்மானமாகப் பயன்பட்டு வந்தது. அதேபோல சிமெண்ட், நுண் சேர்மானம் ஆகிய இரண்டு இடுபொருள்களால் உருவாகும் சாந்திலும் மணல்தான் நுண் சேர்மானமாகப் பயன்பட்டு வந்தது. ஆனால் மணல் மட்டுமே நுண் சேர்மானமில்லை. அது பின்வரும் நான்கு

வகைப் பொருள்களில் ஏதேனும் ஒன்றாக இருக்கலாம் என்கின்றன பன்னாட்டு விதிநூல்கள் (code books): பொடிக்கப்பட்ட கருங்கல் தூள், பொடிக்கப்பட்ட சரளைக்கல் தூள், ஆற்று மணல், தாதுப் பொருள்களைக் கலந்து தொழிற்சாலையில் தயாரிக்கப்படும் தூள்.

மேற்குறிப்பிட்ட நான்காவது வகை நுண் சேர்மானத்தைத்தான் எம்-சாண்ட் (manufactured sand) என்றழைக்கின்றன பன்னாட்டு விதிநூல்கள். ஆனால் பட்டியலில் முதலில் இருக்கும் சேர்மானம்தான் நமது நாட்டில் எம்-சாண்ட் என்றழைக்கப்படுகிறது. நமது கல்விப் புலமும் கட்டுமானத் துறையும் அறிவியல் பார்வையோடு செயல்பட்டிருந்தால் இந்த அபத்தம் தவிர்க்கப்பட்டிருக்கும். ஆனால் இப்போது காலங் கடந்துவிட்டது. ஆகவே தமிழக அரசின் கொள்கை அறிக்கை கருங்கல் தூளுக்கு எம்-சாண்ட் எனும் பதத்தையே பயன்படுத்துகிறது. மேலதிகமாக இந்தத் தூளைக் குறிக்கும் எல்லா இடங்களிலும் எம்-சாண்ட்/ பொடிக்கப்பட்ட மணல் என்று குறிக்கிறது.

எம்-சாண்ட் தயாரிக்கும் முறை

எம்-சாண்ட் எப்படித் தயாரிக்கப்படுகிறது? மலைப் பிஞ்சுகள் சிறு பாறைகளாகவும், அடுத்து இவை 40 மில்லி மீட்டர் (1-1/2 அங்குலம்) ஜல்லிகளாகவும், தொடர்ந்து 20 மிமீ (3/4") ஜல்லிகளாகவும் உடைக்கப்படும். இந்த ஜல்லிகள் நிமிர் சுழல்தண்டு (vertical shaft impactor- VSI) எனும் இயந்திரத்தில் பொடியாக்கப்படும். கான்கிரீட்டில் பயன்படுத்தப்படும் எம்-சாண்டின் அளவு 4.75 மிமீ-ஐவிடக் குறைவாகவும் 150 மைக்ரானைவிட அதிகமாகவும் இருக்க வேண்டும் (பத்தி 5). ஒரு மீட்டரில் ஆயிரத்தில் ஒரு பாகம் ஒரு மில்லி மீட்டர். ஒரு மீல்லி மீட்டரில் ஆயிரத்தில் ஒரு பாகம் ஒரு மைக்ரோ மீட்டர் அல்லது மைக்ரான். மேற்குறிப்பிட்ட அளவைகளில் எம்-சாண்ட் இருப்பதை தானியங்கிச் சலிக்கிகள் (sieves) உறுதி செய்யும். இவை நன்னீரால் கழுவப்பட்டு மீண்டும் ஒரு முறை சலிக்கப்படும்.

எம்-சாண்டின் தரம்

எம்-சாண்ட் தரமானதுதானா என்று அறிவது எப்படி? இதில் நிமிளை (iron pyrite), நிலக்கரி, காரத் தாது, காக்காய்ப் பொன் (mica), கந்தகம், களிக்கல் (shale) போன்றவை இருக்கக்கூடாது (பத்தி 3.2). குவாரியின் இடத்தைத் தேர்ந்தெடுப்பதிலேயே

இவற்றைத் தவிர்க்க முடியும். உயிர்ப்பொருள் மாசு முதலானவற்றை தயாரிப்பு முறையில் சுத்திகரிக்க முடியும். பொடிக்கப்பட்ட மணலின் அளவுகள், அதன் வலிமை முதலியவற்றை இந்தியத் தரக்கட்டுப்பாட்டு மையம்(BIS) நிர்ணயித்திருக்கிறது.

எம்-சாண்ட்டின் பயன்பாடு மூன்று வகைப்படும். அவை: கான்கிரீட் கலவை, சுவர்களைக் கட்டுவதற்கான சாந்துக் கலவை, பூச்சு வேலைக்கான சாந்துக் கலவை. இந்த மூன்று பயன்பாடுகளுக்கான எம்-சாண்ட்டின் பண்புகளில் சிறிய வேற்றுமைகள் இருக்கும். அந்தப் பண்புகளையும் அவற்றிற்கான பரிசோதனைகளயும் முறையே IS-383, IS-2116, IS-1542 ஆகிய விதிநூல்களில் காணலாம். எம்-சாண்ட் தயாரிக்கும் குவாரிகள் அரசின் ஒப்புதலைப் பெறவேண்டும். அவற்றில் விதிநூல்கள் குறிக்கும் பரிசோதனைகளை மேற்கொள்ளத்தக்க ஆய்வகங்கள் இருக்க வேண்டும் (பத்தி 6.3c). இந்தக் குவாரிகளும் ஆய்வகங்களும் அரசின் நிலவியல்-சுரங்கத் துறையாலும் பொதுப்பணித் துறையாலும் பரிசோதிக்கப்படும். தவிர, அரசின் அங்கீகரிக்கப்பட்ட ஆய்வகங்களில் ஆறு மாதத்திற்கு ஒரு முறை அனைத்துச் சோதனைகளும் மேற்கொள்ளப்பட வேண்டும் (பத்தி 6.3d).

அரசின் அனுமதியின்றி இயங்கிவரும் குவாரிகள், VSI உள்ளிட்ட முறையான கட்டமைப்புகளை அமைத்து உரிமம் பெற்றுக்கொள்ள வேண்டும் (பத்தி 4.2). மேலும், சிறப்பாகச் செயல்படும் குவாரிகள் ஊக்குவிக்கப்படும். குவாரிகளின் செயல்பாடு பின்வரும் அம்சங்களால் கணிக்கப்படும்: சூழலியல் மேம்பாடு, நீர்ப் பாதுகாப்பு, தொழிலாளர் நலன், குத்தகை விதிகளையும் பொறியியல் விதிகளையும் கடைப்பிடித்தல், அரசுத் துறைப் படிவங்களைச் சமர்ப்பித்தல் முதலியன. இந்த அடிப்படையில் குவாரிகளுக்கு ஒன்று முதல் ஐந்து வரையிலான நட்சத்திரக் குறிகள் வழங்கப்படும் (பத்தி 12).

எம்-சாண்டின் வரவு தாமதமானது ஏன்?

ஆற்று மணலுக்கு இணையான எம்-சாண்ட் புழக்கத்திற்கு வர ஏன் இத்தனை காலம் எடுத்தது?

விதிநூல் IS 383 ஆதியில் 1952இல் வெளியானது. 1963-லும் 1970-லும், கடைசியாக 2016-லும் மேம்படுத்தப்பட்டது. எவையெல்லாம் நுண்சேர்மானமாகப் பயன்படுத்தப்படலாம் என்கிற பட்டியல்

நமது விதி நூலின் முதல் பதிப்பிலேயே காணக் கிடைக்கிறது. அதாவது 70 ஆண்டுகளுக்கு முன்பு எழுதப்பட்ட விதிநூல் கருங்கல் தூளும் மணலும் நுண்சேர்மானங்களாகப் பயன்படுத்தப்படலாம் என்று சொல்கிறது. எனினும் நெடுங்காலமாக ஆற்று மணல்தான் நுண் சேர்மானமாகப் பயன்படுத்தப்பட்டு வந்தது. ஏனெனில், எண்பதுகள்வரை அது சகாயமாகக் கிடைத்தது. வரத்து மணலை மட்டும் அள்ளிக்கொண்டிருந்தவரை அது சுற்றுச்சூழலுக்குக் கேடு விளைவிக்கவில்லை. ஆனால் மணலின் தேவை பெருகி, பேராசைப் பெருங்கரங்கள் ஆற்றின் அடிமடியை நோக்கி நீண்டதும், விதிநூல்கள் அனுமதித்திருக்கிற கருங்கல் தூள் உள்ளிட்ட பிற சேர்மானங்களுக்கு கட்டுமானத்துறை மாறியிருக்க வேண்டும். கல்விப் புலத்திலும் தொழில் துறையிலும் அரசு எந்திரத்திலும் அங்கம் வகிக்கிற பொறியாளர்கள் ஓர் அமைப்பாகத் திரண்டு அதைச் சாதித்திருக்க வேண்டும். அப்படிச் செய்திருந்தால் சூழலியல் பாதுகாக்கப்பட்டிருக்கும். மணல் மாஃபியா கொழித்திருக்காது. ஆனால் அப்படி நடக்கவில்லை. ஏனெனில், பொறியாளர்களை வழிநடத்துகிற கட்டுப்படுத்துகிற அவர்களை ஒரு சமூகமாகத் திரட்ட வல்ல ஒருங்கிணைந்த அமைப்பு இங்கே இல்லை. கொள்கை முடிவுகளில் செல்வாக்கு செலுத்துகிறவர்கள் அரசியலர்களும் ஆட்சியாளர்களும்தான். இதில் பொறியாளர் சமூகத்திற்குப் பங்கு இல்லை. மேலும் கல்விப் புலத்திலும் கட்டுமானப் பணிகளிலும் அரசுத் துறைகளிலும் பணியாற்றும் பொறியாளர்கள் பரஸ்பரம் உரையாடிக்கொள்வதில்லை. நமது பொறியாளர்களில் பலர் கால மாற்றத்திற்கும் அறிவியல் வளர்ச்சிக்கும் இணங்கத் தங்களைத் தகவமைத்துக் கொள்வதுமில்லை. இப்படியான காரணங்களால் மணலுக்குத் தட்டுப்பாடு வந்தவுடனேயே எம்.சாண்ட்டைப் பயன்பாட்டுக்கு கொண்டு வருகிற வல்லமை, குறைந்தபட்சம் அதைக் குறித்து ஒரு காத்திரமான உரையாடலை உருவாக்குகிற சக்தி போலும் அவர்களுக்கு இல்லாமல் போய்விட்டது. சில பொறியாளர் அமைப்புகள் பேசவே செய்தன. ஆனால் அது அம்பலம் ஏறவில்லை. மணல் அள்ளுவதற்கு சூழலியல் சார்ந்த கட்டுப்பாடுகள் அதிகமான பிறகுதான் எம்-சாண்ட் சந்தைக்குப் பெருவாரியக வரத் தொடங்கியது. இந்தச் சூழலில் பயனர்களுக்கு எம்-சாண்டைக் குறித்துப் பல ஐயங்கள் எழுந்தன. இந்த வேளையில் வெளியாகியிருக்கும் அரசின் கொள்கை அறிக்கை ஒரு கைவிளக்காக அமையும்.

இன்னும் இருக்கிறது தூரம்

அரசு செய்யக்கூடியது இன்னும் சில உண்டு.

ஒவ்வொரு மாவட்டத்திலும் அங்கீகரிக்கப்படாத குவாரிகள் நூற்றுக்கணக்கில் உள்ளன. அவை முறையாக மேம்படுத்தப்பட்டு அங்கீகாரம் பெற்றுக்கொள்ள வேண்டும். இல்லையெனில் அவற்றைத் தடை செய்ய வேண்டும்.

அங்கீகரிக்கப்பட்ட குவாரிகளிலிருந்து மட்டும் இடுபொருள்களை வாங்குவதற்குப் பயனர்களைப் பயிற்றுவிக்க வேண்டும். நாளடைவில் அதிக நட்சத்திரக் குறிகள் பெற்ற குவாரிகளிலிருந்து மக்கள் வாங்கத் தொடங்குவார்கள்.

குவாரிகள் அவை தயாரிக்கும் ஜல்லி, எம்-சாண்ட்டின் அளவுக்கு ஏற்ப போதிய தரக்கட்டுப்பாட்டுப் பரிசோதனைகளை மேற்கொள்ள வேண்டும். அப்படியான பரிசோதனைகளின் குறைந்தபட்ச எண்ணிக்கை அறிக்கையில் சேர்க்கப்பட வேண்டும்.

ஜல்லிகளையும் எம்-சாண்டையும் சுமந்து செல்லும் லாரிகளில் அவற்றுக்கான ரசீதுகளுடன் பொருள்களுக்கான தரக்கட்டுப்பாட்டு அறிக்கைகளும் இருக்க வேண்டும்.

கட்டுமானங்களில் ஆற்று மணலின் பயன்பாட்டை முற்றாக நிறுத்த வேண்டும்.

மேலும், கருங்கல் தூளும் ஞாலம் உள்ளளவும் கிடைத்துக் கொண்டிருக்காது. அதன் கையிருப்பையும் தேவையையும் குறித்து விரிவான ஆய்வு மேற்கொண்டு, அதன் பயன்பாட்டை நெறிப்படுத்த வேண்டும்.

தாதுக்களின் கலவையில் உருவாகும் உண்மையான 'எம்-சாண்'டைக் குறித்து ஆய்வுகள் மேற்கொள்ளப்படவேண்டும்; இதற்கு அதிக காலம் வேண்டிவரும்; ஆனாலும் செய்தாக வேண்டும். கடைசிச் சொட்டுவரை இயற்கையின் மடியை உறிஞ்சுகிற அறமற்ற செயலை முடிவுக்குக் கொண்டுவர வேண்டும்.

2023ஆம் ஆண்டு நிதிநிலை அறிக்கையின் பொருளாதாரக் கூறுகளைத் தமிழில் விளக்கி ஒரு கையேட்டை வெளியிட்டது தமிழக அரசு. அதைப்போலவே இந்த எம்-சாண்ட் அறிக்கையின் பொறியியல் கூறுகளையும் எளிய தமிழில் வெளியிட வேண்டும்.

கடைசியாக, இந்த அறிக்கையை மேம்படுத்தி சட்டப்பேரவையின் ஒப்புதலோடு இதன் கூறுகளை விதியாக்க வேண்டும். தமிழகம் பல அம்சங்களில் மற்ற மாநிலங்களுக்கு முன்மாதிரியாக விளங்குகிறது. எம்-சாண்ட் தொடர்பான சட்டமும் அந்தப் பட்டியலில் சேரட்டும். அது தமிழகம் அறிவியல் பார்வையுடன் விளங்குகிறது என்பதைத் துலக்கமாக்கும்.

இந்து தமிழ் திசை 6.4.2023, 3.3.2021

4

பாதசாரிகள் படும் பாடு

பாதசாரி என்கிற புனைபெயரில் ஒரு கவிஞர் எழுதி வருகிறார். அவர் இந்தப் பெயரைச் சூட்டிக்கொண்டதற்கு அவையடக்கம் காரணமாகலாம். பாதசாரி என்பவன் காலாள். ஒரு போரில் ரத, கஜ, துரகங்களுக்குப் பின்னால் வருபவன். ஒரு சாலையில் சீறும் வாகனங்களைப் புறக்கணித்துத் தன் காலே தனக்குதவி என்று நடப்பவன். போரில் காலாட்படைதான் அதிகம் சேதத்துக்குள்ளாகும். இந்தியச் சாலைகளிலும் அதுபோல பாதசாரிகளே அதிகம் பாதிக்கப்படுகிறார்கள்.

இந்திய அரசு வெளியிட்ட ஒரு புள்ளி விவரத்தின்படி 2018ஆம் ஆண்டு சாலை விபத்துகளில் மரித்த பாதசாரிகளின் எண்ணிக்கை 20,457. அதாவது சராசரியாக ஒவ்வொரு நாளும் 56 பாதசாரிகள் உயிரிழக்கிறார்கள். மாநில வாரியாக இதில் முதலிடம் வகிப்பது தமிழ்நாடு. 2017இல் தமிழக சாலை விபத்துகளில் கொல்லப்பட்ட பாதசாரிகள் 3,507. அடுத்தடுத்து வருவது மராட்டியமும் (1,831) ஆந்திரமும் (1,379). ஏன் நம் நாட்டில் பாதசாரியாய் இருப்பதே ஓர் உயிராபத்துள்ள செயலாய் அமைந்து விடுகிறது? ஏனெனில் நமது நடைபாதைகளில் நடப்பது இலகுவாக இருப்பதில்லை.

சாலை வடிவமைப்பு சார்ந்த சர்வதேச வழிகாட்டுதல்கள் நடைபாதையை மூன்று பகுதிகளாகப் பிரித்துக்கொள்கின்றன. கடைகள், வீடுகள் அல்லது வளாகங்களை ஒட்டிய பகுதி முகப்பு (frontage zone) எனப்படும். இது நடைபாதைக்கும் கட்டிடத்திற்குமான சிறிய, ஆனால் அவசியமான இடைவெளி. சாலையை ஒட்டிய பகுதி உபகரணப் பகுதி (furniture zone) எனப்படும். இதில் தளத்திற்குக் கீழே குடிநீர், மழைநீர், கழிவுநீர்க் குழாய்களும், மின்சாரத் தொலைத்தொடர்புக் கேபிள்களும்; தளத்திற்கு மேலே மரங்களும், மின் கம்பங்களும், பெஞ்சுகளும் அமைய வேண்டும், இடைப்பட்ட பகுதி பாதசாரிகள் நடப்பதற்கானது (pedestrain zone). வீடுகள் நிறைந்த பகுதியில் முகப்பு, பாதசாரி, உபகரணப் பகுதிகள் முறையே 0.5மீ, 1.8மீ, 1.0மீ அகலங்களில் அமைய வேண்டும். அதாவது இந்த

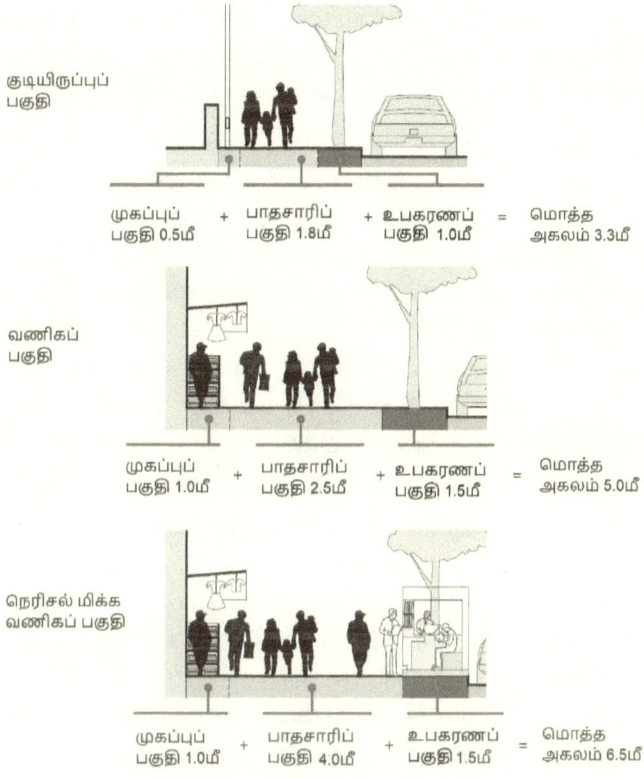

படம் 4.1 - நடைபாதை வடிவமைப்பு (நன்றி: ITDP கையேடு)

நடைபாதையின் மொத்த அகலம் 3.3மீ (சுமார் 10-¾ அடி) இருக்க வேண்டும். இதுவே ஓரளவு மக்கள் திரள் உள்ள வணிகப் பகுதியில் முகப்பு, பாதசாரி, உபகரணப் பகுதிகள் முறையே 1மீ, 2.5மீ, 1.5மீ ஆகவும், நடைபாதையின் மொத்த அகலம் 5மீ (16-½ அடி) ஆகவும் இருக்க வேண்டும். சென்னை தி.நகரில் உள்ள பாண்டி பஜார் போன்ற மக்கள் அதிகம் புழங்கும் பகுதியில் இவை முறையே 1மீ, 4மீ, 1.5மீ ஆகவும், மொத்த அகலம் 6. 5மீ (21 அடி) ஆகவும் இருக்க வேண்டும் (பார்க்க: படம் 4.1).

நம்முடைய நடைபாதைகளின் அகலம் இந்த சர்வதேசத் தரத்தில் சரி பாதி போலும் இல்லை. ஆனால் அகலம் மட்டுமே பிரச்சினை இல்லை. நடைபாதைகள் பல இடங்களில் ஆக்கிரமிக்கப்படுகின்றன.

மின்மாற்றி, மின் இணைப்புப் பெட்டி முதலானவை நடைபாதைகளின் மீதே நிறுவப்படுகின்றன. நடைபாதையைத் தாண்டி அமைந்திருக்கும் கடைகளின் காட்சிப் பெட்டிகளும் வணிகமும் நடைபாதைக்கு நீள்வது பல இடங்களில் நடக்கிறது.

அடுத்து நடைபாதைக் கடைகள். இவை நகரின் தவிர்க்க முடியாத அங்கம். இந்தக் கடைகளை நடத்துகிறவர்களுக்கு இது வாழ்வாதாரமாக இருக்கிறது. மேலும் நகரின் எளிய மக்கள் பலரால் நடைபாதைக் கடைகளின் விலை குறைந்த பொருள்களைத்தான் வாங்க முடிகிறது. 2014இல் தெருவோர வணிகர்களுக்காக ஒரு சட்டம் இயற்றப்பட்டது. பாதசாரிகளுக்கு இடையூறு இல்லாமல் நடைபாதை வணிகம் நடக்க வேண்டுமென்பதுதான் அந்தச் சட்டத்தின் நோக்கம். அதை உள்ளூர் நிர்வாகங்கள் உறுதிப்படுத்த வேண்டும்.

பாதாசாரிக்கு இன்னும் இன்னல்கள் இருக்கின்றன. நடைபாதைக்குக் கீழேயுள்ள மழைநீர் வடிகால்களும் குழாய்களும் கேபிள்களும் மராமத்து அல்லது மேம்பாட்டுப் பணிகளின் பொருட்டு மாற்றியமைக்கப்படும். பணி நிறைந்ததும் நடைபாதையின் மேல்தளம் முறையாகச் சீரமைக்கப்படுவதில்லை. சமனற்ற கான்கிரீட் தளம் அல்லது செவ்வனே பின்னிப் பூட்டப்படாத ஓடுகளின்மீது நடப்பது சிரமமானது, ஆபத்தானது.

இன்னொரு பிரச்சினை, வீட்டுக்கு வீடு வாசற்படி இருக்கும். அதில் நமக்கு ஆட்சேபணை இருக்க முடியாது. இந்த வாசற்படிகள் வீட்டுக்காரரின் எல்லைக்கு உள்புறம் இருக்க வேண்டும். ஆனால் இவை எல்லை தாண்டி நடைபாதைக்கு நடுவே வந்துவிடும். வீட்டுக்காரர்கள் வாகனங்களைத் தங்கள் வளாகங்களுக்குள் ஓட்டிச்செல்ல ஏதுவாக சரிவுப்பாதையை நடைபாதைகளின் குறுக்கே கட்டிவிடுவார்கள். சிறு நகரங்களில் இவை நடைபாதையைக் கடந்து சாலைவரை நீளவும் செய்யும். பல இடங்களில் வீடுகளுக்கோ, வணிக வளாகங்களுக்கோ போகிற வழியானது நடைபாதையையே முறித்து விடும்(படம் 4.2). அதாவது அந்த வீட்டிற்கோ, வளாகத்திற்கோ போகிற வாயிலின் முன்பு நடைபாதை இராது. சில பிரமுகர்கள் தங்கள் வீடுகளுக்கு முன்னாலிருக்கும் நடைபாதையை மறித்து, வேலியிட்டுப் பூந்தோட்டம் அமைத்திருப்பதையும் காணலாம். சென்னையில் சில பிரதான சாலைகளின் நடைபாதைகள் ஒற்றையடிப் பாதையை ஒத்திருக்கும்.

படம் 4.2 - நடைபாதைக்குள் நீளும் சரிவுப்பாதை

இவையெல்லாமாகச் சேர்ந்து நடைபாதையை நடப்பதற்குத் தகுதியில்லாத பாதையாக்கி விடுகிறது. பாதசாரிகள் நடைபாதையிலிருந்து இறங்கி சாலையில் நடக்கவேண்டியதாகிறது. சாலையின் ஓரங்களில் அனுமதிக்கப்பட்ட, அனுமதிக்கப்படாத வாகனங்கள் நிறுத்தப்பட்டிருக்கும். இவற்றைத் தாண்டி பாதசாரி சாலையின் நடுப்பகுதிக்கு வரவேண்டியதாகிறது. எளிய பாதசாரிகளை விபத்துகள் தீண்டுவது இப்படித்தான்.

என்னுடைய ஹாங்காங் அனுபவம் இதற்கு நேர்மாறானது. அங்கு சாலை வடிவமைப்பு மூன்று கட்டங்களாலானது. முதற் கட்டத்தில், எத்தனை வழித்தடங்கள் என்று பார்த்து சாலையின் நீளம், அகலம், வளைவுகள் முதலானவை வடிவமைக்கப்படும். அடுத்த கட்டத்தில் பேருந்து நிறுத்தம், கார் தரிப்பிடம், மரங்கள், மின்கம்பங்கள் முதலானவற்றுக்கு இடம் ஒதுக்கப்படும், மூன்றாவது கட்டத்தில் நடைபாதை வடிவமைக்கப்படும். நடைபாதையின் உபகரணப் பகுதியில் குழாய்களும் கேபிள்களும் அமையும். பாதசாரிகளின் எண்ணிக்கை அறிவியல் ரீதியாக மதிப்பிடப்பட்டு நடைபாதை போதுமான அகலத்தில் அமையும். கட்டிடங்கள் இடைவழியில் அமைந்தால் அதற்கான சரிவுப் பாதை

பாதசாரிகள் தொடர்ந்து நடப்பதற்கு இடையூறு ஏற்படாத வகையில் மெல்லிய சரிவைக் கொண்டிருக்கும். சக்கர வண்டிப் பயணிகள் தங்கள் வீட்டிலிருந்து மெட்ரோ ரயில் நிலையத்திற்கோ, பேருந்து நிறுத்தத்திற்கோ நடைபாதைகளின் வழியாகவே செல்ல முடியும். நடைபாதைகளில் பார்வையற்றவர்களுக்கு வழிகாட்டுவதற்காக tactile tiles எனப்படும் பிரத்யேகமான ஓடுகள் பதிக்கப்படும். அவர்கள் இந்த ஓடுகளைத் தங்கள் கோல்களால் தட்டி உணர்ந்துகொள்ள முடியும். இவை பாதைகளையும் திருப்பங்களையும் அவர்களுக்குப் புலப்படுத்தும்.

இந்தியாவின் சாலை வடிவமைப்பிலும் மேலே குறிப்பிட்ட முதல் கட்டம் இருக்கும் என்று தெரிகிறது. அதாவது சாலைகளின் நீளமும், அகலமும், வளைவுகளும் முறையாக வடிவமைக்கப்படும். ஓரளவிற்கு இரண்டாம் கட்டமும் இருக்கும். அதாவது கார் தரிப்பிடம், மின்கம்பம் முதலானவை. ஆனால் பல சாலைகளைப் பார்க்கிறபோது மூன்றாவது கட்டம், அதாவது நடைபாதை என்பது வடிவமைக்கப்படுகிறதா என்று சந்தேகம் எழுகிறது. முதல் இரண்டு கட்டங்களுக்குப் பிறகு எஞ்சிய இடத்தில் அகலக்குறைவான நடைபாதை கட்டப்படுகிறது. பிற்பாடு அது ஆக்கிரமிப்புக்கு உள்ளாகிறது. அதில் தொடர்ச்சி இருப்பதில்லை. முறையாகப் பராமரிக்கப்படுவதுமில்லை.

நமது சாலைகள் வாகனாதிகளுக்கானது. பாதசாரிகளுக்கானதில்லை. இந்நிலை மாற வேண்டும். பாதசாரிகள் கண்ணியமாக நடைபாதைகளில் நடக்கும் நாள் வரவேண்டும். அகலமான, நேர்த்தியான, தொடர்ச்சியான, பாதுகாப்பான, ஊனமுற்றோரும் பயன்படுத்துகிற நடைபாதைகள் வேண்டும். இவையெல்லாம் நம் காலத்தில் நிகழ்ந்தால் பாதசாரியாய் இருப்பதைக் குறித்து அச்சப்பட வேண்டியிராது. அப்போது முதல் பத்தியில் குறிப்பிட்ட கவிஞர் பாதசாரிக்கு ஓர் இக்கட்டு நேரலாம். சாதாரணர் என்பதைச் சுட்ட வேறு ஒரு புனைபெயரை அவர் தேட வேண்டி வரும்.

இந்து தமிழ் திசை 11.1.2019

கட்டுமானப் பொறியாளர் மே 2023

5

சென்னைச் சாலைகள் கார் தரிப்பிடங்களா?

நவம்பர் 2020இல் வீசிய நிவர் புயலைவிட அது கொண்டு வந்த பெருமழையால்தான் சென்னை நகரம் அதிகமான பாதிப்பிற்கு உள்ளாகியது. பல சாலைகளில் தண்ணீர் தேங்கி நின்றது. நீர் ததும்பும் சாலைகளின் படங்கள் ஊடகவெளியை நிறைத்தன. கூடவே சில மேம்பாலங்களின் படங்களும் வெளியாயின. அந்த மேம்பாலங்களின் இருமருங்கும் கார்கள் வரிசை கட்டி நிறுத்தப்பட்டிருந்தன. சாலைகளில் நீர் வடிந்ததும் அந்தக் கார்கள் கீழே இறங்கிவிட்டன. மழைக்காலத்தில் மேம்பாலங்கள் கார் தரிப்பிடமாகப் பயன்படுவது உலகத்தின் வேறேதாவது நகரத்தில் நிகழ்ந்திருந்தால் அவை செய்தியாகி இருக்கக்கூடும். ஆனால் சென்னைவாசிகள் அதைப் பொருட்படுத்தியதாகத் தெரியவில்லை. ஏனெனில் மழைக்கு முன்பும் பின்பும் இந்தக் கார்கள் சாலைகளில்தாம் நிறுத்தப்பட்டிருந்தன. நகரவாசிகள் அதற்குப் பழகிவிட்டார்கள். கார்களை ஏன் சாலைகளில் நிறுத்த வேண்டும்? சென்னையின் பல வீடுகளுக்குள் வாகனத் தரிப்பிடங்கள் இல்லை அல்லது போதுமானதாக இல்லை. ஏன் இல்லை?

நகரமயம்

சென்னையில் மக்கள்தொகை பெருகியபோது அடுக்ககங்கள் அவசியமாயின. எண்பதுகளில் முகிழ்த்த குடியிருப்புகள் பலவும் இரண்டு, மூன்று மாடிகளைத் தாண்டவில்லை. ஏனெனில் அப்போதைய விதிகளின்படி புதிய கட்டுமானத்தின் பரப்பு, மனையின் பரப்பைப்போல் ஒன்றரை மடங்குதான் இருக்கலாம். இதற்கு தளப் பரப்பளவுக் குறியீடு (*floor space index, FSI*) என்று பெயர். எடுத்துக்காட்டாக, ஒரு கிரவுண்ட் என்பது 60 அடி நீளமும் 40 அடி அகலமும் உள்ள ஒரு மனையைக் குறிக்கும். அதாவது 2,400 சதுர அடி. இந்த மனையில் இதைப்போல ஒன்றரை மடங்குப் பரப்பில் வீடு கட்டிக் கொள்ளலாம். அதாவது 3,600 சதுர அடி. இந்தப் பரப்பளவில் நடுத்தரவர்க்க அளவீடுகளின்படி

நான்கோ, ஐந்து வீடுகள் வரை கட்டலாம். ஆகவே நகரில் அப்போது கட்டப்பட்ட குடியிருப்புகள் பலவும் இரண்டோ, மூன்றோ தளங்களைத்தான் கொண்டிருந்தன. இவை கட்டப்பட்ட காலத்தில் இதன் உரிமையாளர்கள் பலரும் இரு சக்கர வாகனங்கள் வைத்திருந்தனர். தொண்ணூறுகளின் தாராளமயமாக்கத்தைத் தொடர்ந்து ஆட்டோமொபைல் தொழிலில் அந்நிய முதலீடுகள் வந்தன; உரிமங்களின் மீதான கட்டுப்பாடுகள் தளர்ந்தன; கார் உற்பத்தி பெருகியது.

வாகன எழுச்சி

சென்னை நகரில் 1985இல் வாகனங்களின் எண்ணிக்கை இரண்டு லட்சமாக இருந்தது. 1992இல் இது ஆறு லட்சமாகவும், 2012ல் 36 லட்சமாகவும் உயர்ந்தது. இப்போது 60 இலட்சம். இந்தியாவில் அதிகமான வாகனங்களைச் சுமப்பதில் இரண்டாவது இடம் சென்னைக்குத்தான். முதலிடம் டெல்லிக்கு; 1.12 கோடி வாகனங்கள். ஆனால் டில்லிச் சாலைகளின் நீளம் சுமார் 18,000 கிமீ. சென்னையில் சாலைகளின் நீளம் இதில் மூன்றில் ஒரு பங்குதான். மேலும் டெல்லிச் சாலைகள் அகலமானவை. அதாவது சென்னையில் வாகனங்களின் அடர்த்தி டெல்லியைவிட அதிகம். இந்தியாவிலேயே மிக அதிகம்.

தமிழகத்தில் ஓடும் வாகனங்களில் நான்கில் ஒன்று சென்னையில்தான் ஓடுகிறது. இந்த வாகனங்களில் 15% கார்கள்தாம். இப்படியாகச் சென்னையில் கார்கள் பெருகின. நடுத்தர வர்க்கத்தினரால் தவணை முறையில் கார் வாங்க முடிந்தது. வாங்கினார்கள். ஆனால் அவர்களது இரண்டு மாடி, மூன்று மாடி அடுக்ககங்களில் கார் தரிப்பிடம் இல்லை. அதனாலென்ன? தெய்வம் தந்த வீடு, வீதி இருக்கு! அந்த வீதியில் நிறுத்திக் கொண்டார்கள். சென்னை நகரின் பல கட்டிடங்களின் வாயிற்கதவில் ஓர் அறிவிப்புப் பலகை தொங்கும்: 'கேட்டின் முன்னால் வாகனங்களை நிறுத்தாதீர்கள்'. இதன் பொருள் கேட்டைத் தாண்டி நிறுத்திக்கொள்ளுங்கள், யாரும் கேட்க மாட்டார்கள், என்பதுதான்.

இந்தப் பிரச்சினையை நேரிட அரசு கட்டிட விதிகளில் படிப்படியாக மாற்றங்களைக் கொண்டுவந்தது. தளப்பரப்பளவுக் குறியீட்டை உயர்த்தியது. தரைத்தளத்தைக் கார் தரிப்பிடமாகப் பயன்படுத்தினால் அந்தப் பரப்பளவைக் கட்டுமானப் பரப்பாகக்

கணக்கில் கொள்ளவேண்டியதில்லை என்றொரு சலுகை வழங்கியது. இதற்குப் பலன் இருந்தது. புதிய கட்டிடங்கள் உயரமாகின. அவற்றில் கார் தரிப்பிடங்களும் இருந்தன. ஆனால் பழைய கட்டிடங்களின் முன்னால் சாலைகளில் கார்களை நிறுத்துவது தொடர்கிறது. விருந்தினர்களும் வாடிக்கையாளர்களும் தங்கள் கார்களையும் ஸ்கூட்டர்களையும் வீதிகளில்தான் நிறுத்துகிறார்கள். ஒன்றுக்கும் மேற்பட்ட கார் வைத்திருப்பவர்களும் வீதிக்கு வந்து விடுகிறார்கள்.

ஒரு சம்பவம் நினைவுக்கு வருகிறது. ஏழெட்டு ஆண்டுகள் இருக்கும். நகரின் நடு நாயகமான இடத்தில் அமைந்திருக்கிறது அந்த அரங்கு. மார்கழி மாதம். ஒரு பெரிய பாடகரின் கச்சேரி. நண்பர் அழைத்துப் போயிருந்தார். நிகழ்ச்சி முடிந்து வெளியே வந்தபோது ரசிகர்களில் பலரும் முன்னரங்கில் நின்று கொண்டிருந்தனர். நண்பர் விளக்கினார். அரங்கில் கார் தரிப்பிடங்கள் குறைவு. ஆகவே அரங்கைச் சுற்றியுள்ள தெருக்களில் கார்களை நிறுத்தி வைத்திருப்பார்கள். ஓட்டுநர்கள் இப்போது சாலைகளில் நீந்தி வந்துகொண்டிருப்பார்கள். பொதுமக்களுக்கு எத்தனை அசௌகரியம்?

ஏற்கெனவே நகரின் நடைபாதைகள் பலவும் குறுகலானவை. பல இடங்களில் அவற்றின் மீதுதான் மரங்களும் மின்மாற்றிகளும் நிற்கின்றன. சரிவுப்பாதைகளும் படிக்கட்டுகளும் குறுக்கிடுகின்றன. எஞ்சிய இடங்களில் ஆக்கிரமிப்புகள் வேறு. ஆக, பல நடைபாதைகள் பாதசாரிகள் நடக்கக்கூடியதாக இல்லை. அதனால் அவர்கள் சாலையில் இறங்க நேர்கிறது. சாலையிலோ வாகனங்கள் நிறுத்தப்பட்டிருக்கின்றன. இது பாதசாரியைச் சாலையின் மையத்திற்குத் துரத்துகிறது.

என்ன செய்யலாம்?

ஹாங்காங் போன்ற ஒரு வளர்ந்த நகரம் இந்தக் கார் தரிப்பிடப் பிரச்சினையை எங்ஙனம் எதிர்கொள்கிறது என்று பரிசீலித்தால் அதிலிருந்து நமக்குச் சில பாடங்கள் கிடைக்கக்கூடும்.

முதலாவதாக ஹாங்காங்கின் பொதுப்போக்குவரத்து வலுவானது, நவீனமானது, வசதியானது. 90% மக்கள் பேருந்துகளையும் மெட்ரோ ரயில்களையும் பயன்படுத்துகிறார்கள். இதனால் கார் வைத்திருப்பவர்கள் குறைவு. அப்படி வைத்திருப்பவர்களில்

பலரும் அவற்றை வேலை நாள்களில் தரிப்பிடத்திலிருந்து வெளியே எடுக்கமாட்டார்கள். நமது பொதுப்போக்குவரத்தை மேம்படுத்துவது, கார்களின் ஸ்கூட்டர்களின் பயன்பாட்டைக் குறைக்கும்.

இரண்டாவதாகக் கார்களுக்குச் சாலை வரி கட்டும்போது தரிப்பிடம் இருக்கிறது என்பதற்கான ஆவணங்களையும் சமர்ப்பிக்க வேண்டும். இதை நாமும் கட்டாயமாக்கலாம்.

மூன்றாவதாக, பொதுத் தரிப்பிடங்களில் நிறுத்துவதற்குக் கட்டணம் செலுத்த வேண்டும். அங்காடிகளிலும் கேளிக்கை மையங்களிலும் இந்தக் கட்டணம் மணிக்கு 25 ஹாங்காங் டாலராக (ரூ.250) இருக்கும். பெரிய அங்காடிகளில் கட்டணம் இரட்டிப்பாகும். இவற்றைத்தவிர தனியார் நிறுவனங்களின் அடுக்குமாடிக் கார் தரிப்பிடக் கட்டிடங்களும் இருக்கும். ஹாங்காங் அரசின் போக்குவரத்துத் துறையும் ஏராளமான அடுக்ககத் தரிப்பிடங்களைக் கட்டி வைத்திருக்கிறது. இங்கு நாள் வாடகை, மாத வாடகை என்பனவும் உண்டு. இவ்வாறான அடுக்ககத் தரிப்பிடங்களைச் சென்னையின் பல இடங்களில் கட்டலாம். வீதிகளில் நிறுத்தப்பட்டிருக்கும் கார்களை இந்த அடுக்ககத் தரிப்பிடங்களுக்கு இடம் மாற்றலாம்; அதைக் கட்டாயமாக்கலாம்.

கடைசியாக, சாலைகளில் கார்களை நிறுத்தலாம் என்பதை ஹாங்காங் மக்களால் நினைத்துக்கூடப் பார்க்க முடியாது. அப்படியான சமூகக் கல்வியையும் பொறுப்புணர்வையும் நாமும் வளர்க்கவேண்டும்.

அரசுக்குக் குடிமக்கள் எல்லோரும் வரி செலுத்துகிறார்கள். அவர்களில் ஒரு சாரார் சாலையை ஆக்கிரமித்துத் தங்கள் வாகனங்களை நிறுத்திக்கொள்கிறார்கள். இன்னொரு சாரார் உயிரச்சத்துடன் நடுவீதியில் நடக்கிறார்கள். இது நீதமன்று. இந்த நிலையைச் சீராக்க நமது உள்கட்டமைப்பை மேம்படுத்த வேண்டும். கார்களைத் தரிப்பிடங்களில்தான் நிறுத்த வேண்டும் என்பதைக் கட்டாயமாக்க வேண்டும். சாலைகள் எல்லோருக்கும் பொதுவானவை என்கிற புரிதலை வளர்த்தெடுக்க வேண்டும். நாகரீக சமூகங்கள் படிப்படியாகத்தான் கட்டமைக்கப்படுகின்றன.

இந்து தமிழ் திசை 31.12.2020

6

சென்னையின் பெருமிதம்– மெட்ரோ ரயில்

மெட்ரோ ரயில் இந்தியப் பொதுப் போக்குவரத்தின் நவீன முகமாக உருவாகியிருக்கிறது. மெட்ரோ ரயில், அதிகமான பயணிகளைக் குறைந்த அவகாசத்தில் சுமந்து செல்லும். கொரோனா காலத்தில் சமூக இடைவெளியையும் தூய்மையையும் மெட்ரோ ரயில்களால் துலக்கமாக அனுசரிக்க முடிந்தது.

சென்னை மெட்ரோ ரயில் தனது சேவையை 2015ஆம் ஆண்டு முதற்கொண்டே படிப்படியாக வழங்கி வருகிறது. முதற் கட்டம் 2019இலும் அதன் நீட்சி 2021லும் பயன்பாட்டிற்கு வந்தன. இரண்டாம் கட்டப் பணிகள் நடந்துவருகின்றன.

ஏன் வேண்டும் மெட்ரோ ரயில்?

வளர்ந்த நாடுகள் பலவும் பொதுப் போக்குவரத்தின் பிரதானக் கண்ணியாக மெட்ரோவையே நம்பியிருக்கின்றன. இதற்குக் காரணம் இருக்கிறது. சாலைப் போக்குவரத்தோடு ஒப்பிடுகிறபோது மெட்ரோ ரயிலில் பயண நேரம் பாதிக்கும் குறைவு. தாமதங்கள் இராது. நான் ஹாங்காங் போன புதிதில் ஒரு நண்பர், “உங்களைக் காஸ்வே-பே மெட்ரோ ரயில் நிலையத்தில் 23 நிமிடங்களில் சந்திக்கிறேன்” என்று சொன்னார். எனக்கு வியப்பாக இருந்தது. 25 நிமிடங்கள் என்றோ, 30 நிமிடங்கள் என்றோ அவர் சொல்லவில்லை. 23 நிமிடங்கள் என்று சொன்னார். சொன்னபடியே வந்தார். மெட்ரோதான் காரணம். பிற்பாடு நகரத்தில் பலரும் அப்படித்தான் சொல்வார்கள் என்று தெரிந்துகொண்டேன். நேரம் ஹாங்காங்கில் பொன் போன்றது. அதற்கு மெட்ரோ உதவுகிறது. குறிப்பிட்ட காலத்தில் வரும். துரிதமாகச் செல்லும்.

சாலைப் போக்குவரத்தோடு ஒப்பிடுகையில் மெட்ரோ ரயிலுக்கு ஐந்தில் ஒரு பங்கு எரிபொருளும் மின்சக்தியும் போதுமானவை என்கின்றன ஆய்வுகள். மெட்ரோவால் காற்றில் உண்டாகும் மாசு குறைவு. ஒலியால் உண்டாகும் மாசும் குறைவு. அதனால் மெட்ரோ ரயில் சுற்றுச்சூழல் மேம்பாட்டுக்கு உதவுகிறது. மேலும்

மெட்ரோ ரயில் தூய்மையானது, பாதுகாப்பானது. மெட்ரோ ரயிலால் சாலையில் வாகன நெரிசல் குறையும்.

ரயிலும் மெட்ரோ ரயிலும்

சென்னைவாசிகளுக்கு ரயில்கள் பழக்கமானவைதான். தாம்பரம்- கடற்கரைப் புறநகர்ச் சேவை தொடங்கப்பட்டு 90 ஆண்டுகளாகிறது. அந்நாளில் ரயில்கள் நீராவியில் இயங்கியபோது, சென்னைப் புறநகர் ரயில்கள் மின்சாரத்தில் இயங்கின. ஆதலால் இப்போதும் இவற்றை மின்சார ரயில் என்றழைப்பவர்கள் உண்டு. இந்தப் புறநகர் ரயில்களைவிட மெட்ரோ ரயில்கள் துரிதமானவை, தூய்மையானவை, குளிரூட்டப்பட்டவை, நகருக்குள் ஊடுருவிப் பாய்பவை. இவை எல்லாரும் அறிந்ததுதான்.

இன்னும் சில வேறுபாடுகள் முக்கியமானவை. இந்திய ரயில்கள் முன்னொரு காலத்தில் மீட்டர் கேஜின் மீது ஓடின. அதாவது இரண்டு தடங்களுக்கு இடையிலான அகலம் ஒரு மீட்டராக (3அடி 3-1/2அங்குலம்) இருக்கும். ரயில் பெட்டிகளின் கொள்ளளவை அதிகரிக்கப் பின்னாளில் இவை அகலப்பாதைக்கு (broad gauge) மாறிக்கொண்டன. இதன் அகலம் 1.676மீ (5அடி-6அங்குலம்). இப்போதையத் நீண்ட தூர ரயில்களும் புறநகர் ரயில்களும் இந்த அகலப் பாதையின் மேல்தான் ஓடுகின்றன. ஆனால் சென்னை மெட்ரோ ரயில் ஓடுகிற பாதையின் பெயர் நிலைப்பாதை (standard gauge). இதன் அகலம் மீட்டர் கேஜைவிட அதிகம். அகலப்பாதையைவிடக் குறைவு. 1.435மீ (4அடி 8-1/2அங்குலம்). மெட்ரோ ரயில்கள் நெரிசலான நகரப் பகுதிகளுக்குள் ஓடுவதால் அவற்றில் வளைவுகள் அதிகமிருக்கும். நிலைப்பாதையில் அகலப்பாதையைவிடக் கூர்மையான வளைவுகளை அமைக்க முடியும்; மேலும் அகலப்பாதையைவிட வேகமாகப் போகவும் முடியும். ஆதலால் உலகெங்குமுள்ள மெட்ரோ ரயில்கள் நிலைப்பாதையாகவே நிறுவப்படுகின்றன. மெட்ரோ ரயில் பெட்டிகளும் நிலைப்பாதைக்கு இயைந்தவாறே உருவாக்கப்படுகின்றன.

அடுத்த வேறுபாடு, மெட்ரோ ரயில் நகரத்திற்குள்ளான போக்குவரத்திற்கானது. ஆதலால் மெட்ரோ ரயில் நிலையங்கள் அருகருகே அமைந்திருக்கும். இரண்டு நிலையங்களுக்கு இடைப்பட்ட தூரம் பொதுவாக ஒரு கிமீ என்பதாக இருக்கும். மேலும் மெட்ரோ ரயில் நிலையங்களுக்கு இடையிலான தூரத்தின்

இடைவெளி எப்படிக் குறைவானதோ, அதுபோல அடுத்தடுத்து வரும் ரயில்களுக்கு இடையிலான காலத்தின் இடைவெளியும் குறைவானது. சென்னை மெட்ரோ ரயில்கள் இப்போது 5 நிமிடங்கள் முதல் 14 நிமிடங்கள் வரையிலான இடைவெளிகளில் ஓடுகின்றன. ஹாங்காங் போன்று 90% பொதுப் போக்குவரத்தைப் பயன்படுத்தும் நகரங்களில், நெரிசல் மிகுந்த நேரங்களில் ஒவ்வொரு இரண்டு நிமிடங்களுக்கும் ஒரு மெட்ரோ ரயில் நடைபாதையைக் கடந்தபடி இருக்கும். சென்னை மெட்ரோ ரயில்களாலும் வருங்காலத்தில் தேவை நேரும்போது கால இடைவெளியைக் குறைத்துக்கொள்ள முடியும். அதற்கேற்றவாறுதான் அவை வடிவமைக்கப்பட்டிருக்கின்றன.

அடுத்ததாக நீண்டதூர ரயில்களும் புறநகர் ரயில்களும் இந்திய ரயில்வேயால் இயக்கப்படுபவை; ஒன்றிய அரசுக்குச் சொந்தமானவை. மெட்ரோ ரயில்கள் அந்தந்த மாநில அரசுகளுக்குச் சொந்தமானவை. ஆதலால் சென்னை மெட்ரோ ரயில், நகரின் முக்கியமான சொத்தாகக் கருதப்படுகிறது.

நீண்டதூர ரயில்களுக்கும் மெட்ரோ ரயில்களுக்கும் இன்னொரு வேறுபாடும் உண்டு. முன்னது மிகுதியும் தரைத்தளத்தில் ஓடும். பின்னது ஏற்கெனவே வளர்ச்சியடைந்த நகரத்திற்குள் நிறுவப்படுவதால் அவை மேம்பாலப் பாதையாகவோ, சுரங்கப் பாதையாகவோ இருக்கும்.

இந்தியாவில் மெட்ரோ ரயில்

உலகின் பல முன்னணி நகரங்களில் மக்கள் வாழ்வின் ஓர் அங்கமாகவே ஆகிவிட்ட மெட்ரோ ரயில், இந்திய நகரங்களுக்குத் தாமதமாகத்தான் வந்துகொண்டிருக்கிறது. ஏன்?

இந்தியாவில் முதல் மெட்ரோ ரயிலின் கட்டுமானம் 1972இலேயே துவங்கிவிட்டது. உலகில் தலைசிறந்த மெட்ரோ ரயில் சேவையை வழங்கி வரும் நகரங்களில் ஒன்றான ஹாங்காங் மெட்ரோ ரயிலின் கட்டுமானம் 1975இல்தான் துவங்கியது. அதற்கு முன்பாகவே தொடங்கப்பட்டது கொல்கத்தா மெட்ரோ ரயில். அடிக்கல் நாட்டியவர் அப்போதையப் பிரதமர் இந்திரா காந்தி. ஒன்றிய அரசில் ரயில்வே அமைச்சராக இருந்த வங்காளியான கனி கான் சௌத்ரிக்கு கொல்கத்தா மெட்ரோ ரயிலில் அக்கறை இருந்தது. என்றாலும் திட்டம் பல சுணக்கங்களைச் சந்தித்தது.

இப்போதெல்லாம் சாலைக்கும் கட்டிடங்களுக்கும் பாதிப்பு இல்லாமல், நிலத்திற்கு 30 அடியும் அதற்குக் கீழும் சுரங்கம் தோண்டுகிற நவீன இயந்திரங்கள் புழக்கத்தில் உள்ளன. சுரங்க ரயில் நிலையங்களை அமைப்பதற்குத்தான் சாலையை மறித்து மண்ணை வெட்ட வேண்டும். அப்போது ரயில் நிலையங்களைப் போலவே சுரங்கம் அமைப்பதற்கும் சாலை நெடுகிலும் தோண்ட வேண்டும். குடிநீர், மழைநீர், கழிவுநீர்க் குழாய்களையும், மின்சாரத் தொலைத்தொடர்புக் கேபிள்களையும் இடம் மாற்ற வேண்டும். இதற்கு அரசுத் துறைகளிடையே இணக்கமான உறவு வேண்டும். மேலும் நிலம் கையகப்படுத்துவது தொடர்பாகப் பல்வேறு வழக்குகளும், நிதிப் பற்றாக்குறையும் சேர்ந்து கொண்டன. திட்டம் தொடங்கப்பட்டு 12 ஆண்டுகளுக்குப் பிறகு 1984இல், 3-1/2கிமீ ரயில் தடம்தான் கட்டி முடிக்கப்பட்டது. மீதமுள்ள தடங்கள் 'அதே வேகத்தில்' பிற்பாடு நடந்தேறின. இந்தக் கொல்கத்தா உதாரணம், பிற இந்திய நகரங்களை மெட்ரோ ரயிலை அணுக விடாமல் செய்தன.

இந்த நிலையை மாற்றிப் போட்டது டெல்லி மெட்ரோ ரயில். 1998இல் கட்டுமானம் துவங்கியது. நவீனத் தொழில்நுட்பம் கை கொடுத்தது. முதல் தடம் 2002இல் யமுனை நதிக்கு மேலாக 25கிமீ நீளத்தில் பயன்பாட்டிற்கு வந்தது. அதன் பிறகு டெல்லி மெட்ரோ ரயில் நிற்கவேயில்லை. ஆறு நிலையங்களோடு 2002இல் தொடங்கப்பட்ட டெல்லி மெட்ரோவில் இப்போது 230 நிலையங்கள், தடங்களின் நீளம் சுமார் 350கிமீ. நான்காவது கட்டத்திற்கான பணிகளும் துவங்கிவிட்டன. இது நிறைவேறும் போது டெல்லி மெட்ரோ ரயிலின் நீளம் 450கிமீ ஆகும்.

டெல்லியின் வெற்றிக்குப் பிறகு மெட்ரோ ரயில்கள் இந்தியாவின் பெருநகரங்களில் ஓடத் தொடங்கின. 2011இல் தொடங்கப்பட்ட பெங்களூர் மெட்ரோவின் இப்போதைய நீளம் 42கிமீ. இந்திய மெட்ரோ வரைபடத்தில் அடுத்தடுத்து இணைந்த பிற பெருநகரங்கள்: மும்பை (2014, 11கிமீ), சென்னை (2015, 54கிமீ), ஹைதராபாத் (2017, 69கிமீ). கொல்கத்தாவும் நவீனக் கட்டுமானத்தைக் கைக்கொண்டு தடங்களின் நீளத்தை 32கிமீ ஆகக் கூட்டிக்கொண்டிருக்கிறது.

சென்னை மெட்ரோ-முதற் கட்டம்

இந்தியாவின் பிற பெருநகரங்களைப்போலவே டெல்லியை அடியொற்றி சென்னையும் மெட்ரோ ரயில் பணிகளைத்

தொடங்கியது. ஆண்டு:2009. சென்னை மெட்ரோ ரயிலின் சேவை 2015இல் ஏழு நிலையங்களோடு தொடங்கியது. 2019இன் தொடக்கத்தில் முதற் கட்டப் பணிகள் (Phase- I) நிறைவடைந்தன. முதற்கட்டத்தில் மொத்தம் 32 நிலையங்கள். இது இரண்டு வழித்தடங்களால்(Corridors) ஆனது. அவை தடம்-1, தடம்-2 என்று அழைக்கப்படுகின்றன. இரண்டு தடங்களின் மொத்த நீளம் 45கி.மீ. முதல் தடம், வண்ணாரப்பேட்டையிலிருந்து மண்ணடி, பாரிமுனை, சென்ட்ரல், அண்ணா சாலை வழியாக விமான நிலையத்தை அடைகிறது. இரண்டாவது தடம் சென்ட்ரலில் தொடங்கி பூந்தமல்லி நெடுஞ்சாலை, நூறடி சாலை வழியாகப் பரங்கிமலையை அடைகிறது. வண்ணாரப்பேட்டையிலிருந்து புறப்படுகிற மெட்ரோ ரயில் 40 நிமிடங்களில் விமான நிலையத்தை அடைந்துவிடும். இது சாலையில் போகிற நேரத்தில் பாதிக்கும் குறைவானது.

சென்னை மெட்ரோவின் இன்னொரு சிறப்பு அது முதற் கட்டத்திலேயே நகரின் முக்கியாமான பயண முனையங்களை ஒன்றிணைத்தது. சென்னை விமான நிலையம், சென்னை சென்ட்ரல் ரயில் நிலையம், எழும்பூர் ரயில் நிலையம், சென்னைப் புறநகர்ப் பேருந்து நிலையம் ஆகிய இடங்களில் மெட்ரோ ரயில் நிலையம் அமைக்கப்பட்டுவிட்டது. இவையன்னியில் வண்ணாரப்பேட்டை, பிராட்வே, சைதாப்பேட்டை, பரங்கிமலை முதலிய பேருந்து நிலையங்களிலிருந்து அருகாமையில் உள்ள மெட்ரோ நிலையங்களுக்குச் செல்ல முடியும். இதைப்போலவே வண்ணாரப்பேட்டை, கோட்டை, மூர்மார்க்கெட், பூங்கா, கிண்டி, பரங்கிமலை ஆகிய புறநகர் ரயில் நிலையங்களுக்கு அருகேதான் மெட்ரோ நிலையங்கள் அமைக்கப்பட்டிருக்கின்றன. ஒரு போக்குவரத்துச் சேவையிலிருந்து பிறிதொரு போக்குவரத்துச் சேவைக்கு மாறிக்கொள்ள முடியும் (படம் 6.2).

வட சென்னை நீட்சி

சென்னை மெட்ரோவின் முதல் தடத்தின் வட சென்னை நீட்சி வண்ணாரப்பேட்டையில் தொடங்கி திருவொற்றியூர் வரையிலானது. இந்தப் பணிகள் கொரோனாவால் சுணங்கியபோதும், மீண்டும் வேகம் பிடித்தது. பிப்ரவரி 2021 முதற்கொண்டு மக்களின் பேராதரவோடு ஓடிக்கொண்டிருக்கிறது. இது 9கிமீ நீளமும் எட்டு நிலையங்களையும் கொண்டது.

படம் 6.1 சென்னை மெட்ரோ ரயிலின் தடங்கள்

தென் சென்னை நீட்சி

சென்னை மெட்ரோவின் முதல் தடம் விமான நிலையத்தில் முடிகிறது. இது தாம்பரம், வண்டலூர் வழியாக கிளாம்பாக்கம் வரை நீட்டிக்கப்பட இருக்கிறது. இந்தத் தடத்தில் அண்ணா உயிரியல் பூங்கா மெட்ரோ ரயில் நிலையம் நட்சத்திர நிலையமாக உருவாகும். உலகின் பல நகரங்களில் உயிரியல் பூங்காக்களுக்கு அருகாமையில் மெட்ரோ நிலையங்கள் இருக்கின்றன. ஹாங்காங்கின் டிஸ்னி லேண்ட்டுக்குப் போனவர்கள் டிஸ்னி லேண்ட்டை மட்டுமல்ல, சிறப்பாக வடிவமைக்கப்பட்ட டிஸ்னி மெட்ரோ நிலையத்தையும் மறக்க மாட்டார்கள். கனடாவின் கால்கரே மெட்ரோ நிலையத்தில் கண்ணைக் கவரும் விலங்குகளும் பறவைகளும் நம்மை வரவேற்கும். பெய்ஜிங் மெட்ரோவில் 370 நிலையங்கள் உள்ளன. அதில் மிகவும் புகழ் பெற்றது பெய்ஜிங் உயிரியல் பூங்கா நிலையம். அந்த நிலையத்தின் நடைமேடையில் ஒவ்வொரு நாளும் ஒரு லட்சம் பேரின் காலடித் தடங்கள் பதிகின்றன. அண்ணா உயிரியல் பூங்கா நிலையமும் அந்த வரிசையில் சேரும்.

இந்தத் தடம் கிளாம்பாக்கத்தில் முடிவடையும். சென்னைப் பெருநகர வளர்ச்சிக் குழுமம் கிளாம்பாக்கத்தில் பேருந்து முனையம் ஒன்றைக் கட்டி வருகிறது. வருங்காலத்தில் தென் மாவட்டங்களிலிருந்து வரும் பேருந்துகள் கோயம்பேட்டிற்குப் பதிலாக இந்த முனையத்தில் நின்றுவிடும். இந்த முனையத்திற்குள் புதிய மெட்ரோ நிலையம் அமைக்கப்படும். அயலூர்ப் பயணிகள் குளிரூட்டப்பட்ட மெட்ரோ ரயிலில் ஏறி, நெரிசலும் காலவிரயமும் இல்லாமல், தாங்கள் போகவேண்டிய இடத்தை அடையலாம்.

இரண்டாம் நிலை நகரங்கள்

மக்கள்தொகை, வாழ்நிலை, வீட்டு வசதி முதலானவற்றின் அடிப்படையில், நகரங்கள் முதல் நிலை (பெரு நகரங்கள்), இரண்டாம் நிலை என்று பிரிக்கப்படுகின்றன. டெல்லி, மும்பை, கொல்கத்தா, சென்னை, பெங்களூரு, ஹைதராபாத் ஆகியவை முதல் நிலை நகரங்கள். 2011-இல் ஒன்றிய அரசு இரண்டாம் நிலை நகரங்களில் மெட்ரோ ரயில் அமைத்துக்கொள்ள அனுமதி வழங்கியது. இதைத் தொடர்ந்து பல இந்திய நகரங்கள் மெட்ரோ ரயில் நகரங்களாக மாறிவருகின்றன.

தற்சமயம் குஜராத்தின் அகமதாபாதில் பயன்பாட்டில் இருக்கும் தடத்தின் நீளம் 6கிமீ. அதேவேளையில், கட்டுமானத்திலும் விரைவில் கட்டுமானம் தொடங்கும் நிலையிலும் உள்ள தடங்களின் நீளம் 62கிமீ. மெட்ரோ ரயில் அமைத்துக்கொண்டிருக்கும் இரண்டாம் நிலை நகரங்களில் சில இவை: ராஜஸ்தானின் ஜெய்பூர் (சேவை-12கிமீ, கட்டுமானம்-26 கிமீ); மத்தியப் பிரதேசத்தின் போபால் (0, 28 கிமீ), இந்தூர் (0, 31கிமீ); உத்தர பிரதேசத்தின் லக்னோ (23 கிமீ, 11 கிமீ), கான்பூர் (0, 28 கிமீ), ஆக்ரா (0, 31 கிமீ), நொய்டா (30 கிமீ, 15 கிமீ); மஹாராஷ்டிரத்தின் நாக்பூர் (23 கிமீ, 67 கிமீ), பிஹாரின் பாட்னா (0, 31 கிமீ), கேரளத்தின் கொச்சி (25கிமீ, 15 கிமீ).

கோவை மெட்ரோ

2011இல் ஒன்றிய அரசின் அறிவிப்பு வெளியான உடனேயே தமிழகத்தின் இரண்டாவது பெரிய நகரமான கோவையில் மெட்ரோ ரயில் அமைப்பது குறித்த உரையாடல் தொடங்கிவிட்டது. அப்போதையத் தமிழக அரசு மோனோ ரயிலைக் குறித்து ஆலோசித்ததால் மெட்ரோவை முன்னெடுக்கவில்லை. பல ஆண்டுகளுக்குப் பிறகு 2019 இல்தான் சாத்தியக்கூறு அறிக்கை தயாரானது. இப்போது திட்டத்துக்கு நிதி ஒதுக்கப்பட்டிருக்கிறது. விரிவான அறிக்கை, மண் பரிசோதனை, நில அளவீடு முதலான பணிகள் தொடரும். கோவை மெட்ரோவில் ஐந்து தடங்கள் இருக்கும் என்று தெரிகிறது. அவை: கணியூர்-உக்கடம் (வழி பீளமேடு), பிளிச்சி-உக்கடம் (வழி துடியலூர்), கரணம்பேட்டை-கணுவாய் (வழி சிங்காநல்லூர்), கணேசபுரம்-காருண்யா நகர் (வழி காந்திபுரம், பேரூர்), உக்கடம்-கோவை பேருந்து முனையம் (வழி போத்தனூர்).

மதுரை மெட்ரோ

தமிழ்நாட்டின் மூன்றாவது பெரிய நகரம் மதுரை. மதுரை மெட்ரோவுக்கான சாத்தியக்கூறு அறிக்கை நவம்பர் 2022இல் தயாராகியது. இதன்படி முதற்கட்டம் 31கிமீ நீளமுள்ளதாகவும் 20 நிலையங்களை உள்ளடக்கியதாகவும் இருக்கும். திருமங்கலத்தில் தொடங்கும். ஒத்தக்கடையில் முடியும். பணிமனை திருமங்கலத்தில் அமையும். திருநகர், திருப்பங்குன்றம், மாட்டுத்தாவணி, புதூர் வழியாகச் செல்லும் தடம் மேம்பால ரயிலாக இருக்கும். நகரின் மையப்பகுதியில் வைகை ஆற்றையும் புதூரையும் கடந்து

செல்லும் தடம் சுரங்க ரயிலாக இருக்கும். அருள்மிகு மீனாட்சி அம்மன் ஆலயம் உள்ளிட்ட பராம்பரியக் கட்டிடங்கள் மையப் பகுதியில் அமைந்திருப்பதே காரணம். விரிவான அறிக்கை, மண் பரிசோதனை, நில அளவீடு முதலான பணிகள் தொடரும்.

சென்னை மெட்ரோ- இரண்டாம் கட்டம்

சென்னை மெட்ரோவின் முதற் கட்டம் ஒரு குறிப்பிடத்தக்க சாதனைதான். ஆனால் இத்துடன் சென்னை மெட்ரோவின் பயணம் முடியப்போவதில்லை. உலகின் பல நகரங்களில் பொதுப் போக்குவரத்தின் ஜீவநாடியாக மெட்ரோ ரயில் விளங்குவதற்குக் காரணம், நகர் நெடுகிலும் நகருக்கு வெளியேயும் குறுக்கும் நெடுக்குமாகப் படர்ந்திருக்கும் ரயில் பின்னல். லண்டன், பெய்ஜிங், சிங்கப்பூர், டெல்லி போன்ற நகரங்களில் மெட்ரோ ரயிலின் கரங்கள் தொடர்ந்து வளர்ந்த வண்ணமிருக்கின்றன. ஹாங்காங்கிலும் அப்படித்தான்.

ஹாங்காங் மெட்ரோவின் வெற்றிக்குப் பல காரணிகள். அவற்றுள் ஒன்று அதன் கட்டுமானப் பணிகள் நிறுத்தப்பட்டதேயில்லை. ஹாங்காங் மெட்ரோ 1979இல் ஓடத் தொடங்கியது. ஷெக்-கிப்-மேய் என்கிற நிலையத்திலிருந்து குன்-டாங் வரை 9 நிலையங்கள் அப்போதைய ஆளுனர் மெக்லஹோசால் திறந்து வைக்கப்பட்டது. இப்போது ஹாங்காங் மெட்ரோ ரயில், நகரின் குறுக்கும் நெடுக்குமாக 11 தடங்களில் ஓடுகிறது. இப்போது 231கிமீ நீளமும் 165 நிலையங்களும்கொண்ட ஹாங்காங் மெட்ரோவில் ஒவ்வொரு நாளும் சராசரியாக 50 இலட்சம் பயணங்கள் மேற்கொள்ளப்படுகின்றன. தொடங்கப்பட்ட நாளிலிருந்து இன்றுவரை ஹாங்காங் மெட்ரோவின் வலைப்பின்னல் வளர்ந்துகொண்டேயிருக்கிறது. இப்போதுங்கூட ஹாங்காங்கில் இரண்டு பிரதானத் தடங்களுக்கான பணிகள் நடந்து கொண்டிருக்கின்றன; பத்துக்கும் மேற்பட்ட திட்டங்கள் வரைபட மேசையில் இருக்கின்றன.

சென்னை மெட்ரோவின் கரங்களும் இப்படியாக வளர வேண்டும். வளர்கிறது. சென்னையின் இரண்டாம் கட்ட மெட்ரோ பணிகள் நடந்துவருகின்றன. இந்திய மெட்ரோ ரயில் வரலாற்றில் இது ஒரு மைல்கல்லாக இருக்கும். இந்த இரண்டாம் கட்டம் மூன்று தடங்களைக்கொண்டிருக்கும். அவை: தடம் 3, தடம் 4, தடம் 5 ஆகியன.

தடம்-3, வடசென்னையின் மாதவரத்தில் தொடங்கும். பெரம்பூர், அயனாவரம் வழியாக கீழ்பாக்கத்திலுள்ள இப்போதைய நிலையத்தைச் சந்திக்கும். தொடர்ந்து சேத்துப்பட்டு, ராயப்பேட்டை, அடையாறு, திருவான்மியூர் வழியாக ஓ.எம்.ஆர். சாலையை அடையும். இதுகாறும் சுரங்கப் பாதையாக இருந்த தடம் மேம்பாலப் பாதையாக மாறும். சோழிங்கநல்லூர் வழி சிப்காட் தொழிற்பேட்டையை அடையும். தடம்-3இன் நீளம் 46கிமீ, 50 நிலையங்கள்.

தடம்-4, கடற்கரையில் உள்ள கலங்கரை விளக்கத்தில் தொடங்கும். மயிலாப்பூர், நந்தனம், கோடம்பாக்கம் வழியாக வடபழனியை அடையும். அங்கிருந்து மேம்பாலப் பாதையாக மாறி ஆற்காடு சாலை வழியாக பூந்தமல்லியை அடையும். 26கிமீ நீளம், 30 நிலையங்கள்.

தடம்-5 மாதவரத்தில் தொடங்கும். கொளத்தூர், திருமங்கலம் வழியாக ஆழ்வார்திருநகரை அடையும். சற்றுத் திரும்பி போரூர், ஆலந்தூர் வழியாக மடிப்பாக்கம் வரும். தொடர்ந்து மேடவாக்கம் சாலை வழியாக சோழிங்கநல்லூரில் வந்து சேரும். 47கிமீ நீளம், 47 நிலையங்கள்.

ஆக, இரண்டாம் கட்டத்தின் நீளம் 119கிமீ ஆகவும் மொத்த நிலையங்களின் எண்ணிக்கை 125ஆகவும் இருக்கும்.

இடைமாற்று நிலையங்கள்

இப்போது சேவையாற்றி வரும் சென்னையின் முதலிரண்டு தடங்களில் இரண்டு நிலையங்கள் இரண்டு தடங்களிலும் இடம் பெற்றிருக்கும். அவை, சென்னை சென்ட்ரல், ஆலந்தூர் ஆகிய நிலையங்கள் (படம் 6.2). அதாவது, இந்த இரண்டு நிலையங்களிலும் ஒரு தடத்திலிருந்து இறங்கி இன்னொரு தடத்திற்கு மாறிக்கொள்ள முடியும்.

ஹாங்காங்கின் 11 தடங்களிலும் இப்படியான இடைமாற்று நிலையங்கள் உள்ளன. நகரின் எந்த மெட்ரோ நிலையத்திலிருந்தும் இன்னொரு மெட்ரோ நிலையத்திற்குப் போய்விட முடியும். அது மட்டுமல்ல, ஹாங்காங்கின் எந்த மூலையிலிருந்தாலும் அருகாமையில் உள்ள மெட்ரோ ரயில் நிலையத்திற்கு நடந்தோ அல்லது பொதுப் போக்குவரத்தின் வழியாகவோ போய்ச் சேர்ந்துவிட முடியும். அதனால்தான் ஹாங்காங்கின் 90% மக்கள்

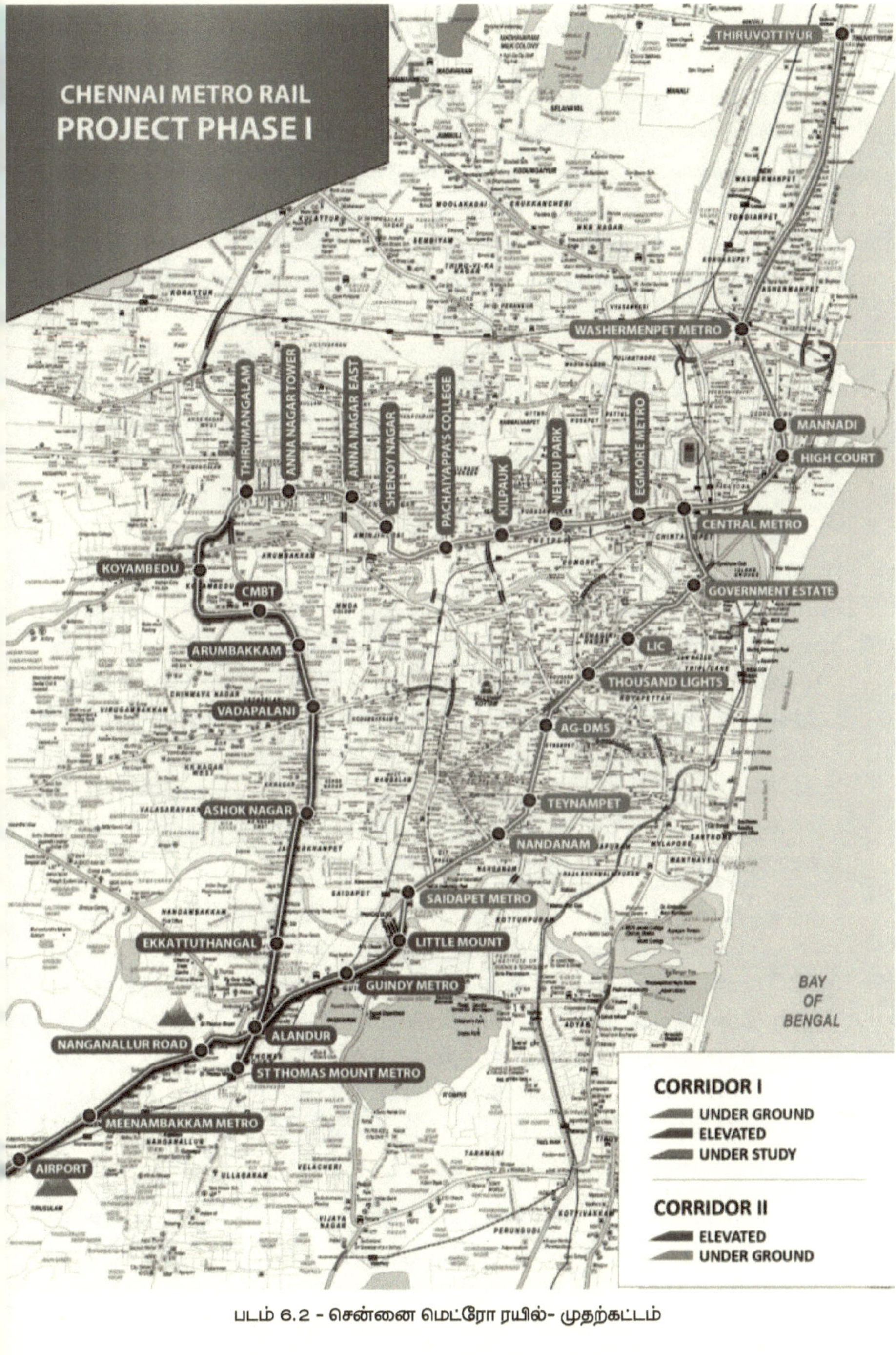

படம் 6.2 - சென்னை மெட்ரோ ரயில்- முதற்கட்டம்

பொதுப் போக்குவரத்தைப் பயன்படுத்துகிறார்கள். இப்படியான இடைமாற்று நிலையங்கள் இனிக் கட்டப்படவிருக்கிற சென்னையின் மூன்று, நான்கு, ஐந்தாவது தடங்களிலும் இருக்கும். மாதவரம், கீழ்ப்பாக்கம், ஆயிரம் விளக்கு, மயிலாப்பூர், சோழிங்கநல்லூர், நந்தனம், வடபழனி, போரூர் ஆகியன புதிய இடைமாற்று நிலையங்களாக இருக்கும். ஒரு தடத்திலிருந்து மற்றொரு தடத்திற்கும், மற்றதிலிருந்து பிறிதொன்றுக்கும் மாறிக் கொள்ளலாம். இதனால் நகரின் எந்த மூலையிலிருந்தாலும், அருகாமையில் உள்ள மெட்ரோ ரயில் நிலையத்தை அடைந்துவிட்டால், அங்கிருந்து நகரின் வேறு எந்த மூலைக்கும் போய்ச் சேர்ந்துவிடலாம். இரண்டாம் கட்டம் நிறைவடையும்போது சென்னை மக்கள் பரவலாகப் பொதுப் போக்குவரத்தைப் பயன்படுத்துவார்கள்.

போக்குவரத்து ஒருங்கிணைப்பு

சென்னையின் போக்குவரத்து நெரிசலை மெட்ரோ ரயிலால் மட்டும் சமாளித்துவிட முடியாது. ஆனால் கணிசமாகக் குறைக்க முடியும். சென்னை நகரின் பொதுப் போக்குவரத்தை மேம்படுத்த மேலும் சில நடவடிக்கைகளை மேற்கொள்ள வேண்டும். ஹாங்காங் மெட்ரோ ரயிலின் வெற்றிக்குப் பல காரணங்கள். முக்கியமான காரணம்- மெட்ரோ ரயில் நிலையங்களை ஒட்டி அமைக்கப்பட்டிருக்கும் பேருந்து நிலையங்கள். இங்கிருந்து அடுக்குமாடிப் பேருந்துகளும், 16பேர் பயணிக்கக்கூடிய சிற்றுந்துகளும், வாடகைக் கார்களும் கிடைக்கும்.

சென்னையிலும் வருங்காலங்களில் மெட்ரோ ரயில் நிலையங்களை ஒட்டிப் பேருந்து நிறுத்தங்களும், ஆட்டோ, ஷேர் ஆட்டோ, வாடகைக் கார் நிறுத்தங்களும் அமைக்கப்பட வேண்டும். அருகாமையிலுள்ள மின்சார ரயில் நிலையங்களுக்கும், பறக்கும் ரயில் நிலையங்களுக்கும் பயணிகள் சிரமமின்றிச் செல்ல வகை செய்யப்பட வேண்டும். பிற பொதுப் போக்குவரத்துச் சேவைகளோடு இணைக்கப்படும்போது மெட்ரோ ரயிலின் பயன்பாடு மிகும்.

அடுத்ததாக, நகரின் எல்லாப் போக்குவரத்தையும் ஒன்றிணைக்கிற அமைப்பொன்றை உருவாக்க வேண்டும். தற்சமயம் சென்னை நகரத்திலுள்ள சாலைகள், தேசிய நெடுஞ்சாலைத் துறை, மாநில நெடுஞ்சாலைத் துறை, நகராட்சி ஆகிய மூன்று அமைப்புகளின்

கீழ் வருகின்றன. மின்சார ரயில், பறக்கும் ரயில் ஆகியவை ரயில்வே அமைச்சகத்தின்கீழ் வருகின்றன. பேருந்துகள் போக்குவரத்துக் கழகங்களின்கீழ் வருகின்றன. மெட்ரோ ரயில், சென்னை மெட்ரோ ரயில் நிறுவனத்தின் கீழ் வருகிறது. ஷேர் ஆட்டோக்கள் முறையான விதிமுறைகளின்றி நகர் வலம் வருகின்றன. ஒவ்வொரு நகரின் போக்குவரத்து தொடர்பான அனைத்துத் திட்டமிடலையும் பராமரிப்பையும் ஒரே குடையின் கீழ் கொண்டுவர வேண்டும். சிங்கப்பூர், லண்டன் போன்ற நகரங்கள் இதில் முன்னுதாரணமாக விளங்குகின்றன. இதைக் குறித்து அதிகாரிகள் மட்டத்தில் பல ஆண்டுகளாகப் பேசி வருகிறார்கள். ஆனால் நடைமுறையில் வேகம் பிடிக்கவில்லை. எந்தத் துறையும் தனது அதிகாரத்தை இழக்க விரும்பவில்லை; அதுதான் காரணம். இப்படியொரு ஒருங்கிணைப்பின் பயன்பாட்டை உணர்ந்த அரசியல் தலைமையால் இந்தத் துறைகளை எல்லாம் ஒரே அமைப்பின்கீழ் கொண்டுவரமுடியும்.

பயணங்கள் முடிவதில்லை

உலகெங்கும் 200க்கும் மேற்பட்ட நகரங்களில் மெட்ரோ ரயில் ஓடுகிறது. இவற்றில் சில நூறாண்டுப் பழைமை மிக்கவை. பல மெட்ரோக்கள் 50 ஆண்டுகளை நெருங்குபவை. இவற்றோடு ஒப்பிடுகையில் சென்னை மெட்ரோவின் பயணம் தாமதமாகத் தொடங்கியிருக்கலாம். சென்னை மெட்ரோவின் இரண்டாம் கட்டப் பணிகள் 2026ஆம் ஆண்டில் நிறைவு பெறும் என்று திட்டமிடப்பட்டிருக்கிறது. சென்னை மெட்ரோவின் இரண்டாம் கட்டம் நிறைவுறும்போது நகரின் பல பகுதிகளில் மெட்ரோ ரயிலின் தடங்கள் பதிக்கப்பட்டுவிடும். அந்த நிலையங்கள் பிற போக்குவரத்துச் சேவைகளுடன் இணைக்கப்பட்டு விடும். சென்னை நகரம் உலக மெட்ரோ வரைபடத்தில் குறிப்பிடத்தக்க நகராக மாறியிருக்கும். அப்போதும் சென்னை மெட்ரோவின் பயணம் முடிந்துவிடாது, அது மூன்றாம் கட்டத்திற்குத் தாவியிருக்கும். சென்னை மெட்ரோ நகரின் சொத்தாக மட்டுமில்லை, பெருமிதமாகவும் மாறியிருக்கும்.

கட்டுமானப் பொறியாளர் செப்டம்பர் 2021
இந்து தமிழ் திசை 7.2.2019, 26.8.2021
ஜூனியர் விகடன் 23.2.2019, 29.7.2020

7

சென்னையின் சொத்து- சுரங்க ரயில் மெட்ரோ

இந்தியாவின் பல நகரங்களில் மெட்ரோ ரயில் ஓடிக்கொண்டிருக்கிறது. மேலும் பல நகரங்களில் கட்டுமானத்தில் இருக்கிறது. இவற்றோடு ஒப்பிடுகையில் சென்னை மெட்ரோவுக்குப் பல சிறப்புகள் உள்ளன. அவற்றுள் குறிப்பிடத்தக்கது சென்னை மெட்ரோ ரயிலின் முதற் கட்டத்தில் அமைக்கப்பட்டிருக்கும் 45 கிமீ பாதையில் கிட்டத்தட்ட சரிபாதி சுரங்கப் பாதையாகும். சென்னை மெட்ரோ ரயிலின் முதற்கட்டம் இரண்டு வழித்தடங்களால் ஆனது. இரண்டு தடங்களிலுமாக மொத்தமுள்ள 32 நிலையங்களில் 20 நிலையங்கள் சுரங்க நிலையங்கள்.

இந்தியாவில் மெட்ரோ ரயில்

சுரங்க ரயில் அமைப்பதற்குக் கால தாமதம் ஆகும்- மேம்பாலப் பாதையைக் காட்டிலும் இரண்டு மடங்கு. கட்டுமானச் செலவும் அதிகம்- மேம்பாலப் பாதையைக் காட்டிலும் மூன்று மடங்கு. மேலும் மேம்பால ரயிலைப்போல வெளிக்காற்றும், வெளிச்சமும் சுரங்க ரயில் நிலையங்களில் சாத்தியமில்லை. ஆகவேதான் இந்தியாவின் பல நகரங்களும், முழுவதுமாகவோ அல்லது அதிக பட்சமாகவோ மேம்பால ரயிலை நாடுகின்றன. ஹைதராபாத், கொச்சி, நொய்டா, குர்கான் முதலான நகரங்களின் மெட்ரோ முழுவதும் மேம்பாலப் பாதையாலானது. பெங்களூரு, லக்னோ, ஜெய்பூர் நகரங்களில் சுரங்க ரயில் உண்டு, ஆனால் அவற்றின் நீளம் மிகக் குறைவானது. மும்பையின் ஏழு தடங்களில் ஒன்றே ஒன்றுதான் சுரங்க ரயில். டெல்லி, கொல்கத்தா மெட்ரோக்களில் கணிசமான சுரங்க ரயில் பாதை உண்டு, எனினும் சென்னை மெட்ரோவைப்போல் பாதிக்கும் அதிகமில்லை. இந்தியாவிற்கு வெளியே பார்த்தால் நிலைமை நேர்மாறானது. லண்டன், நியூயார்க், மாஸ்கோ, பாரிஸ், ஹாங்காங், சிங்கப்பூர், பெய்ஜிங், ஷாங்காய் என்று வளர்ந்த நகரங்கள் அனைத்தும் மெட்ரோ ரயிலைப் பூமிக்குக் கீழேதான் அமைத்திருக்கின்றன (படம் 7.1).

படம் 7.1 மெட்ரோ ரயில் சுரங்கம்

உலகெங்கும் சுரங்க ரயில்

உலகின் முதல் மெட்ரோ ரயில் ஓடியது லண்டனில். 150 ஆண்டுகளுக்கு முன். சுரங்கங்களும் நிலையங்களும் வட்ட வடிவில் கட்டப்பட்டதால் ஆதிநாள் முதல் லண்டன் மெட்ரோ ரயில் 'ட்யூப்' என்றே அழைக்கப்படுகிறது. 402கிமீ நீளமும் 270 நிலையங்களும் கொண்ட ட்யூபில் ஒவ்வொரு நாளும் சராசரியாக 40 லட்சம் பயணங்கள் மேற்கொள்ளப்படுகின்றன.

நியூயார்க் நகரத்தின் மெட்ரோ ரயில் 'சப்வே' என்றழைக்கப்படுகிறது. உலகிலேயே அதிகமான மெட்ரோ நிலையங்களைக் கொண்டது. 424 நிலையங்கள். 1904ஆம் ஆண்டு சேவையைத் தொடங்கிய நியூயார்க் சப்வேயின் தற்போதைய நீளம் 380கிமீ.

பெய்ஜிங் சப்வேதான் உலகிலேயே அதிகப் பயணிகளைச் சுமக்கிறது. நாளொன்றுக்கு சராசரியாக ஒரு கோடிப் பயணங்கள். 608கிமீ நீளத்தில் 370 நிலையங்கள் வழியாகப் பயணிக்கிறது பெய்ஜிங் சப்வே.

மேற்கூறிய நகரங்களோடு ஒப்பிடுகையில் ஷாங்காய் மெட்ரோ ரயில் இளமையானது. 1993இல்தான் சேவையைத் தொடங்கியது. ஆனாலும், நாலுகால் பாய்ச்சலில் முன்னேறி இன்று உலகிலேயே அதிக நீளமான மெட்ரோ ரயில் தடங்களைக்கொண்டிருக்கிறது – 644கிமீ.

லண்டன் (1863), பாரிஸ் (1900), நியூயார்க் (1904), டோக்கியோ (1927), மாஸ்கோ (1935) முதலான மெட்ரோ ரயில்கள்

பழைமையானவை. எனில், மெட்ரோ கட்டுமானம் சூடுபிடித்தது அறுபதுகளுக்குப் பிற்பாடுதான். பெய்ஜிங் (1969), ஹாங்காங் (1970), சிங்கப்பூர் (1987), ஷாங்காய் (1993) முதலான நகரங்களில் மெட்ரோ ரயில் அடுத்தடுத்து உருவானது. இவற்றில் அதிகமும் சுரங்க ரயில்கள்தாம். ஏன்?

சுரங்க ரயில் ஏன் சிறந்தது?

ஏனெனில், சுரங்க மெட்ரோ, ஒரு நகரின் கட்டமைப்பிற்கு ஊறு விளைவிப்பதில்லை. பல்லுயிர்ப் பெருக்கத்திற்குத் தடையாக இருப்பதில்லை. சாலைப் போக்குவரத்திற்கு இடையூறாக இருப்பதில்லை. சுற்றுச்சூழலுக்குக் கேடு விளைவிப்பதில்லை.

மேலும், ஒரு நகரம் விரிவடைகிறபோது அதற்கேற்றாற்போல் பொதுப் போக்குவரத்து வசதிகளும் விரிவடைய வேண்டும். வளர்ச்சியடைந்த நகரங்கள் பூமிக்குக் கீழ் இடம் தேடிப் போவது நீண்ட காலமாகவே நடந்து வருகிறது.

மெட்ரோ ரயில் போன்ற உள்கட்டுமானப் பணிகளின் வடிவமைப்பு ஆயுள் (design life)- 120 ஆண்டுகள். நன்றாகப் பராமரிக்கப்பட்டால் அதைக் காட்டிலும் அதிக காலமும் நீடித்திருக்கும். அதற்கேற்ற விதமாக அவை வடிவமைக்கப்படுகின்றன, தரமான கட்டுமானப் பொருள்கள் பயன்படுத்தப்படுகின்றன.

குறுகலான தெருக்களில் மேம்பால ரயிலைக் கட்டினால் வீதியின் பயன்பாடும் அகலமும் குறைந்து போகும். அதாவது நூறாண்டு காலத்திற்குக் குறைந்து போகும். சாலையின் பழைய அகலத்தை ஒரு காலத்திலும் மீட்டெடுக்க முடியாது என்று பொருள்.

அடுத்ததாக, சுரங்க ரயிலால் நெரிசலான சாலைகளில், சாலைக்குமேல் பயணித்துக்கொண்டிருக்கும் பயணிகளின் கணிசமான பேரை பூமிக்குக்கீழ் கடத்திவிட்டு, அதன் மூலம் சாலையின் நெரிசலைக் குறைக்க முடிகிறது. அந்தப் பயணிகள் சாலையின்மேல் பிற வாகனங்களில் பயணித்திருந்தால் உண்டாகக்கூடிய சுற்றுச்சூழல் மாசிற்கு விடை கொடுக்க முடிகிறது.

சென்னை போன்ற நெடிய வரலாறு உள்ள நகரங்களில் பாரம்பரியக் கட்டிடங்கள் மிகுந்திருக்கும். அவற்றைப் பாதுகாப்பதும் அவற்றின் தோற்றப் பொலிவிற்குக் குந்தகம்

நேராமல் போற்றுவதும் அவசியம். பாரிமுனையில் அமைந்திருக்கும் உயர் நீதிமன்றம் 125 ஆண்டு காலப் பழைமை மிக்க பாரம்பரியச் சிறப்புமிக்க கட்டிடம். அங்கே சுரங்க ரயில் நிலையம்தான் கட்டப்பட்டிருக்கிறது. மாறாக நீதிமன்றக் கட்டிடத்திற்கு முன்னால் மேம்பால ரயில் கட்டப்பட்டிருந்தால், அது நீதிமன்றக் கட்டிடத்தின் பொலிவான தோற்றத்தை மறைத்திருக்கும்.

அதுபோலவே கீழ்ப்பாக்கம் மருத்துவக் கல்லூரி, எழும்பூர் ரயில் நிலையம், பச்சையப்பன் கல்லூரி எதிரில் உள்ள புனித ஜார்ஜ் பள்ளி முதலான இடங்களிலும் சுரங்க நிலையங்களே கட்டப்பட்டிருக்கின்றன. நிலையத்திற்குச் செல்லும் வாயில்களும் அவற்றின் தூண்களும் சுவர்களும் கலசங்களும் வளைவுகளும் அருகாமையில் உள்ள பாரம்பரியக் கட்டிடங்களுக்கு இசைவான தோற்றத்துடன்தான் வடிவமைக்கப்பட்டிருக்கின்றன.

சென்னை சென்ட்ரல் மெட்ரோ ரயில் நிலையத்தைச் சுற்றிலும் சென்னை நகரின் வரலாற்றுச் சிறப்புமிக்க கட்டிடங்கள் அணி செய்கின்றன. மாநகராட்சி இயங்கும் ரிப்பன் மாளிகை 1913இல் கட்டப்பட்டது. அடுத்துள்ளது டவுன் ஹால் என்றழைக்கப்பட்ட விக்டோரியா அரங்கம் (1883), அதற்கடுத்தது சென்னை சென்ட்ரல் ரயில் நிலையம் (1873). எதிர்ச் சாரியில் உள்ள சுற்றுலாத்துறையின் ‘ஓட்டல் தமிழ்நாடு’ இயங்கி வரும் ராமசாமி சத்திரமும் (1901), அதற்கடுத்துள்ள சித்திக் சிராய் கட்டிடமும் ஒரு காலத்தில் ரயில் பயணிகளுக்கான சத்திரங்களாக இருந்தவை. முன்னதை இந்துப் பயணிகளும் பின்னதை முஸ்லிம் பயணிகளும் பயன்படுத்தி இருக்கிறார்கள். இந்தப் பாரம்பரியக் கட்டிடங்களுக்கு எதிராகப் பூந்தமல்லி சாலையில் மேம்பால ரயில் அமைக்கப்பட்டிருந்தால் என்னவாகியிருக்கும்?

சுந்தர ராமசாமியின் ‘ஜே.ஜே.சில குறிப்புகள்’ நாவலில் ஒரு வரி வரும். ‘ஒவ்வொன்றையும் நன்றாகப் பார்க்க, அது அதற்கான இடைவெளிகள் வேண்டும். சில சமயம் காலத்தின் இடைவெளி. சில சமயம் தூரத்தின் இடைவெளி.’ மேற்சொன்ன கட்டிடங்களுக்கு முன்னால் ஒரு மேம்பால ரயில் கட்டப்பட்டிருந்தால் அந்த ‘தூரத்தின் இடைவெளி’ எப்போதைக்குமாக நஷ்டப்பட்டிருக்கும். மேலும் பூந்தமல்லி சாலையின் அகலமும் குறைந்திருக்கும்.

பெங்களூருவில் முப்பதாண்டு காலமாக வசிக்கும் எனது நண்பர் ஒருவர் அந்நகரின் பிரதான சாலையான எம்.ஜி.ரோடின்

புராதனமும், அழகும், பயன்பாடும் மேம்பால மெட்ரோ ரயிலால் என்றென்றைக்குமாகக் குறைபட்டுவிட்டதாகவும், சாலையின் முகச் சாயலே மாறிப் போய்விட்டதாகவும் புகார் சொல்கிறார். சென்னைவாசிகளுக்கு இப்படிக் குறைபட்டுக்கொள்ள வேண்டியிராது. ஒப்பீட்டளவில் அகலமானதும், சமீப காலத்தியதுமான நூறடிச் சாலையில் மேம்பால ரயிலும், குறுகலானதும், பழைமையானதுமான அண்ணா சாலையிலும் ஈ.வே.ரா பெரியார் (பூந்தமல்லி) சாலையிலும் சுரங்க ரயிலும் அமைக்கப்பட்டிருக்கிறது.

சுரங்க ரயில் நிலையத்தின் இன்னொரு சாதகமான அம்சம் நிலையத்தை அடுத்துள்ள சாலைகளிலிருந்தும் பிரதானக் கட்டிடங்களிலிருந்தும் பேருந்து நிலையங்களிலிருந்தும் சுரங்கப் பாதை மூலமாகவே மெட்ரோ நிலையத்தை அடைய முடியும். இதற்கு இரண்டு சென்னை மெட்ரோ நிலையங்களை எடுத்துக்காட்டலாம். அவை: உயர் நீதிமன்ற மெட்ரோ நிலையமும் சென்னை சென்ட்ரல் மெட்ரோ நிலையமும். இவ்விரண்டு நிலையங்களையும் அருகாமையில் உள்ள கட்டிடங்கள், பேருந்து-ரயில் நிலையங்களிலிருந்து சுரங்க வழியாகவே அடைய முடியும். உயர் நீதிமன்ற மெட்ரோ நிலையத்திலிருந்து சென்னை உயர் நீதிமன்ற வளாகத்தையும், டாக்டர் அம்பேத்கர் சட்டக் கல்லூரி வளாகத்தையும் அடைய முடியும். எதிர்ச் சாரியிலிருக்கும் குறளகக் கட்டிடத்தையும் பிராட்வே பேருந்து நிலையத்தையும் அடைய முடியும். நிலையத்தைச் சுற்றியுள்ள சுபாஷ் சந்திரபோஸ் சாலையையும், எஸ்பிளனேட் சாலையையும், முத்துசாமி சாலையையும் சுரங்கப் பாதைகளாலேயே அடைய முடியும். இது போலவே சென்னை சென்ட்ரல் மெட்ரோ ரயில் நிலையத்திலிருந்து சுற்றியுள்ள ரயில் நிலையங்களான சென்ட்ரல் ரயில் நிலையத்தையும் மூர்மார்க்கெட் ரயில் நிலையத்தையும் பூங்கா புறநகர் ரயில் நிலையத்தையும் பூங்கா நகர் பறக்கும் ரயில் நிலையத்தையும் அடைய முடியும். சாலையின் போக்குவரத்து நெரிசல்களை நேரிட வேண்டாம். சென்ட்ரல் மெட்ரோவை சுரங்கப் பாதை வாயிலாக ராஜீவ் காந்தி மருத்துவமனையோடு இணைக்கும் திட்டமும் இருக்கிறது.

கட்டுமான காலம்

எல்லாம் சரிதான். ஆனால் சுரங்க ரயில் நிலையத்தைக் கட்டி முடிப்பதற்குள் மக்கள் நேரிடும் சிரமங்களைச் சிலர் சுட்டிக்

காட்டுகின்றனர். சாலையை மறித்து ரயில் நிலையத்தை அமைக்கும் போது குடிநீர், கழிவுநீர்க் குழாய்களையும், மழைநீர்க் கால்வாய்களையும், மின்சாரத் தொலைத்தொடர்புக் கேபிள்களையும் இடம் மாற்ற வேண்டும். சாலைப் போக்குவரத்தை மடைமாற்ற வேண்டும். அதிலும் குறிப்பாக சென்னை நகரின் வீதிகள் குறுகலானவை. மேலும் சென்னையின் நிலத்தடி நீர், டெல்லியைப் போலல்லாமல், கிட்டத்தட்ட நிலமட்டத்திற்குக் கீழேயே இருக்கிறது. மேலும் சென்னையின் நிலவியிலும் சிக்கலானது. மாறுபட்ட பண்புடைய நிலவியலை அடுத்தடுத்து எதிர்கொள்ள வேண்டும். இது சுரங்கம் தோண்டுவதற்குச் சிரமமானது. இதானெலெல்லாம் கட்டுமான காலத்தில் பயணிகள் சிரமப்பட்டார்கள். புகார்கள் எழுந்தன.

இப்படியான புகார்கள் சென்னையில் மட்டுமில்லை, மெட்ரோ ரயில் சேவைக்கு உலகப் புகழ் பெற்ற ஹாங்காங்கிலும் எழுந்தது. அது 1975ஆம் ஆண்டு. மெட்ரோ ரயில் பணிகள் நடந்து கொண்டிருந்தன. முதல் ரயில் ஓடுவதற்கு இன்னும் நான்காண்டுகள் இருந்தன. பொதுமக்களில் சிலர் சாலைப் போக்குவரத்து மடை மாற்றப்படுவது குறித்துக் குறைபட்டுக் கொண்டார்கள். அப்போது ஹாங்காங் மெட்ரோ ரயிலின் தலைவராக இருந்தவர் ஓர் ஆங்கிலேயர். நார்மன் தாம்ஸன். அவர் ஒரு சீனப் பழமொழியை உதாரணமாகச் சொன்னார், ‘ஒரு மரத்தை வளர்ப்பதற்கு 10 ஆண்டுகள் வேண்டி வரும்; ஆனால் அதன் பயன்பாட்டை காலாகாலத்திற்கும் துய்க்கலாம்’. நார்மன் சொன்னார்: ‘ஒரு மெட்ரோ ரயில் நிலையத்தைக் கட்டி முடிக்க 10 ஆண்டுகள் தேவையில்லை. ஒரு மரத்தைப்போல் அதை வளர்த்துவிட்டால் அது பல தலைமுறைகளுக்குச் சேவை செய்யும்’. செய்கிறது

சென்னை மெட்ரோ- இரண்டாம் கட்டம்

சென்னை மெட்ரோவின் இரண்டாம் கட்டப் பணிகள் நடந்து வருகின்றன. இதன் நீளம் 119கிமீ. இதில் 43கிமீ சுரங்க ரயில் பாதையாக இருக்கும். அதாவது 35% சுரங்கப் பாதையாக இருக்கும். முதற் கட்டத்தோடு ஒப்பிடுகிறபோது சுரங்க ரயிலின் நீளம் குறைவானது. ஆனால் பிற இந்திய நகரங்களை ஒப்பிடுகிறபோது இந்த விகிதம் அதிகம்தான்.

உலக மெட்ரோ, சென்னை மெட்ரோ

உலகின் பல நகரங்கள் மெட்ரோ ரயிலைக் குறிப்பாக சுரங்க ரயிலை அமைத்து வருகின்றன. 2012இல் சுஜோ, குன்மிங், ஹாங்ஜோ முதலான சீன நகரங்களில் மெட்ரோ ரயில் ஓடத் தொடங்கியது. அதே ஆண்டு பெரு-வின் லிமா நகரத்திலும் ஆப்பிரிக்க நகரமான அல்ஜியார்சிலும் மெட்ரோ நிலையங்கள் திறக்கப்பட்டன. எண்ணெய் வளமிக்க மத்திய கிழக்கு நாடுகளும் மெட்ரோ ரயில் தடங்களைக் கட்டமைத்தன. அவர்களது கார்களில் நிரப்ப வேண்டிய எண்ணெயின் விலை அங்கு மலிவுதான். பெரும் போக்குவரத்து நெரிசலும் இல்லை. ஆனாலும் சுற்றுச்சூழல் அக்கறையுடன் அந்த நாடுகள் மெட்ரோ ரயில் தடங்களை அமைத்து வருகின்றன. துபாய் மெட்ரோ 2009இல் தொடங்கியது. இப்போது அபுதாபி, தோஹா, பஹ்ரைன், ரியாத், குவைத் நகரங்களிலும் மெட்ரோ உருவாகி வருகிறது. இந்தோனேசியாவின் ஜக்கார்தா, வங்கதேசத்தின் டாக்கா நகரங்களிலும் மெட்ரோ பணிகள் நடந்து வருகின்றன.

சென்னை மெட்ரோவின் இரண்டாம் கட்டப் பணிகள் நிறைவடையும்போது அது உலகின் தலைசிறந்த மெட்ரோ ரயில் நகரங்களின் பட்டியலில் இடம் பெற்றுவிடும். ஏனெனில் அதன் நீளம் உலகின் பல பெருநகர மெட்ரோவை எட்டியிருக்கும். கூடவே அவற்றுள் கணிசமானவை சுரங்க ரயில் தடமாகவும் இருக்கும்.

காக்கைச் சிறகினிலே பிப்ரவரி 2022

இந்து தமிழ் திசை 24.7.2018

8

இது வடசென்னை மெட்ரோ ரயில்!

கூவம் நதி சென்னை நகரை இரண்டாகப் பிரிக்கிறது. நதிக்கு வடபுறம் வடசென்னை, தென்புறம் தென்சென்னை. இந்தப் பிரிவு புவியியல் ரீதியானது மட்டுமில்லை, நகரில் செல்வமும் செல்வாக்கும் உள்ளவர்கள் ஆற்றின் தென்புறம்தான் வசிக்கிறார்கள். பேரங்காடிகளும், வளாகங்களும், சபாக்களும், மேம்பாலங்களும் நகரின் தென்புறமே அமைந்திருக்கின்றன. மெட்ரோ ரயிலின் முதற்கட்டமும் இந்தப் பொதுவிதிக்கு விலக்காக அமையவில்லை. முதற் கட்டத்தில் இரண்டு தடங்கள், 32 ரயில் நிலையங்கள். இதில் ஆற்றின் வடபுறம் அமைந்தவை மூன்று நிலையங்கள் மட்டுமே- பாரிமுனை (உயர் நீதிமன்றம்), மண்ணடி, பழைய வண்ணாரப்பேட்டை. எனில், 2021ஆம் ஆண்டு பிப்ரவரி 14ஆம் நாள் பிரதமர் மோடி திறந்து வைத்த தடம்-1இன் நீட்சி, முற்று முழுதாக வடசென்னையை ஊடறுத்துச் செல்கிறது. இந்த நீட்சிப்பாதையின் நீளம் 9கிமீ. வண்ணாரப்பேட்டையில் தொடங்கி விம்கோநகர் வரை எட்டு நிலையங்கள்.

செல்வச் செழிப்பில் தென்சென்னை முந்திக்கொண்டிருக்கலாம். ஆனால் வடசென்னை பராம்பரியச் சிறப்பு மிக்கது. அகில இந்தியாவிலும் முதல் நவீன நகரம் கால் கொண்டது வடசென்னையில்தான். ஆண்டு 1639. நாள்: ஆகஸ்ட் 22. அன்றுதான் விஜயநகர சாம்ராஜ்யத்திடமிருந்து கிழக்கிந்தியக் கம்பெனி, இப்போதைய வடசென்னையில் மதராசப்பட்டினம் எனும் கிராமத்தை விலைக்கு வாங்கியது. சமீப காலமாக இந்த நாள் சென்னை நகரின் பிறந்த நாளாகவும் கொண்டாடப்பட்டு வருகிறது. சென்னை உருவாக்கத்தில் பங்காற்றிய பாரி, பின்னி, ஆர்பத்நாட் முதலான பெயர்கள் வடசென்னையோடு பிணைந்தவை. சென்னையின் பல பராம்பரியக் கட்டிடங்கள் வடசென்னையில்தான் உருவாயின. புனித ஜார்ஜ் கோட்டை, உயர் நீதிமன்றம், ஆண்டெர்சன் தேவாலயம், ஒய்.எம்.சி.ஏ., மெட்ராஸ் வங்கி (இப்போது இந்திய ஸ்டேட் வங்கி), அஞ்சலகம் முதலான கட்டிடங்கள் வடசென்னையின் பழம்பெருமையை மௌனமாகப் பறைசாற்றிக்கொண்டிருக்கின்றன.

புதிய நிலையங்கள் எட்டு

புதிய மெட்ரோ ரயில் தடத்தின் வழியாகப் பயணித்தால் வடசென்னை வரலாற்றின் ஒரு கீற்றுத் தெரியவரும். பழைய வண்ணாரப்பேட்டை நிலையத்தைத் தாண்டினால் நீட்டிக்கப்படும் புதிய தடத்தின் முதல் நிலையம்- சர் தியாகராயர் கல்லூரி- வரும். நீதிக் கட்சி நிறுவனர்களுள் ஒருவரும் அதன் முதல் தலைவருமாகிய பிட்டி தியாகராயர் (1852-1925) வடசென்னையில்தான் வசித்தார். அவர் நிறுவிய சர் தியாகராயார் கல்லூரி நூறாண்டுகளைக் கடந்து நிமிர்ந்து நிற்கிறது. கல்லூரிக்கு அருகில் உள்ள மெட்ரோ ரயில் நிலையத்துக்கு கல்லூரியின் பெயரே சூட்டப்பட்டிருக்கிறது. அடுத்த நிலையம் தண்டையார்பேட்டை. இப்பகுதியின் பெயர்க் காரணம் சுவாரஸ்யமானது. இஸ்லாமியத் தமிழ் அறிஞர் குணங்குடி மஸ்தான் சாகிபு (1792-1838) வடசென்னையில் வாழ்ந்து மறைந்தவர். இவரது சொந்த ஊரான குணங்குடி கிராமம் தொண்டி நகருக்கு அருகே உள்ளது. வடசென்னை மக்கள் இவரைத் தொண்டியார் என்று அழைத்தனர். இதனால் அவர் வசித்த பகுதி தொண்டியார்பேட்டை எனப்பட்டது. பிற்பாடு அதுவே தண்டையார்பேட்டை என்ற மருவியது. இதைச் சொன்னவர் சென்னை ஆய்வாளர் வி.ஸ்ரீராம்.

மூன்றாவது நிலையம் புது வண்ணாரப்பேட்டை, பிராதனமாக இது ஒரு தொழிற்பேட்டை. நான்காவது நிலையம் சுங்கச்சாவடி, இதை திருவொற்றியூர்ப் புறநகரின் நுழைவாயில் எனலாம்.

ஐந்தாவது நிலையம் காலடிப்பேட்டை. இது காலாட்பேட்டை என்பதன் திரிபு. காலாட் துரை, 1717இலிருந்து நான்காண்டுகள் ஆளுனராக இருந்தவர். இவர்தான் இங்குள்ள வரதராஜப் பெருமாள் ஆலயத்தை நிறுவியவர். காரணத்தை விளக்குகிறார் சென்னையின் வரலாற்றையும் கலாச்சாரத்தையும் ஆவணப்படுத்திய எஸ்.முத்தையா (1930-2019). காலாட் துரையிடம் பணியாற்றிய வீரராகவன் என்பவர் தினசரி காஞ்சிபுரத்துக்குப் போய் வரதராஜப்பெருமாளை வழிபட்டு வந்தார். ஊழியரின் பக்தியை மெச்சிய துரை, பெருமாளுக்கு வடசென்னையிலேயே ஓர் ஆலயம் அமைத்தார்.

ஆறாவது நிலையம் திருவொற்றியூர் தேரடி. காரணப் பெயர். ஏழாவது நிலையம் திருவொற்றியூர். அப்பர், சுந்தரர், திருஞானசம்பந்தர் ஆகிய மூன்று நாயன்மார்களால் பாடப்பெற்ற

திருத்தலம். மூலவர் சன்னதி முதலாம் ராஜேந்திர சோழன் (1012-44) காலத்தியது என்கிறார் கல்வெட்டு ஆய்வாளர் எஸ்.ஆர். பாலசுப்ரமணியன். ஆலயம் அதற்கு முன்பே கட்டப்பட்டிருக்க வேண்டும் என்று துணிகிறார் வரலாற்றாசிரியர் கே.வி.ராமன். பட்டினத்தார் தம் கடைசி நாள்களைக் கழித்த தலம் திருவொற்றியூர்.

கடைசி நிலையம் விம்கோ நகர். வெட்டுபுலி உள்ளிட்ட பல தீப்பெட்டிகளைத் தயாரிக்கும் விம்கோ தொழிற்சாலை உள்ளதால், அந்த இடத்திற்கும், அங்கு நிறுவப்படும் மெட்ரோ ரயில் நிலையத்திற்கும் அப்பெயரே வந்தது.

இந்த எட்டு நிலையங்களில் முதல் இரண்டு நிலையங்களான சர் தியாகராயர் கல்லூரியும் தண்டையார்பேட்டையும் சுரங்க ரயில் நிலையங்கள். மற்ற ஆறும் மேம்பால நிலையங்கள். மேம்பாலத் தடம் திருவொற்றியூர் நெடுஞ்சாலையிலிருந்து 40 அடி உயரத்தில் அமைந்திருக்கும். மெட்ரோ ரயில் பணிகளின்போது இந்தச் சாலையும் மேம்படுத்தப்பட்டிருக்கிறது. சாலையின் மையத்தில் தூண்களும், தூண்களின் இருபுறமும் கட்டைச் சுவர்களும் அமைக்கப்பட்டிருக்கின்றன. இந்தச் சுவர்களுக்கிடையில் பசுஞ்செடிகள் பேணப்படும்.

சமன் செய்யும் கோல்

சென்னை மெட்ரோ ரயில், மக்கள் செறிவாக வசிக்கும் வடசென்னைப் பகுதிகளையும் தொழிலும் வணிகமும் கல்வியும், மிகுந்த தென் சென்னைப் பகுதிகளையும் இணைக்கும். ஆகவே பணியிடமும் வாழிடமும் அருகருகே அமைய வேண்டுவதில்லை. ஒரு விதத்தில் மெட்ரோ ரயிலானது சமன் செய்யும் கோலாகவும் அமையும்.

சென்னை மெட்ரோ ரயில், இந்த நகரின் சொத்து. இந்தச் சொத்துப் பட்டியலில் வடசென்னையின் எட்டு நிலையங்கள் 2021 பிப்ரவரி 14 அன்று சேர்ந்துகொண்டன. 2026இல் இரண்டாம் கட்டம் நிறைவுறும்போது பட்டியலில் மேலும் 125 நிலையங்கள் சேரும். அதில் 25 நிலையங்கள் வடசென்னையில் அமைந்திருக்கும்.

இந்து தமிழ் திசை 12.2.2021

9

மெட்ரோ ரயில் எல்லோரையும் எட்ட என்ன செய்ய வேண்டும்?

2021ஆம் ஆண்டின் டிசம்பர் 30ஆம் நாளைச் சென்னை நகரால் மறக்க முடியாது. அன்றைய தினம்தான் எந்த முன்னறிவிப்பும் இல்லாமல் மழை கொட்டித் தீர்த்தது. சாலைகள் வெள்ளக் காடாயின. அன்று மாலை மெட்ரோ ரயில் பலரை ரட்சித்தது. மெட்ரோவில் பயணிப்பவர்களின் எண்ணிக்கை தானியங்கிக் கட்டணக் கதவுகளின் சிப்புகளில் பதிவாகும். அன்றைய தினம் பயணித்தவர்கள்- 1.83 லட்சம் பேர். கொரோனாவுக்குப் பிறகு டிசம்பர் மாதத்தில்தான் சராசரியாக நாளொன்றுக்கு 90,000 பயணிகள் மெட்ரோவைப் பயன்கொள்ளத் தொடங்கியிருந்தார்கள். மழை நாளில் இது இரட்டிப்பாகியது. அடுத்த நாள் செய்திகளில், பெருமழை விளைவித்த சேதங்களிடையே மெட்ரோவின் சேவையும் இடம் பிடித்தது.

மெட்ரோ ரயில் நவீன நகரத்தின் அடையாளம். மெட்ரோ ரயிலால் சென்னைவாசிகளுக்குப் பெருமைதான். ஆனால் சென்னை மெட்ரோவின்மீது அவர்களுக்குக் குறைகளும் உண்டு. அவற்றுள் முதன்மையானது மெட்ரோவில் கூட்டம் குறைவாக இருப்பது. ஏன்? பலரும் சொல்லும் காரணம், மெட்ரோ ரயிலில் கட்டணம் அதிகம். மாநில அரசு 2022 பிப்ரவரியில் கட்டணத்தைக் குறைத்தது. பயணிகள் அதிகரித்தனர். எனினும் மேலும் குறைக்க வேண்டும் என்னும் கோரிக்கை இருக்கிறது.

இன்னொரு பிரச்சினையும் இருக்கிறது. UITP என்கிற பொதுப் போக்குவரத்துக்கான பன்னாட்டு அமைப்பு, நவம்பர் மாதம் இந்திய மெட்ரோ ரயில்கள் குறித்து வெளியிட்ட ஆய்வறிக்கையில் சென்னை உள்ளிட்ட பல இந்திய மெட்ரோ ரயில்கள் நஷ்டத்தில் இயங்குவதாகத் தெரிவித்தது. நாளொன்றுக்கு ஐந்து லட்சம் பயணங்கள் மேற்கொள்ளப்பட்டால் மட்டுமே சென்னை மெட்ரோவால் இழப்பின்றி இயங்க முடியும் என்றும் அந்த அறிக்கை சொன்னது. இப்போதைய கட்டணமே அதிகம் என்றால்,

பயணிகளின் எண்ணிக்கையை எப்படி அதிகரிப்பது? தவிர, பயணக் கட்டணத்தைக் குறைக்க முடியாதா?

முதல் கேள்விக்கான பதிலை இரண்டு மெட்ரோக்களின் வழியாகப் பார்க்கலாம். உலகின் தலைசிறந்த மெட்ரோ ரயில்களில் ஒன்றான ஹாங்காங், ஒன்பது நிலையங்களோடு 1979இல் ஓடத் தொடங்கியது. இப்போது 11 தடங்களில் 231 கிமீ நீளத்தில் 165 நிலையங்கள் வழியாக ஓடுகிறது. ஒவ்வொரு நாளும் 50 இலட்சம் பேர் பயணிக்கிறார்கள்.

அடுத்து, இந்திய மெட்ரோக்களுக்கு முன்மாதிரியாக விளங்கும் டெல்லி மெட்ரோ, ஆறு நிலையங்களோடு 2002இல் தொடங்கப்பட்டது. இப்போது 11 தடங்கள், 350கிமீ நீளம், 230 நிலையங்கள். அடுத்த கட்டத்திற்கான பணிகள் நிறைவேறும்போது டெல்லி மெட்ரோவின் நீளம் 450கிமீ ஆகும்.

நகரின் குறுக்கும் மறுக்குமாக எல்லாப் பகுதிகளையும் இணைப்பதும், மெட்ரோவின் வலைப்பின்னலை நீட்டித்துக் கொண்டிருப்பதுமே மெட்ரோவின் பயன்பாட்டை அதிகரிக்கச் செய்யும். சென்னை மெட்ரோவின் திட்டமும் அதுதான். சென்னை மெட்ரோவின் முதற் கட்டம் (54கிமீ,41 நிலையங்கள்) பயன்பாட்டில் இருக்கிறது. இரண்டாம் கட்டப் பணிகள் (119கிமீ, 125 நிலையங்கள்) நடந்துவருகின்றன. 2026இல் முடியும் என்று எதிர்பார்க்கப்படுகிறது

முதற் கட்டத்தின் தாமதத்திற்கு சில ஒப்பந்தக்காரர்கள் பணிகளை இடைநிறுத்தியது, சில ஒப்பந்தக்காரர்களின் பணி இடைநிறுத்தப்பட்டது, நிலவியல் ரீதியான சவால்கள் உட்படப் பல காரணங்கள்.

இரண்டாம் கட்டப் பணிகள் நிறைவேறும்போது சென்னையின் பல பகுதிகள் மெட்ரோவால் இணைக்கப்பட்டுவிடும். அப்போது மெட்ரோவைப் பயன்படுத்துவோரின் எண்ணிக்கை தானாகவே உயர்ந்துவிடும். இரண்டாம் கட்டத்தின் பணிகள் முன்னதாகவே தொடங்கப்பட்டிருக்க வேண்டும். ஒன்றிய அரசின் அனுமதி, கொரோனா உள்ளிட்ட பல காரணங்களால் தாமதமாகிவிட்டது.

சரி, மெட்ரோவின் வலைப்பின்னல் நீளும்போது அதன் பயன்பாடும் அதிகமாகும். அடுத்து, கட்டணத்தைக் கட்டுப்படுத்துவது எப்படி? இந்த இடத்தில் ஒரு சொந்த

அனுபவத்தைச் சொல்லலாம் என்று நினைக்கிறேன். பத்தாண்டுகளுக்கு முன்னர் ஒரு வல்லுனர் குழுவோடு மாஸ்கோ மெட்ரோவைப் பார்க்க வாய்த்தது. ஒவ்வொரு நிலையமும் ஓர் அருங்காட்சியமாக இருந்தது. மெட்ரோ ரயில்களில், பொதுவாக பயணச் சீட்டு அட்டையை தானியங்கிக் கதவில் செலுத்தித்தான் உள் நுழையவும் வெளியேறவும் வேண்டும். மாஸ்கோ மெட்ரோ பயணத்தில் அப்படித்தான் உள் நுழைந்தேன். பயணத்தின் இடையில் எப்போதே நுழைவுச் சீட்டு அட்டை தொலைந்துவிட்டது. பதறிப்போய் வழிகாட்டியிடம் சொன்னேன். அந்தப் பெண் அலட்டிக்கொள்ளவில்லை. மாறாக இரண்டு தோள்களையும் உயர்த்திக் குலுக்கினார். அதன் பொருள் எனக்கு நிலையத்திலிருந்து வெளியேறும்போதுதான் புரிந்தது. மாஸ்கோ மெட்ரோவில் உள்ளே நுழைவதற்குத்தான் தானியங்கிக் கதவில் சீட்டைச் செலுத்த வேண்டும். வெளியேறுவதற்கு வேண்டாம். அந்தக் கதவைச் சும்மா தள்ளினால் திறந்துகொள்ளும். ஏனெனில், அங்கே மெட்ரோவில் பயணக் கட்டணம் இரண்டு ரூபிள். எங்கிருந்தும் தொடங்கலாம். எங்கும் இறங்கலாம். அப்படியானால் மாஸ்கோ மெட்ரோ எப்படி ஆதாயத்தில் ஓட முடியும்? அரசு அதை மக்கள் வரிப்பணத்தில் இயக்குகிறபோது இதில் ஏன் லாப- நஷ்டக் கணக்குப் பார்க்கவேண்டும் என்று மாஸ்கோ மெட்ரோ நிறுவனம் கருதியிருக்கலாம். தமிழக அரசும் மக்கள் நலனில் அக்கறை கொண்ட அரசுதானே? பெண்களுக்குப் பேருந்துப் பயணத்தைக் கட்டணமில்லாமால் நல்கிய முன்னுதாரண அரசுதானே? ஏன் மெட்ரோவில் அப்படிச் செய்ய முடியாதா? முடியாது. ஏனெனில், சென்னை மெட்ரோ ரயில் நிறுவனத்தில் ஒன்றிய அரசும் மாநில அரசும் சம பங்காளிகள். மெட்ரோ ரயில் திட்டங்கள் மிக அதிகமான முதலீட்டைக் கோருபவை. முதற் கட்டத்தின் முதலீட்டில் 60%ஐ JICA எனும் ஜப்பானிய வங்கி கடனாக வழங்கியது. மீதமுள்ள தொகையை ஒன்றிய-மாநில அரசுகள் பகிர்ந்துகொண்டன. கடனை மீளச் செலுத்துகிற பொறுப்பு மாநில அரசுக்கானது. இந்தச் சூழலில் பயணக் கட்டணத்தைக் குறைப்பது மாநில அரசின் சுமையை மேலும் அதிகரித்துவிடும்.

சென்னை மெட்ரோவின் இரண்டாம் கட்டப்பணிகளுக்கும் JICA, ADB. NDB முதலான பன்னாட்டு வங்கிகள் கடன் வழங்குகின்றன. ஒன்றிய அரசும் நிதி நல்கும். ஆனால் இவையெல்லாம் முதற் கட்டத்தைவிடக் குறைவாக இருக்கும்.

இதனால் கணிசமான பகுதிகளின் கட்டுமானச் செலவை மாநில அரசு மட்டுமே வழங்கப்போகிறது. அதாவது மாநில அரசின் சுமை மேலும் அதிகரிக்கும்.

அடுத்து வரவிருக்கும் கோவை, மதுரை, தென்சென்னை நீட்சி ஆகிய மெட்ரோ ரயில் பணிகளுக்கான செலவில் பெரும் பகுதியையும் தமிழக அரசே சுமக்கப் போகிறது.

தமிழக அரசு ஒரு வளர்ந்த மாநிலம்தானே? ஒரு நவீனப் போக்குவரத்துச் சாதனத்திற்காக அது கூடுதலாகச் செலவிட்டால் என்ன? கேள்வியில் பிழையில்லை. ஆனால் இன்றைக்குத் தமிழக அரசின் வருவாய் மூன்று வழிகளில் சுருங்கிப் போய்விட்டது. அவை பத்திரப்பதிவு, பெட்ரோல் வரி, மது விற்பனை ஆகியன. தமிழக மக்கள் செலுத்தும் மற்ற வரிகள் அனைத்தும் பல பெயர்களில் ஒன்றிய அரசுக்கு நேரடியாகச் செல்கிறது. ஒன்றிய அரசு அதைப் பங்கு வைக்கிறது. அப்போது தமிழகத்துக்கு அதற்கு உரிய பங்கு கிடைப்பதில்லை. மெட்ரோ ரயில் பணிகளுக்கு மட்டுமல்ல, தமிழகத்தின் பல்வேறு திட்டங்களின் நிலையும் இதுதான். இந்தத் துலாக்கோலைச் சமன் செய்வதன்மூலமே தமிழகம் அதன் தகுதிக்கேற்ற பயனை அடைய முடியும்.

மெட்ரோ ரயில் குறித்த நேரத்தில் வரும். குறித்த காலத்தில் இலக்கை அடையும். பசுங்குடில் வளிம வெளியீட்டைக் குறைக்கும். சாலை நெரிசல் குறையும். மெட்ரோவின் வழித்தடப் படங்களைச் சுலபமாகப் புரிந்துகொள்ள முடியும். நகரத்தின் சிடுக்கான சாலைகளையும், அதன் நெளிவு சுளிவுகளையும் மனப்பாடம் செய்ய வேண்டாம். ஆகவேதான் உலகின் முன்னணி நகரங்களை மெட்ரோ ரயில் அணி செய்கிறது.

மெட்ரோவின் பயனை முழுவதும் துய்க்க ஒன்றிய அரசின் நிதிப் பங்கீட்டு முறை மறுபரிசீலனை செய்யப்பட வேண்டும். பொருளாதார வல்லுனர்களும், ஆட்சியாளர்களும், மக்கள் பிரதிநிதிகளும் இணைந்து இதைச் செய்ய வேண்டும்.

இந்து தமிழ் திசை 10.2.2022

10

சாலைகள் மேலே... பொறியியல் கீழே!

செப்டம்பர் 15 அன்று எனக்கு நிறைய வாழ்த்துச் செய்திகள் வந்தன. அனுப்பியவர்கள் அனைவரும் பொறியாளர்கள். பெற்றுக் கொண்டவர்களும் பொறியாளர்கள். அது பொறியாளர் தினம். மைசூர் சமஸ்தானத்தின் தலைமைப் பொறியாளராகவும் திவானாகவும் பணியாற்றிய விஸ்வேஸ்வரய்யாவின் (1860-1962) பிறந்த நாள், இந்தியாவில் பொறியாளர் தினமாகக் கொண்டாடப்படுகிறது. ஆனால் பொறியாளர்களுக்காக இப்படி ஒரு தினம் அனுசரிக்கப்படுவது, பொறியாளர் அல்லாதவர்களுக்குத் தெரியுமா? அவர்கள் யாரும் பொறியாளர்களுக்கு வாழ்த்துச் சொல்வதாகத் தெரியவில்லை. மேலதிகமாக, இந்த மாதம் செப்டம்பர் 15ஆம் நாள் பொறியாளர்களின்மேல் வருத்தம் கொள்ளும்படியான ஒரு சம்பவம் நிகழ்ந்தது. நான் அதற்கு சாட்சியாக இருந்தேன்.

அன்றய தினம் தென் தமிழ்நாட்டில் உள்ள ஒரு நகரத்திற்குச் சென்றிருந்தேன். அந்த ஊரில், நகராட்சி மூன்று ஆண்டுகளுக்கும் மேலாகப் பாதாளச் சாக்கடை அமைத்து வருகிறது. பணிகள் நடந்துகொண்டிருந்தபோதும் அந்த ஊருக்குப் போயிருக்கிறேன். அப்போதெல்லாம் சாலைகளில் குறுக்கும் நெடுக்குமாக பள்ளம் தோண்டப்பட்டு கழிவுநீர்க் குழாய்கள் நிறுவப்பட்டுக் கொண்டிருந்தன. பல சாலைகளில் வாகனங்கள் போக முடியவில்லை. பாதசாரிகளும் மிகுந்த சாகசத்தோடு சாலைகளைக் கடந்துபோய்க் கொண்டிருந்தார்கள். இப்போது பிராதனக் குழாய்களும், ஒவ்வொரு வீட்டின் முன்னாலும் உரிமையாளர் தத்தமது கழிவறையிலிருந்து இணைத்துக்கொள்ள ஏதுவாகக் கிளைக்குழாய்களும் நிறுவப்பட்டுவிட்டன. பள்ளங்கள் நிரப்பப்பட்டு புதிய சாலையும் அமைக்கப்பட்டுவிட்டது. ஊருக்கு வெளியே கழிவு நீரகற்று நிலையத்தின் பணியும் நடக்கிறது. ஆனால் எல்லாம் சுபமாக முடிந்துவிட்டது என்று மகிழ்ச்சி அடைய முடியவில்லை. ஏன்? நகரின் பல இடங்களில் சீரமைக்கப்பட்ட சாலைகள் முக்கால் அடியிலிருந்து ஒரு அடி வரை உயரம் கூடியிருந்தன. இதை மக்கள் எதிர்பார்க்கவில்லை.

எந்த மராமத்துப் பணியின்போதும் சாலையின் மட்டத்தை உயர்த்தக்கூடாது. அப்படி உயர்த்தினால் சாலையின் இரு புறமும் உள்ள கட்டிடங்களின் மட்டம் தாழ்ந்து போகும். மழை வெள்ளம் கட்டிடங்களுக்குள் புகுந்து விடும். இன்னும் பல சிக்கல்களும் இருக்கின்றன.

சாலைக் கட்டுமான விதிகளின்படி சாலைகளுக்கும் கட்டிடங்களுக்கும் இடையே நடைபாதைகளும் உபகரணப்பகுதிகளும் இருக்க வேண்டும். உபகரணப் பகுதியில் தளத்துக்குக் கீழே குடிநீர், மழைநீர்க் குழாய்களும், மின்சாரத் தொலைத்தொடர்புக் கேபிள்களும்; தளத்துக்கு மேலே மரங்களும், மின் கம்பங்களும் அமைய வேண்டும். இவையெல்லாம் சர்வதேச விதிமுறைகள். ஆகவே நமக்கானது அல்ல. இந்தியாவின் எண்ணற்ற சிறு நகரங்களைப்போல இந்த நகரத்திலும் நடைபாதையும் உபகரணப்பகுதியும் தனித்தனியானவை அல்ல, இரண்டும் ஒன்றுதான். இந்தப்பகுதி கான்கீரிட் தளமாக அல்ல, மண் தளமாகத்தான் இருந்து வந்தது. இதில் ஒரு பகுதியை திறந்த வெளி மழைநீர்க் கால்வாய் எடுத்துக்கொண்டது. மீதமுள்ள குறுகலான மண்தளத்தை மக்கள் நடைபாதையாகப் பயன்படுத்தி வந்தார்கள். மேலதிகமாக இந்த அகலம் குறைந்த சாலைகளில் கார்கள் எதிரெதிராக வந்தால் ஒருவர் மற்றவருக்கு வழி விடுவார்; முதலாமவர் தனது வாகனத்தின் வேகத்தை மட்டுப்படுத்தி, பாதித் தார்ச் சாலையிலும் பாதி மண்தளத்திலுமாக நின்றுகொள்வார். லாரிகள் வரும்போது இரு சக்கர வாகானாதிகள் இந்த மண்தளத்தில் ஒதுங்கி நிற்பார்கள். இந்தப் பாதாளச் சாக்கடைப் பணி துவங்குவதற்கு முன்னர்வரை இது இப்படித்தான் நடந்தது. எந்தப் புகாரும் இல்லாமல்தான் இருந்தது. எத்துணை குறைபாடு இருந்தாலும் அதே சாலை தங்களுக்கு மீளக் கிடைக்கும் என்று மக்கள் நம்பினார்கள். சாலை கிடைத்தது. ஆனால் அதிர்ச்சிகரமாக அதன் உயரம் கூடிவிட்டது. வீடுகளுக்கும் சாலைக்கும் இடையே உள்ள மண்தளம் தாழ்ந்துவிட்டது. இதனால் வாகனங்கள் எதிரெதிராக வரும்போது யாரொருவராலும் ஒதுங்க முடியவில்லை.

அன்றைய தினம் அந்த ஊரின் ஒரு சீரமைக்கப்பட்ட சாலையை ஒட்டியிருந்த எனது நண்பரின் வீட்டிற்குப் போனேன். எனது கைபேசியில் ‘பீப்’ ஒலியோடு புதிய செய்திகள் விழுந்து கொண்டிருந்தன. நண்பர், 'என்ன செய்திகள் வந்த வண்ணம் இருக்கின்றனவே?' என்று கேட்டார். 'இன்று பொறியாளர் தினம்,

நண்பர்கள் வாழ்த்துகிறார்கள்', என்றேன். நாங்கள் வீட்டின் முற்றத்தைத் தாண்டி வரவேற்பறையில் இருந்தோம். வாசற் கதவு ஒருக்களித்திருந்தது. நாங்கள் பேசிக்கொண்டிருந்தபோதே டெம்போவிற்கு வழிவிட்ட ஒரு ஸ்கூட்டர் இளைஞன் தாழ்வாக இருந்த மண்தளத்தில் சரிந்து விழுந்தான். அந்த இளைஞனை டெம்போவிலேயே ஏற்றிக்கொண்டு மருத்துவமனைக்குப் போனார்கள்.

நண்பருக்குச் சினம் பொங்கியது. 'இப்படியான சாலைகளைக் கட்டிவிட்டு உங்களுக்கு எதற்கு ஒரு பொறியாளர் தினம்?' என்று கேட்டார். அவர் மூன்றாண்டுகளாக வீட்டு வாசலில் எல்லா இன்னல்களையும் சகித்துக்கொண்டிருந்தவர். நவீனச் சாக்கடை வரும், புதிய சாலை வரும் என்று காத்துக்கொண்டிருந்தவர். ஆனால் கூடவே இப்படி ஒரு புதிய பிரச்சினை வரும் என்று அவர் எதிர்பார்க்கவில்லை. அவர் அந்த வீட்டில் 30 ஆண்டுகளாக வசிக்கிறார். நகராட்சிக்கும் ஒன்றிய, மாநில அரசுகளுக்கும் நேரான மறைமுகமான வரிகள் எல்லாவற்றையும் செலுத்தி வருகிறார். அவரும் அந்த ஊர் மக்களும் இன்னும் நல்ல சேவையைப் பெறத் தகுதியானவர்கள். ஆனால் ஏன் இப்படி நடக்கிறது?

இந்தப் பாதாளச் சாக்கடையையும் சாலைச் சீரமைப்பையும் பொறியாளர்கள்தான் வடிவமைத்திருப்பார்கள், கட்டுமானப் பணியை மேற்கொண்டவர்களும் மேற்பார்த்தவர்களும் பொறியாளர்களாகத்தான் இருப்பார்கள். எனில், இப்படியான பிழைகள் நேர்கின்றனவே, எப்படித் தவிர்ப்பது?

திட்ட வரைபடங்கள் முழுதாகத் தயாரிக்கப்பட வேண்டும். அவை வேறு அனுபவம் மிக்க பொறியாளர்களால் சரி பார்க்கப்படவேண்டும். பிறகு தகுதி வாய்ந்த பொறியாளர்கள் ஒப்புதல் நல்க வேண்டும். திட்டத்தைப்பற்றிய எல்லாக் கூறுகளையும் பொதுமக்களிடம் பகிர்ந்துகொண்டு கருத்துக் கேட்க வேண்டும். மூன்றாண்டுக் காத்திருப்பிற்குப் பிறகு சாலை உயருமென்று தெரிந்திருந்தால், மக்கள் தங்கள் எதிர்ப்பை அப்போதே தெரிவித்திருப்பார்கள்.

தேர்வாணைக் குழுதான் அரசுப் பணிகளுக்குத் தகுதியான பொறியாளர்களைத் தெரிவு செய்கிறது. அரசுப் பணியில் சேரும் பலரும் நிறையக் கனவுகளோடுதான் சேர்ந்திருப்பார்கள். ஆனால் உள்ளே வந்ததும் இந்த அமைப்போடும் இதன் குறைபட்ட

நிர்வாகத்தோடும் அவர்கள் பொருத வேண்டியிருக்கிறது. ஒரு கட்டத்தில் அவர்கள் இந்தப் பல் சக்கரத்தின் அங்கமாகி விடுகிறார்கள். வடிவமைப்பிலும் கட்டுமானத்திலும் சமரசம் செய்கிறார்கள். இவர்களில் பலரும் முன்னேறி வரும் தொழில்நுட்பத்திற்கு ஏற்பத் தங்களை தகவமைத்துக் கொள்வதில்லை. அப்படிச் செய்வதற்கு அவர்களுக்கு எந்த ஊக்கமும் உற்சாகமும் கிடைப்பதில்லை. விளைவாக வியட்னாம், வங்கதேசம், இலங்கை போன்ற சிறிய நாடுகள்கூடச் செய்யத் துணியாத சாலையை உயர்த்திக் கட்டும் வேலையை இந்தியாவின் முன்னேறிய மாநிலங்களில் ஒன்றான தமிழகத்தில் செய்கிறோம். இதற்கு என்ன தீர்வு?

நம்முடைய நிர்வாகமும் அமைப்பும் மக்களுக்கான சேவையை முன்னிறுத்தித் தங்களை மாற்றிக்கொள்ள வேண்டும். அரசியல் தலைமை அதை வழிநடத்த வேண்டும். அந்த அமைப்பில் பொறியாளர்களின் வடிவமைப்பும் கட்டமைப்பும் தரமானதாகவும் வெளிப்படைத் தன்மையோடும் விளங்கும். அந்த அமைப்பில் திட்டம் வகுப்பதில் கணிசமான நேரம் எடுத்துக்கொள்ளப்படும். மக்களின் கருத்துகள் கேட்கப்படும், அவர்தம் தேவைகள் முன்னிறுத்தி செயல்படுத்தப்படும். இவை நடப்பிலாகும்போது என் நண்பரின் சினம் தணிந்து போகலாம். பொறியாளர்களின் மீது அவரது மதிப்பு உயரக்கூடும். அதற்கு அடுத்து வரும் பொறியாளர் தினத்தில் அவர் எனக்கு வாழ்த்துச் சொல்லவும் கூடும்.

இந்து தமிழ் திசை 29.9.2021

11

நெடுஞ்சாலை நடுவே அரசியலும் சிவப்பு நாடாவும்

முதலில் கேட்டவர்களுக்குச் சற்று வினோதமாகத்தான் இருந்திருக்கும். 'தேசிய நெடுஞ்சாலைத் திட்டங்களுக்குத் தமிழக அரசு ஒத்துழைப்புத் தருவதில்லை'. ஜனவரி 2022இல் இப்படிக் குற்றம் சாட்டியவர் ஒன்றிய அரசின் சாலைப் போக்குவரத்து அமைச்சர் நிதின் கட்கரி. தமிழகத்திற்கு நிதி வழங்குவதிலும், வளர்ச்சித் திட்டங்களை அனுமதிப்பதிலும் ஒன்றிய அரசு ஓரவஞ்சனையுடன் நடந்துகொள்கிறது என்றுதான் நாம் இதுவரை பார்த்திருக்கிறோம். ஆனால் இப்போது ஓர் ஒன்றிய அமைச்சர் 'நாங்கள் பணப்பெட்டியைத் திறந்துவைத்துக் கொண்டிருக்கிறோம், ஆனால் தமிழக அரசு எடுத்துக்கொள்ள மறுக்கிறது' என்று சொன்னார். அமைச்சரின் குற்றச்சாட்டுகளுக்குத் தமிழக முதல்வர் உடனடியாக விடையளித்தார்.

'தொழில்துறையில் முன்னேறிய எம் மாநிலத்தில் நெடுஞ்சாலைகளின் அவசியத்தை நாங்கள் உணர்ந்துள்ளோம்' என்று கூறிய முதல்வர் தொடர்ந்து, 'தேசிய நெடுஞ்சாலை ஆணையத்தின் *(National Highway Authority of India- NHAI)* பணிகளுக்குத் தமிழக அரசு எல்லா ஒத்துழைப்பையும் நல்கும்' என்றும் உறுதியளித்தார். ஒன்றிய அமைச்சர் ஏன் குற்றம் சாட்டினார்? தேசிய நெடுஞ்சாலைப் பணிகளில் என்ன பிரச்சினை? இது ஒன்றிய-மாநில அரசுகளுக்கு இடையிலான உரசலா அல்லது சிவப்பு நாடாச் சிக்கலா?

ஒன்றிய அமைச்சர் சுமத்திய குற்றச்சாட்டுகளில் இரண்டு முக்கியமானவை. முதலாவதாக, தேசிய நெடுஞ்சாலை ஒப்பந்ததாரர்களுக்கு சாலை அமைப்பதற்கான சேர்மானங்களை (மண்-கிராவல், மணல், கருங்கல் ஜல்லி) வெட்டி எடுப்பதற்கு மூன்று மாதங்களுக்கு மட்டுமே அனுமதி வழங்கப்படுகிறது. பிறகு நீட்டிக்க வேண்டும். இது பணியின் முன்னேற்றத்திற்குத் தடையாக இருக்கிறது. இரண்டாவதாக, நிலம் கையகப்படுத்துவதிலும் வனத்துறை அனுமதி பெறுவதிலும் தாமதம் ஏற்படுகிறது.

இதற்கு விடையளித்த முதல்வர், தமிழகத்தில் இரண்டு பருவமழை பொழிவதால் ஏரி-குளங்களில் மண் அள்ளுவதை அவ்வப்போதைய நீர்ப்பிடிப்பை உத்தேசித்தே வழங்க முடிகிறது, எனினும் தேசிய நெடுஞ்சாலை ஆணையத்தின் வேண்டுகோளை ஏற்று சுரங்க விதிகளில் திருத்தம் செய்வோம் என்று சொல்லியிருக்கிறார். இரண்டாவதாக, மாவட்ட நிர்வாகத்தின் நில மதிப்பீட்டை பல இடங்களில் ஆணையம் ஒப்புக்கொள்ளாததால் ஏற்படும் சிக்கல்களை விளக்கி, எனினும் பிரச்சினைகளைப் பேசித் தீர்த்துக்கொள்ள முடியும் என்று நம்பிக்கை தெரிவித்திருக்கிறார். முதல்வரின் பதிலும் தொடர் நடவடிக்கைகளும் நம்பிக்கை அளிக்கின்றன.

ஒன்றிய அமைச்சரின் குற்றச்சாட்டைத் தொடர்ந்துதான் இந்தப் பிரச்சினைக்குப் பரவலான ஊடக கவனம் கிடைத்தது. எனினும் இது கடந்த சில மாதங்களாகவே புகைந்து கொண்டிருக்க வேண்டும். 2021 செப்டம்பர் 8ஆம் தேதி நெடுஞ்சாலை ஆணையத்தின் தமிழக ஒப்பந்ததாரர்கள் ஒன்றிய அமைச்சரைச் சந்தித்து மாநில நிர்வாகத்தைக் குறித்துப் புகாரளித்தனர். தொடர்ந்து அக்டோபர் 12ஆம் தேதி தமிழகத்தின் சாலைப் போக்குவரத்து அமைச்சர் எ.வ.வேலு ஒன்றிய அமைச்சரைச் சந்தித்தார். டிசம்பர் 12ஆம் தேதி தேசிய நெடுஞ்சாலைத் திட்டங்களை விவாதிக்க தமிழக அரசு ஓர் உயர் மட்டக் கூட்டத்தை நடத்தியது. இதில் ஆணையத்தின் பொது மேலாளர் பங்கேற்றார். கூட்டத்தின் முடிவில் பல பிரச்சினைகள் தீர்க்கப்பட்டதாகத்தான் செய்திகள் வந்தன. ஆனால் டிசம்பர் 25ஆம் நாள், கன்னியாகுமரி மாவட்டத்தில் இரண்டு, ஸ்ரீபெரும்புதூர் பகுதியில் இரண்டு, ஆக நான்கு நெடுஞ்சாலைத் திட்டங்களை முன்னதாகவே நிறுத்திக் கொள்ளப்போவதாக ஆணையம் அறிவித்தது. 2022 ஜனவரி 21 அன்று ஒன்றிய அமைச்சர் சென்னையில் நடந்த நிகழ்வொன்றில்தான் மேற்காணும் குற்றச்சாட்டுகளை முன்வைத்தார். ஜனவரி 24 முதல்வர் விடையளித்தார். என்ன நடக்கிறது?

மாநிலங்களுக்கு இடையிலான நெடுஞ்சாலைகளுக்குப் பொறுப்பான தேசிய நெடுஞ்சாலை ஆணையம் ஒன்றிய அரசின் கீழ் இயங்குகிற தன்னாட்சி அதிகாரங்களைக்கொண்ட அமைப்பு. புதிய நெடுஞ்சாலைப் பணிகளைத் திட்டமிடுவதும், ஒப்பந்தப் புள்ளிகள் (tender) கோருவதும், ஒப்பந்தம் வழங்குவதும், பணிகளை மேற்பார்ப்பதும், பராமரிப்பதும், கட்டணச் சாலைகளில்

சுங்கம் வசூலிப்பதும் ஆணையத்தின் பணிகள். இவை எல்லாம் மாநிலங்களுக்கு உள்ளேதானே நடைபெறவேண்டும்? அப்போதுதான் மாநில அரசுத் துறைகளுடன் உரசல் வருகிறது.

ஆணையத்தின் ஒப்பந்ததாரர்கள் ஆணையத்திற்கு மட்டுமே கட்டுப்பட்டவர்கள். பிழையில்லை. ஒப்பந்ததாரர்களுக்கு சாலை அமைக்கத் தேவையான சேர்மானப் பொருள்களை வெட்டி எடுப்பதற்கான அனுமதிகளையும், மேலும் நிலம், வனம், போக்குவரத்து தொடர்பான மாநில அரசின் அனுமதிகளையும் ஆணையம்தான் பெற்றுத்தர வேண்டும். இதிலும் பிழையில்லை. ஒப்பந்ததாரரும் உரிமையாளரும் ஒருவருக்கொருவர் பொறுப்பாக இருப்பதுதான் நல்லது. ஆனால் சில பணிகளில் ஒப்பந்தம் வழங்கப்பட்ட பின்புதான் ஆணையம், மாநில அரசுத் துறைகளுடனான உரையாடலைத் துவக்குவதாகச் சொல்லப்படுகிறது.

திட்டமிடும் காலத்திலேயே மாநில அரசுத் துறைகளுடன் உரையாடத் துவங்குவது சுமுகமான உறவிற்கு வழிவகுக்கும். நிலம் கையகப்படுத்த வேண்டிய பகுதிகள், அவற்றில் அரசு நிலங்கள், தனியார் நிலங்கள், அவற்றின் மதிப்பு, சூழியல் சார்ந்த பிரச்சினைகள் போன்றவற்றை முன்கூட்டியே விவாதித்து ஆணையமும் மாநில அரசுத் துறைகளும் ஒத்த நிலைப்பாட்டிற்கு வரவேண்டும். அதைப்போலவே திட்டம் நடைபெறும் இடத்திற்கு அருகாமையில் உள்ள மண்-கிராவல் அள்ளக்கூடிய இடங்களையும், கருங்கல் ஜல்லி, எம்-சாண்ட் முதலானவற்றை உடைத்து எடுக்கக்கூடிய குவாரிகளையும் அடையாளம் காணவேண்டும். இதற்கான உரிமத்தொகையையும் (royalty) முன்னதாக நிர்ணயித்துக்கொள்ள வேண்டும். ஆற்று மணலுக்குப் பதிலாக எம்-சாண்ட் பயன்படுத்த வேண்டும். ஆணையமும் மாநில அரசுத் துறைகளும் ஒப்புக்கொண்ட அம்சங்களை திட்ட அறிக்கையிலும் (detailed project report), ஒப்பந்தப்புள்ளியிலும் (tender) உட்படுத்த வேண்டும். இது பிற்பாடு கருத்து வேறுபாடுகள் உருவாவதைத் தவிர்க்கும்.

ஒன்றிய அரசுத் துறைகள் என்பதால் அவை உயர்ந்தவையுமல்ல. மாநில அரசுத் துறைகள் தாழ்ந்தவையுமல்ல. ஒவ்வொரு துறைக்கும் விதிக்கப்பட்டிருக்கும் பணிகளை அவை நிறைவேற்ற வேண்டும். ஆனால் பல இடங்களில் அப்படி நடப்பதில்லை. கடற்கரைக்கும் வேளச்சேரிக்கும் இடையிலான பறக்கும் ரயில்

(MRTS) ஒன்றிய அரசின் தென்னக ரயில்வேயால் தொண்ணூறுகளின் பிற்பகுதியில் அமைக்கப்பட்டது. இந்தியாவின் முதல் மெட்ரோ மேம்பால ரயில். ஆனால் அந்தப் பெருமையைவிட அது பக்கிங்ஹாம் கால்வாயின் நீர்ப்பிடிப்புப் பகுதிகளிலும் வெள்ளச் சமவெளிகளிலும் கட்டப்பட்டதுதான் இன்றளவும் விமர்சிக்கப்படுகிறது. நிலம் கையகப்படுத்துவதில் உள்ள சிக்கல்களால் அப்படிச் செய்ததாகச் சொல்லப்படுகிறது. ஒன்றிய, மாநில அரசுத் துறைகளிடையே இணக்கமான போக்கு நிலவி, முறையாகத் திட்டமிடப்பட்டிருந்தால் இந்தச் சூழியல் சீர்கேட்டைத் தவிர்த்திருக்க முடியும். இன்னொரு எடுத்துக்காட்டு மதுரவாயல்-துறைமுகம் மேம்பாலப் பாதை. தேசிய நெடுஞ்சாலை ஆணையத்தின் இந்தப் பணி 2012இல் அப்போதைய தமிழக அரசால் இடை நிறுத்தப்பட்டது. காரணம்: மேம்பாலப் பாதை கூவம் நதியின் நீர்ப்பிடிப்புப் பகுதியின் நேர் மேலாக அமைக்கப்பட்டது. குறிப்பாக அதன் அடித்தளம் (pile cap) ஆற்றின் நீர்மட்டத்திற்கு மேலாக அமைக்கப்பட்டது. நீர் வழிப்பாதை இதனால் சுருங்கிவிடும். நீர்வழிப்பாதையில் கட்டுமானங்களை அமைப்பது சரியன்று. ஆனால் இதற்கான அனுமதியை முன்னதாக தமிழக அரசுத் துறைககள்தாம் வழங்கியிருந்தன. பின் ஏன் இடை நிறுத்த வேண்டும்? அரசியல்தான் காரணம். இப்போது பணிகள் மீளத் துவங்கும் என்று தெரிகிறது.

ஒன்றிய அரசுப் பணிகளானாலும் தமிழக அரசுப் பணிகளானாலும் அவை மக்களுக்கான பணிகள். இதில் அரசியலுக்கோ, சிவப்பு நாடாத் தடைகளுக்கோ இடம் கொடுக்கலாகாது. தேசிய நெடுஞ்சாலைப் பணிகளுக்குத் தமிழக அரசுத் துறைகள் ஒத்துழைப்பு நல்க வேண்டும். ஒன்றிய அரசுத் துறைகளுக்கு மேட்டிமை மனோபாவம் ஆகாது. திட்டமிடும் காலம் முதற்கொண்டே ஒன்றிய- மாநிலத் துறைகள் இணக்கமாகச் செயலாற்ற வேண்டும். அப்போது நெடுஞ்சாலைகள் ஒன்றிய அரசுக்கானதாகவோ, மாநில அரசுக்கானதாகவோ இராது. அவை மக்களுக்கானதாக இருக்கும்.

இந்து தமிழ் திசை 2.2.2022

12

கட்டிட விதிமுறைகளை விரிவாக்குவோம்!

ஏப்ரல் 2022இல் கட்டிடங்களுக்கு அனுமதி நல்குவது தொடர்பாகத் தமிழகத்தில் ஓர் அரசாணையும் ஒரு சுற்றறிக்கையும் வெளியாயின. ஆணையை வெளியிட்டது வீட்டு வசதித் துறை. அறிக்கையை வெளியிட்டது சென்னை மாநகராட்சி. இரண்டுமே முக்கியமானவை. புதிய ஆணை, நகர் ஊரமைப்பு இயக்ககம் (Directorate of Town and Country Planning- DTCP), சென்னைப் பெருநகர் வளர்ச்சிக் குழுமம் (Chennai Metropolitan Development Authority- CMDA) ஆகிய இரு நிறுவனங்களின் அதிகாரங்கள் சிலவற்றைப் பரவலாக்கியிருக்கிறது. அடுத்தது சுற்றறிக்கை. அது சொல்வது: சென்னை நகரில் கட்டப்படும் கட்டிடங்கள், தரைத்தளத்தை எட்டியவுடன், அவை அனுமதிக்கப்பட்ட வரைபடத்தின்படி கட்டப்படுகின்றனவா என்று மாநகராட்சிப் பொறியாளர்களால் பரிசோதிக்கப்படும்.

புதிய ஆணை, கட்டிடங்கள் தொடர்பான அனுமதி பெறுவதை எளிதாக்குகிறது. ஒப்புதல் அளிக்கப்பட்ட வரன்முறைக்குள் கட்டிடம் மேலெழும்புவதைச் சுற்றறிக்கை உறுதி செய்கிறது. ஆகவே, இந்த ஆணையும் அறிக்கையும் நல்ல முன்னெடுப்புகள்தாம். எனில், இவை போதுமானவையா?

வளரும் நாடுகளில்கூட கட்டிடங்களுக்கு அனுமதி வழங்குவது தொடர்பாக விரிவான விதிமுறைகள் உள்ளன. மேலதிகமாக, அந்தக் கட்டிடங்கள் நீடித்து உழைப்பதை உறுதி செய்துகொள்ளக் கட்டுமான காலத்தில் அவை தக்க நபர்களால் கண்காணிக்கப்படுகின்றன. இந்தியாவில் இது தொடர்பான விதிமுறைகள் பலவீனமானவை. வேறு பல மாநிலங்களோடு ஒப்பிடும்போது தமிழகத்தில் இந்த விதிமுறைகள் மேலானவைதான். அவை தொடர்ந்து மேம்படுத்தப்படுகின்றன என்பதன் அடையாளம்தான் சமீபத்திய ஆணையும் அறிக்கையும். எனினும் தமிழகம் போன்ற ஒரு முன்னேறிய மாநிலத்தில் இந்த விதிகளை நாம் இன்னும் மேம்படுத்தவும் அவற்றை முறையாக அனுசரிக்கவும் வேண்டும். மேம்பாடுகளைப் பற்றிப் பேசுவதற்கு முன்னால் புதிய ஆணையையும் அறிக்கையையும் சற்று நெருங்கிப் பார்த்துவிடலாம்.

புதிய ஆணை

நகர் ஊரமைப்பு இயக்ககம் (DTCP), வீட்டு வசதி- நகர்ப்புற வளர்ச்சித் துறையின்கீழ் இயங்குகிறது. டி.டி.சி.பி-தான் சென்னை நீங்கலாகத் தமிழகத்தின் அனைத்துப் பகுதிகளின் ஊரமைப்பையும் உள்கட்டமைப்பையும் திட்டமிடுகிறது. இடங்களை மனைகளாகப் பிரிப்பதற்கும், கட்டிட வரைபடங்களுக்கும், குறிப்பிட்ட பரப்பளவு வரை ஊராட்சிகள் அனுமதி வழங்கும். அதற்குமேல் குறிப்பட்ட அளவு வரை டி.டி.சி.பி-யின் மண்டல அலுவலகங்களும், மேலதிகப் பரப்பிற்கு அதன் தலைமையகமும் அனுமதி வழங்கும். புதிய அரசாணையானது இனிமேல் 40,000 சதுர அடிப் பரப்பைக் கொண்ட கட்டிடங்களுக்கான அனுமதியை மண்டல அலுவலகங்களே வழங்க வகை செய்கிறது. இந்த அதிகாரம் முன்னர் தலைமையகத்திடம் இருந்தது.

சென்னை நகரத்தைப் பொறுத்தமட்டில், மேலே குறிப்பிட்ட டி.டி.சி.பி-யின் பணிகள் அனைத்தையும் சென்னைப் பெருநகர் வளர்ச்சிக் குழுமம் (CMDA) மேற்கொள்கிறது. இதுகாறும் 18மீட்டருக்கு (59அடி, சுமார் ஆறு மாடி) மேல் உயரமான அடுக்ககங்களுக்கு ஒப்புதல் வழங்கும் அதிகாரம் அரசு நியமித்த சிறப்புக் குழுவிடம் இருந்தது. புதிய ஆணையின்படி எல்லா அடுக்ககங்களுக்கான அனுமதியையும் இனி சி.எம்.டி.ஏ-வே வழங்கும். இதுவும் வரவேற்கத்தக்க முன்னெடுப்புதான்.

தரைத்தளச் சோதனை

அடுத்து சுற்றறிக்கை. புதிய கட்டிடத்திற்கும் அருகாமைச் சாலைகளுக்கும், அண்டை அயலில் உள்ள பிற மனைகளுக்கும் இடையே கடைப்பிடிக்கவேண்டிய இடைவெளிகளைக் குறித்து விதிகள் உள்ளன. ஒப்புதல் அளிக்கப்பட்ட வரைபடத்திலும் இந்த அளவுகள் இருக்கும். ஆனால் கட்டி முடிக்கும்போது சிலர் இந்த இடைவெளிகளைக் குறுக்கிவிடுவார்கள். இது தொடர்பான ஒரு வழக்கை சென்னை உயர் நீதிமன்றம் விசாரித்தது. 2022 ஏப்ரல் முதல் வாரத்தில் தீர்ப்பும் வழங்கியது. அப்போது நீதியரசர்கள் கட்டிடம் தரைத்தளத்தை எட்டும்போதே, அது அதிகாரிகளால் சோதிக்கப்பட வேண்டும் என்று வலியுறுத்தினார்கள். இதைத் தொடர்ந்தே மாநகராட்சி இந்தச் சுற்றறிக்கையை வழங்கியிருக்கக்கூடும். இந்த முன்னெடுப்பு இது தொடர்பான அத்துமீறல்களைக் கணிசமாகக் குறைக்கும்.

வளர்ச்சி விதி

கட்டிட விதிகளில் அவசியமான மேம்பாட்டைப் பற்றிப் பேசுவதற்கு முன்னால், நடப்பிலுள்ள விதிகளைச் சுருக்கமாகப் பார்க்கலாம். மனை அமைந்திருக்கும் பகுதியைப் பொறுத்தும், அதன் பரப்பைப் பொறுத்தும், கட்டிடத்தின் உயரத்தைப் பொறுத்தும் சி.எம்.டி.ஏ-வோ, டி.டிசி.பி-யோ, ஊராட்சி அமைப்புகளோ, கட்டிடங்களுக்கு ஒப்புதல் வழங்கும். இந்த ஒப்புதல்கள் அரசு நிறுவனங்களின் 'வளர்ச்சி விதி'களின் *(Development Control Rules)* அடிப்படையிலேயே வழங்கப்படும். மனை அமைந்திருக்கும் சாலையின் அகலத்தைப் பொறுத்துக் கட்டிடத்தைச் சுற்றிலும் இடைவெளிகள் இருக்கவேண்டும். மனையின் பரப்பைப் பொறுத்து கட்டுமானப் பரப்பு நிர்ணயிக்கப்படும். இன்னும் வாகன நிறுத்தம், கட்டிடத்தின் அனுமதிக்கப்பட்ட உயரம், மழை நீர் சேகரிப்பு போன்ற பலவும் விதிகளில் இடம்பெறுகின்றன. இந்த 'வளர்ச்சி விதி'களின்படி கட்டிடத்தின் திட்ட வரைபடங்களைக் கட்டிடக் கலைஞர் *(architect)* சமர்ப்பிப்பார். அதனடிப்படையில் ஒப்புதல் வழங்கப்படும். இதற்குத் திட்ட அனுமதி *(Planning Permission)* என்று பெயர். இந்தத் திட்ட வரைபடங்களுடன் கட்டமைப்புப் பொறியியல் *(structural engineering)* தொடர்பான வரைபடங்களும் அவசியமானவை; ஆனால் இந்தியாவில் மிக்க நகரங்களிலும் இவை கோரப்படுவதில்லை.

கட்டமைப்பு வரைபடத்தை எப்படிப் புரிந்துகொள்வது? ஒரு கட்டிடத்தை மனித உடல் என்று வைத்துக்கொண்டால், ஒரு கட்டிடக் கலைஞர் *(architect)* உடலமைப்பைக் குறித்தும் தோற்றப் பொலிவைக் குறித்தும் அக்கறை கொள்வார். ஒரு கட்டமைப்புப் பொறியாளர் *(structural engineer)* எலும்புக்கூட்டைக் குறித்தும் தசையை எலும்போடு பிணைக்கும் தசைநார்கள் குறித்தும் அக்கறை கொள்வார். ஒரு கட்டிடத்தின் பயன்பாட்டுக்கேற்ப அதன் தோற்றத்தைக் கட்டிடக் கலைஞர் வடிவமைக்கிறார் என்றும், அதற்கு இசைவாகக் கட்டிடத்தின் உள்ளீடு எவ்விதம் இருக்க வேண்டுமென்று கட்டமைப்புப் பொறியாளர் வடிவமைக்கிறார் என்றும் கொள்ளலாம். இதை வேறுவிதமாவும் சொல்லலாம். ஒரு கட்டிடத்தின் பயன்பாட்டு ரீதியான அம்சங்களை *(functional features)* கட்டிடக் கலைஞர் தீர்மானிக்கிறார்; அந்தக் கட்டிடத்தின் பாதுகாப்புக்கும் உறுதிப்பாட்டிற்கும் *(safety and stability)* கட்டமைப்புப் பொறியாளர் பொறுப்பேற்கிறார்.

இந்தியாவின் பல நகரங்களிலும் தோற்றப் பொலிவைக் குறித்தும் பயன்பாட்டு அம்சங்களைக் குறித்தும் விதிமுறைகள் உள்ளன (சி.எம்.டி.ஏ-வின் 'வளர்ச்சி விதி'களைப்போல). ஆனால், உள்ளீடு எவ்விதம் இருக்க வேண்டுமென்று வற்புறுத்தும் விதிகள் போதுமான அளவுக்கு இல்லை.

மவுலிவாக்கம்

2014ஆம் ஆண்டு ஜூன் 28 அன்று சென்னையில் நடந்த துயரச் சம்பவத்தை மறக்க முடியாது. கட்டுமானப் பணி நடந்து கொண்டிருந்த 11 மாடிக் கட்டிடம் இடிந்து விழுந்தது. 61 பேர் பலியாயினர். மவுலிவாக்கம் என்ற பெயர் சென்னையைத் தாண்டி, இந்தியாவைக் கடந்து, உலக நாக்குகளில் புரண்டது.

விபத்து நடந்த உடனேயே ஒரு சிறப்புப் புலனாய்வுக் குழு அமைக்கப்பட்டது. ஐ.ஐ.டி., அண்ணா பல்கலைக்கழகம், பொதுப்பணித் துறை ஆகிய நிறுவனங்களின் வல்லுநர்கள் குழுவில் இடம் பெற்றனர். அவர்கள் கண்டறிந்த சில குறைபாடுகள் வருமாறு:

- கான்கிரீட்டின் அடர்த்தி குறைவாக இருந்தது.
- இடிபாடுகளிலிருந்து எடுக்கப்பட்ட ஊடுகம்பிகள் தரம் தாழ்ந்தவையாக இருந்தன.
- அடித்தளம் அமைக்கப்பட்ட ஆழத்தில் மண்ணின் தாங்குதிறன் போதுமானதாக இல்லை.
- முக்கியமாக, வாகனங்கள் நிறுத்துவதற்கான கீழ்தளத்தில், வரைபடத்தில் காட்டப்பட்டிருந்த சில தூண்கள் கட்டப்படவேயில்லை.

காட்கோபர்

இந்த இடத்தில் இன்னொரு விபத்தைக் குறித்தும் பரிசீலிக்கலாம். 2017ஆம் ஆண்டு ஜூலை மாதம் மும்பையின் காட்கோபர் பகுதியில் ஒரு ஐந்து மாடிக் குடியிருப்புக் கட்டிடம் காலை 10:30 மணியளவில் இடிந்து விழுந்தது. அங்கு வசித்தவர்களில் பலரும் அலுவலுக்கும் பள்ளிகளுக்கும் போயிருந்தார்கள். அப்படிப் போனவர்கள் தப்பினார்கள். அதற்கான வாய்ப்பும் வயதும் இல்லாத பதினோரு பேர் இடிபாடுகளில் சிக்கி உயிரிழந்தனர். அவர்களில் இரண்டுபேர் குழந்தைகள்.

காட்கோபர் கட்டிடம் 40 ஆண்டுகளுக்குமுன் கட்டப்பட்டது. ஆனால், இடிபாடுகளைப் பரிசோதித்த வல்லுநர்கள் கட்டுமானப் பொருள்கள் தரமானவைதாம் என்று சான்றளித்தனர். பின் எப்படி நேர்ந்தது விபத்து? தரைத்தளம் மருத்துவமனையாகப் பயன்பட்டு வந்தது. தரைத்தளத்தின் உரிமையாளர் இந்தக் கட்டிடக் கூட்டமைப்பின் செயலாளருங்கூட. அவர் தனது தளத்தில் மராமத்தது வேலைகள் செய்வதாகச் சொல்லிக்கொண்டு மருத்துவமனையை திருத்திக் கட்டியிருக்கிறார். மருத்துவமனையின் பயன்பாட்டுக்கு இடையூறாக இருப்பதாக நினைத்துக்கொண்டு ஒரு கான்கிரீட் தூணை அவர் மாற்றியமைத்ததாகச் சொல்லப்படுகிறது. பாரப்பாதை(load path) பிறழ்ந்தது. கட்டிடம் வீழ்ந்தது.

இதுபோன்ற விபத்துகளில் பலியானவர்கள் தங்களைச் சுற்றியுள்ள நான்கு சுவர்களும் தலைக்கு மேலுள்ள கூரையும் பாதுகாப்பாக இருக்கிறது என்று நம்பியவர்கள். அந்தக் கூரையே அவர்கள் தலைமீது விழும் என்று கற்பனையிலும் கருதியிராதவர்கள். இதுபோன்ற அசம்பாவிதங்களில் பலவும் பொறியியல் ரீதியான குறைபாடுகளினால் நிகழ்ந்தவை. மனித முயற்சியினாலும் தீர்க்கமான விதிமுறைகளினாலும் தவிர்த்திருக்கக்கூடியவை.

பல பழைய கட்டிடங்களிலும் ஒன்றோ, இரண்டோ தளங்கள் உள்ள சில புதிய கட்டிடங்களிலும் கூரைகளைச் சுவர்களே தாங்குமாறு வடிவமைத்திருப்பார்கள் ('பாரந்தாங்கும் கட்டிடங்கள்' -load bearing strucuctures). ஆனால், அடுக்ககங்களிலும், குறைந்த தளங்கள் உள்ள பல புதிய கட்டிடங்களிலுங்கூட கான்கிரீட் உத்திரங்களும், தூண்களும் வைத்துக் கட்டுகிறார்கள். கூரையின் சகல பாரமும் உத்திரங்கள்வழி தூண்களுக்குக் கடத்தப்பட்டு, இந்தத் தூண்களே எல்லாப் பாரத்தையும் தாங்கி அடித்தளத்திற்கு கடத்திவிடுகின்றன ('சட்டகக் கட்டிடங்கள்' -framed structures). இந்தத் தூண்களை மனம் போனபடி மாற்றுவதும் அகற்றுவதும் அறிவீனம் மட்டுமில்லை, குற்றகரமானதுங்கூட. கட்டிட உடமையாளர்களின் இப்படியான பொறுப்பற்ற செயல்பாடுகளை விரிவான விதிமுறைகளின் மூலம் தடுக்க முடியும்.

ஹாங்காங் மாடல்

மவுலிவாக்கம் செய்திகள் சர்வதேச ஊடகங்களில் வெளியானபோது நான் ஹாங்காங்கில் பணியாற்றிக்

கொண்டிருந்தேன். என்னுடன் பணியாற்றிய சீனப் பொறியாளர்களால் இந்தச் செய்தியை நம்ப முடியவில்லை. வரைபடத்தில் உள்ள தூண்களை ஒப்புதல் இல்லாமல் எப்படி நீக்க முடியும் என்று கேட்டார்கள். ஹாங்காங்கில் இப்படி நடக்காது. வளர்ந்த நாடுகள் எதிலும் நடக்காது.

ஹாங்காங்கில் ஒரு கட்டிடத்தின் பணி ஆரம்பிக்கப்படுவதன் முதற்கட்டமாக, மனையின் உரிமையாளர் அரசின் அங்கீகாரம் பெற்ற ஒரு கட்டிடக் கலைஞரையும் ஒரு கட்டமைப்புப் பொறியாளரையும் நியமித்துக்கொள்ள வேண்டும். இந்த அங்கீகாரத்தை இவர்கள் எப்படிப் பெறுகிறார்கள்? குறைந்த பட்சம் ஐந்து ஆண்டுகள் வடிவமைப்பிலும் களப்பணியிலும் அனுபவம் பெற்ற கட்டிடக் கலைப் பட்டதாரிகள் ஹாங்காங் கட்டிடக் கலைக் கழகத்திலும் (Hong Kong Institute of Architects), அதேபோல் பொறியியல் பட்டதாரிகள் ஹாங்காங் பொறியாளர் கழகத்திலும் (Hong Kong Institute of Engineers) உறுப்பினராவதற்கு விண்ணப்பிக்கலாம். இவர்கள் மிகக் கடுமையான எழுத்துத் தேர்வுகளையும் நேர்முகத் தேர்வுகளையும் எதிர்கொள்வார்கள். வெற்றி பெற்றவர்கள் கழகத்தின் உறுப்பினர்களாவார்கள். இதைத் தொடர்ந்து இவர்கள் அரசின் பதிவு பெற்ற கட்டிடக் கலைஞர்களாகவும் பதிவு பெற்ற பொறியாளர்களாகவும் முடியும். இப்படித்தான் இவர்கள் அங்கீகாரம் பெறுகிறார்கள்.

ஹாங்காங் அடுக்ககங்களால் உருவானது. நகரத்தின் குடிமக்கள் அனைவரும் அடுக்ககங்களில்தான் வசிக்கிறார்கள். ஆகவே அடுக்ககங்களின் பாதுகாப்பு என்பது அதில் குடியிருக்கும் மக்களின் பாதுகாப்பும்தான். அவை நல்ல தரத்திலும் போதுமான பாதுகாப்போடும் கட்டப்படுவதற்கு, விரிவான விதிமுறைகள் ஒரு காரணம்; அவற்றை நடைமுறைப்படுத்துவதில் தனியார் துறைப் பொறியாளர்களுக்கும் கட்டிடக் கலைஞர்களுக்கும் அளிக்கப்பட்டிருக்கும் பங்கும் ஒரு காரணம். இவர்களுக்குப் பொறுப்பு உண்டு, சுதந்திரம் உண்டு, அதிகாரம் உண்டு, தவறிழைத்தால் தண்டனையும் உண்டு.

கட்டிடக் கலைஞர் புதிய கட்டிடத்தின் வரைபடங்களைச் சமர்ப்பிக்கும்போது, கட்டமைப்புப் பொறியாளர், அதன் உள்ளீடு எப்படி இருக்க வேண்டும் என்பதை வடிவமைத்து, அது குறித்த கணக்கீடுகளைச் சமர்ப்பிக்க வேண்டும். கூடவே, கட்டமைப்பின் உறுப்புகளான தளங்கள், உத்திரங்கள், தூண்கள் முதலானவற்றின்

விரிவான வரைபடங்களையும் சமர்ப்பிக்க வேண்டும். மேலும், கட்டமைப்புப் பொறியாளர் அடித்தளத்தின் விரிவான வரைபடத்தையும் சமர்ப்பிப்பார். அடித்தளத்தின் வடிவமைப்பு, தூண்கள் அல்லது சுவர்கள் தாங்கவேண்டிய பாரத்தைப் பொறுத்தும், மண்ணின் தன்மையைப் பொறுத்தும் அமையும். மண்பரிசோதனை முக்கியமானது. மனையின் பரப்பையும் கட்டிடத்தின் தன்மையையும் பொறுத்து, தேவையான எண்ணிக்கையில், தேவையான ஆழத்தில் துளைகள் இடப்பட்டு, அவற்றிலிருந்து பல்வேறு ஆழத்தில் மண்ணின் மாதிரிகள் எடுக்கப்பட்டு, பரிசோதிக்கப்படும்; பின்னர் பொறியியல் ரீதியாக அவற்றின் தாங்குதிறன் அனுமானிக்கப்படும். இது குறித்த விரிவான அறிக்கையோடும், கணக்கீடுகளோடும் அடித்தளத்தின் வரைபடங்கள் சமர்ப்பிக்கப்பட வேண்டும். தவிர, கட்டமைப்புப் பொறியாளர் ‘எலும்புக்கூட்’டின் முக்கிய உறுப்புகளான கான்கிரீட், ஊடுகம்பி முதலானவற்றின் பண்புகளையும் தமது வரைபடத்தில் குறிப்பிட வேண்டும்.

ஹாங்காங் கட்டிட விதிமுறைகள் விரிவானவை. இவை சர்வதேச விதிநூல்களை அடியொற்றியும், ஹாங்காங் தேவைகளைக் கருத்தில்கொண்டும் தயாரிக்கப்பட்டவை. இன்னும் ஏராளமான பாதுகாப்பு விதிகளும் தரக்கட்டுப்பாட்டு விதிகளும் உண்டு. கட்டமைப்புப் பொறியாளரின் கணக்கீடுகளும் வரைபடங்களும் இவற்றைப் பின்பற்றியே அமையும்.

கட்டிடக் கலைஞரும் கட்டமைப்புப் பொறியாளரும் கட்டிடத்தை வடிவமைப்பதோடும், அரசின் ஒப்புதல் பெறுவதோடும் நின்றுவிட முடியாது. கட்டிடம் அங்கீகரிக்கப்பட்ட வரைபடங்களின்படியும், ஹாங்காங் கட்டிட விதிமுறைகளின்படியும் தரத்தோடும் பாதுகாப்பாடும் கட்டப்படுகிறதா என்று கண்காணிக்கிற பொறுப்பும் கடமையும் அவர்களையே சாரும். இதற்காகக் கட்டிடத்தின் அளவைப் பொறுத்துத் தேவையான மேற்பார்வையாளர்களை இவர்கள் நியமிக்க வேண்டும். மேற்பார்வையாளர்களின் தகுதியும் அனுபவமும் விதிமுறைகளில் உள்ளன. இவர்கள், கட்டுமானம் அங்கீகரிக்கப்பட்ட வரைபடங்களின்படி கட்டப்படுகிறதா என்பதையும், கட்டுமானப் பொருள்களின் தரம், கட்டப்படுகிற முறை முதலானவற்றையும் கண்காணிக்க வேண்டும். விதி நூல்களில் வரையறுக்கப்பட்டிருக்கும் அளவிற்குக் குறையாமால் கட்டுமானப் பொருள்களை சோதனைச்

சாலைகளில் பரிசோதித்து, அந்த அறிக்கைகளை அரசுக்குச் சமர்ப்பிக்க வேண்டும். மேலும், கட்டுமானப் பணியானது, அதில் ஈடுபட்டிருக்கும் தொழிலாளர்களுக்கும், மனையிடத்தைச் சுற்றியுள்ளவர்களுக்கும், அடுத்துள்ள கட்டிடங்களுக்கும் எந்தவித அபாயத்தையும் விளைவிக்கக்கூடாது. அதைக் கண்காணிப்பதும் மேற்பார்வையாளர்களின் கடமையே.

கட்டமைப்புப் பொறியியல்

இப்போது இந்தியாவிற்கு வரலாம். இந்திய நகரங்களின் 'வளர்ச்சி விதி'களில் கட்டமைப்பு குறித்த விதிமுறைகளும் இருக்கத்தான் செய்கின்றன. தேசியக் கட்டிட விதிநூலின் *(National Building Code- NBC)* விதிகளின்படியே கட்டமைப்பு அமைய வேண்டும், வரைபடங்களில் கட்டிடக் கலைஞரோடு கட்டிடவியல் *(civil)* அல்லது கட்டமைப்பு *(structural)* பொறியாளரும் கையொப்பமிட வேண்டும் போன்ற விதிகள் உள்ளன. மவுலிவாக்கம் சம்பவத்திற்குப் பிறகு சி.எம்.டி.ஏ-வில் கட்டமைப்புப் பொறியியல் வரைபடங்கள் கோரப்படுகின்றன. ஆனால் அவை எந்த அளவிற்குப் பரிசோதிக்கப்படுகின்றன என்று தெரியவில்லை. கட்டமைப்பு வரைபடங்களைப் பரிசோதிப்பதற்குத் தக்கதாய பொறியாளர்களை மாநகராட்சி நியமித்துக்கொள்ளவில்லை என்று சொல்கிறார்கள்.

கண்காணிப்பு

மவுலிவாக்கம் விபத்தைத் தொடர்ந்து கண்காணிப்பின் முக்கியத்துவத்தை உணர்ந்த சி.எம்.டி.ஏ., 2014 நவம்பர் மாதம் கட்டிடக் கலைஞர்களுக்கு ஒரு வேண்டுகோள் விடுத்தது. ஒரு கட்டிடத்தின் பணி நிறைவடையும்போது கட்டிடக் கலைஞர், கட்டமைப்புப் பொறியாளருடன் இணைந்து கட்டிடம் வலுவானது என்று சான்றளிக்க வேண்டும் என்பதே அது. இந்தியக் கட்டிடவியல் கழகம் *(Indian Institute of Architects- IIA)* இதற்கு இணங்கவில்லை. இந்திய தேசியக் கட்டிட விதிநூலின்படி*(NBC)* கட்டிடக் கலைஞர்கள் கட்டிடத்தின் வலிமைக்குப் பொறுப்பேற்க வேண்டாம் என்பது அவர்கள் வாதம். கட்டிட உரிமையாளர்கள் பலரும் பணி நடக்கும்போது தங்களை மேற்பார்வையிடப் பணிப்பதில்லை என்றும் அவர்கள் தெரிவித்தனர். அதாவது கட்டுமான காலத்தில் மேற்பார்வையிடுவதற்கு உரிமையாளர்கள் தங்களுக்கு ஊதியம் வழங்குவதில்லை என்பதைத்தான் அவர்கள் வேறு வார்த்தைகளில் சொன்னார்கள். இது சி.எம்.டி.ஏ-விற்கும்

புரிந்திருக்கும். ஆனாலும் இதைக் குறித்த உரையாடல் தொடர்ந்து நடக்கவில்லை.

எனினும் மவுலிவாக்கம் விபத்திற்குப் பிறகு கட்டுமானங்கள் அங்கீகரிக்கப்பட்ட வரைபடங்களின்படி முறையாகக் கட்டப்படுகின்றனவா என்று மேற்பார்க்கிற பொறுப்பு கட்டமைப்புப் பொறியாளருக்கு வழங்கப்பட்டிருக்கிறது. ஆனால் விதிமுறைகள் கடுமையாக இல்லாததால் உரிமையாளர்கள் இதைத் தீவிரமாக எடுத்துக்கொள்வதில்லை என்று கட்டமைப்புப் பொறியாளர்கள் குறைபட்டுக்கொள்கிறார்கள். இது இவ்வாறிருக்க, தமிழகத்தின் மற்ற நகரங்களில் கட்டமைப்பு வரைபடங்கள் கோரப்படுவதாகத் தெரியவில்லை. கட்டிடக் கலைஞர்களும் கட்டமைப்புப் பொறியாளர்களும் கட்டுமான காலத்தில் கண்காணிக்க வேண்டும் என்று இந்திய நகராட்சிகளின் வளர்ச்சி விதிகள் வலியுறுத்துவதில்லை

கட்டுமான காலத்தில் கண்காணிப்பு ஏன் அவசியமானது? சென்னை மாநகராட்சியின் புதிய சுற்றறிக்கை, கட்டிடம் தரைத் தளத்தை எட்டியதும் புறச்சுவர்கள் விதிக்கப்பட்ட வரையறைக்குள்ளாகவே கட்டப்படுகிறது என்பதை அரசுப் பொறியாளர்கள் சோதிப்பார்கள் என்கிறது. இது பலன் தரும். எனினும் விதிமீறல்கள் கட்டிடத்தின் விஸ்தீரணத்தை நீட்டிப்பதுடன் முடிந்துவிடுவதில்லை. பெரிய அளவில் விதிமீறல்கள் நடக்கின்றன. என்னுடைய அனுபவம் ஒன்றைப் பகிர்ந்துகொள்கிறேன்.

விதி மீறல்

ஆண்டு 2010. மெட்ரோ ரயில் நிலையம் ஒன்றிற்காக அண்ணா சாலையை அகழும் பணி நடந்துகொண்டிருந்தது. அங்கிருந்து 10 நிமிட நடை தூரத்தில் இருந்தது நண்பர் அழைத்துக்கொண்டு போன அடுக்ககம். அதில் நான்காவது தளத்தில் ஒரு வீட்டை அவர் விலை பேசிக்கொண்டிருந்தார். அதைப் பார்ப்பதற்காக என்னையும் அவரது கணக்காளரையும் அழைத்துப் போனார். கட்டுமானம் திருப்பதிகரமாக இருந்தது எனக்கு. ஆனால் கணக்காளர் திருப்தியடையவில்லை. உரிமையாளர் சொன்ன விலை, சந்தை விலையைக் காட்டிலும் குறைவாக இருந்தது. எங்கேயோ 'எழுத்துப் பிழை' இருக்கிறது என்றார் கணக்காளர். நண்பர் இரண்டு நாள்களில் பிழையைக் கண்டறிந்துவிட்டார். அந்த அடுக்ககத்தில் மூன்று மாடிகள் கட்டுவதற்கு மட்டுமே

அனுமதி இருந்தது. உரிமையாளர் நான்காவது மாடியும் அதில் ஒரு வீடும் கூடுதலாகக் கட்டிவிட்டார். விவரம் அறிந்ததும் நண்பர் உரிமையாளரிடம் விளக்கம் கேட்டார். உரிமையாளர் மறுக்கவில்லை. சென்னை நகரில் இதுபோல் பல வீடுகள் கட்டப்பட்டிருப்பதாவும், நாளாவட்டத்தில் இவை அங்கீகரிக்கப்பட்டுவிடும் என்றும் சொன்னார். அதாவது எல்லோருக்கும் எல்லாம் தெரியும், எல்லோரும் கூட்டாகத் தவறிழைக்க நமது அமைப்பு அனுமதிக்கிறது என்பதுதான் அவர் சொன்னதன் பொருள். இப்படியான அத்துமீறல்கள், சட்டத்தின் மாட்சிமை (rule of law) பேணப்படுகிற ஒரு நகரத்துக்கு அழகன்று. நமது கண்காணிப்பு முறை, இப்படியான அத்துமீறல்கள் நிகழாமல் பார்த்துக்கொள்ள வேண்டும். கட்டுமானம் பாதுகாப்புடன் கட்டப்பட்ட வேண்டும். குறைந்தபட்ச தரம் காக்கப்பட வேண்டும். இதற்கு ஹாங்காங் உட்பட பல வளர்ந்த நாடுகள் செய்வதைப் போல கட்டிடக் கலைஞரையும் கட்டமைப்புப் பொறியாளரையும் பொறுப்பாக்கலாம். ஆனால் அதை நடைமுறைப்படுத்த தெளிவான விதிகளை வகுக்க வேண்டும்.

என்ன செய்யலாம்?

முதற்கட்டமாக இப்படிச் செய்யலாம். இரண்டு மாடிகளுக்கு மேலாகவும், 3,000 சதுர அடிப் பரப்புக்கும் மேலாகவும் உள்ள கட்டிடங்களின் வரைபடங்களைத் தயாரிப்பதற்கும், கட்டுமான காலத்தில் கண்காணிப்பதற்கும் தகுதி வாய்ந்த கட்டிடக் கலைஞர்களையும் கட்டமைப்புப் பொறியாளர்களையும் சி.எம்.டி.ஏ-வும் டி.டி.சி.பி-யும் அங்கீகரிக்க வேண்டும்.

கட்டிடக் கலைப் படிப்பை முடித்ததும் ஒருவர் கட்டிடக் கலைஞர் ஆகிவிடுவதில்லை. போலவே பொறியியல் படிப்பை முடித்ததும் ஒருவர் பொறியாளர் ஆகிவிடுவதில்லை. அதற்குத் தொடர்ச்சியான படிப்பும் பயிற்சியும் தேவை. தற்போது இந்தியக் கட்டிடவியல் கழகத்திலோ (Indian Institute of Architects- IIA), இந்தியப் பொறியியல் கழகத்திலோ (Institute of Engineers India- IEI), முறையே கட்டிடக் கலைப் பட்டமோ, பொறியியல் பட்டமோ, கூடவே ஐந்து ஆண்டு அனுபவமும் உள்ளவர்கள் உறுப்பினராகிவிடலாம். இந்தக் கழகங்கள் வளர்ந்த நாடுகளைப் போல் உறுப்பினராவதற்குத் தேர்வு நடத்துவதில்லை. கல்லூரியில் காலடி வைப்பதற்குமுன் நுழைவுத் தேர்வு நடத்துகிற

நடைமுறையைக் கைவிட்டுவிட்டு, பட்டம் பெற்றபின், குறிப்பிட்ட அளவு களப்பயிற்சியும் பெற்றபின் தேர்வு நடத்துகிற முறையைக் கொண்டுவர வேண்டும். தொழிற்கழகங்கள் (IIA, IEI) தேர்வு நடத்தி உறுப்பினர்களைத் தேர்ந்தெடுக்க வேண்டும். இது நடைமுறைக்கு வரும்வரை ஒன்றிய, மாநில அரசுகளின் பணியாளர் தேர்வாணையங்கள் (UPSC/TNPSC) கட்டிடக் கலைஞர்களுக்கும் கட்டமைப்புப் பொறியாளர்களுக்கும் தேர்வுகள் நடத்தி தெரிவு செய்யலாம்.

இப்படியாகத் தேர்வானவர்களில் விருப்பமுள்ளவர்களை சி.எம்.டி.ஏ-வும் டி.டி.சி.பி-யும் அங்கீகரிக்கலாம். மேலும் வளர்ந்த நாடுகளைப்போல் இவர்களது கடமைகளையும் பொறுப்புகளையும் அதிகாரங்களையும் தண்டனைகளையும் வரையறுக்க வேண்டும்.

இப்படி அங்கீகரிக்கப்பட்டவர்கள் மட்டுமே கட்டிடத்தின் விரிவான கட்டிடவியல், பொறியியல் வரைபடங்களைச் சமர்ப்பிக்க வேண்டும். கணக்கீடுகள், மண் பரிசோதனை அறிக்கைகள் போன்றவற்றைச் சமர்ப்பிப்பது கட்டாயமாக்கப்பட வேண்டும். கட்டுமானப் பொருள்கள் தரமானவையா, கட்டிடம் விதிகளின்படி கட்டப்படுகிறதா, கட்டுமானப் பணிகள் பாதுகாப்பான முறையில் நடக்கின்றனவா என்றும் இவர்கள் கண்காணிக்க வேண்டும். இதற்காக இவர்கள் மேற்பார்வையாளர்களை நியமிக்க வேண்டும். இவை அனைத்தும் சட்டபூர்வமாக்கப்பட வேண்டும். அப்போதுதான் தங்களது பணிக்கான ஊதியத்தை கட்டிடக் கலைஞர்களும் கட்டமைப்புப் பொறியாளர்களும் பெற முடியும்.

இப்போது இரண்டு கேள்விகள் எழலாம். முதல் கேள்வி- இதனால் கட்டுமானத்தின் செலவு கூடுமே? ஆம். கூடவே கட்டுமானத் தொழிலின் தரமும் கூடும். கட்டிடங்கள் பாதுகாப்பாகவும் சட்ட வரைமுறைகளுக்கு உட்பட்டும் தரமாகவும் உருவாகும். இது கட்டிடங்கள் நீடித்துழைக்க வகை செய்யும். மேலும் கட்டிடக் கலைஞர்களும் கட்டமைப்புப் பொறியாளர்களும் பெறப்போகும் கூடுதல் ஊதியம், கட்டுமானச் செலவோடு ஒப்பிட்டால் அதன் சிறிய வீதமாகவே இருக்கும்.

இரண்டாவது கேள்வி- ஏன் அரசே அவசியமான கட்டிடக் கலைஞர்களையும் கட்டமைப்புப் பொறியாளர்களையும் நியமித்துக் கண்காணிக்கக்கூடாது? செய்யலாம். அப்படிச் செய்தால் கூடுதல்

அலுவலர்களுக்கான ஊதியத்தை அரசு வழங்க வேண்டும். அதாவது பொதுமக்கள் அனைவரும் வழங்க வேண்டும். இது பெட்ரோலுக்கு விதிக்கப்படும் மறைமுக வரியைப் போன்றது. இது வறியவர்களை அதிகமாகவும் செல்வந்தர்களைக் குறைவாகவும் பாதிக்கும். மாறாக கட்டிட உரிமையாளர்கள் தாங்கள் நியமிக்கும் அங்கீகரிக்கப்பட்ட கட்டிடக் கலைஞர்களுக்கும் கட்டமைப்புப் பொறியாளர்களுக்கும் கண்காணிப்புப் பணிக்கான ஊதியத்தை நேரடியாக வழங்குவது, வருமான வரியைப் போன்றது; நேர்முக வரியை ஒத்தது, மேலானது.

‘இந்தியாவில் எல்லாவற்றுக்கும் விதிகள் உள்ளன; அவற்றை நடைமுறைப்படுத்துவதில்தான் சுணக்கம் உள்ளது’ என்று பொதுவாகச் சொல்வார்கள். ஆனால் கட்டிடங்களைப் பொறுத்த மட்டில் இப்போதுள்ள விதிகள் போதுமானவை அல்ல. 'வளர்ச்சி விதி'களை விரிவாக்கவும் மேம்படுத்தவும் வேண்டும். கட்டிடக் கலைஞர்களுக்கும் கட்டமைப்புப் பொறியாளர்களுக்கும் தேர்வு நடத்த வேண்டும். தெரிவானவார்களை சி.எம்.டி.ஏ-வும் டி.டி.சி.பி-யும் அங்கீகரிக்க வேண்டும். அவர்கள் விரிவான வரைபடங்கள் சமர்ப்பித்து ஒப்புதல் பெற வேண்டும். கட்டுமான காலத்தில் கண்காணிக்க வேண்டும். அரசு இதைக் குறித்த ஓர் உரையாடலை முன்னெடுக்கலாம். அரசு நிறுவனங்களும், கல்வி நிலையங்களும், கட்டிடவியல், பொறியியல் கழகங்களும், ஒப்பந்ததாரர்களும் இதைக் குறித்துச் சிந்திக்க வேண்டிய தருணமிது.

அருஞ்சொல் 10.5.2022,

இந்து தமிழ் திசை 28.6.2018, 10.7.2015, 23.7.2014

13

பாதுகாப்பற்ற கட்டுமானங்களைப் பலப்படுத்துவது எப்படி?

அருள்திரு சாப்டர் ஓர் ஆங்கிலேயர். ஆனால் தமிழராக வாழ்ந்தவர். நூற்றாண்டுகளைக் கடந்து நிற்கும் திருநெல்வேலி சாப்டர் பள்ளிக்கும் பாளையங்கோட்டை தூய யோவான் கல்லூரிக்கும் முதல்வராக இருந்தவர். 2021ஆம் ஆண்டு பிப்ரவரி மாதம் நடந்த விபத்து அந்தக் கல்வியாளருக்குப் பெருமை சேர்க்கக்கூடியதல்ல. பள்ளியின் கழிவறைச் சுவர் இடிந்து விழுந்தது. மூன்று சிறுவர்கள் பலியானார்கள். நாடே அதிர்ச்சியுற்றது. பள்ளித் தாளாளரும் தலைமை ஆசிரியரும், கழிவறையைக் கட்டியவரும் கைதானர்கள். இடிபாடுகளைப் பரிசீலித்த பொறியாளர்கள் கட்டிடத்தின் அடித்தளம் பலவீனமாக இருந்தது என்றார்கள்.

தமிழக அரசு துரிதமாக நடவடிக்கை எடுத்தது. மாநிலமெங்குமுள்ள பழைய, பலவீனமான பள்ளிக் கட்டிடங்களைத் தகர்த்துவிடுமாறு ஆணையிட்டது. கல்வித் துறையும் பொதுப்பணித் துறையும் வருவாய்த் துறையும் இணைந்தன. திருச்சி மாவட்டத்தில் மட்டும் 410 பள்ளிக் கட்டுமானங்கள் பாதுகாப்பற்றவை என இனங்காணப்பட்டன. அவற்றை இடிக்கிற பணியும் உடன் தொடங்கியது. இவற்றில் வகுப்பறைகள், கழிவறைகள், அடுப்படிகள் எல்லாம் அடங்கும். மேலும் பல மாவட்டங்களில் தகர்ப்பாணை வழங்கப்பட்டது. புதுக்கோட்டை (100), தஞ்சை (96), கரூர் (20), அரியலூர் (126) முதலான மாவட்டங்களில் தகர்க்கப்படவிருக்கும் பள்ளிக் கட்டிடங்களில் மிகுதியும் சிதிலமடைந்தவை என்று தெரிகிறது. இவை அகற்றப்பட வேண்டியவைதான். ஆனால் நெல்லை சாப்டர் பள்ளிச் சுவர் தகர்ந்து விழுந்ததற்கு கட்டுமான விதிகள் பின்பற்றப்படாததும், அதன் தரம் தாழ்வாக இருந்ததும்தான் காரணம் என்று தெரிகிறது. சிதிலமடைந்த கட்டிடங்கள் மட்டுமல்ல, தரக்குறைவான கட்டிடங்களும் அகற்றப்பட வேண்டும்.

இந்தச் சோக நிகழ்விற்குப் பல விதமான எதிர்வினைகள் இருந்தன. சாப்டர் பள்ளி, அரசு உதவி பெறும் பள்ளி. தனியார் பள்ளிகளின் ஒரு கூட்டமைப்பு, அரசுப் பள்ளிக் கட்டிடங்களின் தரத்தை விமர்சிப்பதற்கு இதை வாய்ப்பாக பயன்படுத்திக்கொண்டது. பல தனியார் பள்ளிக் கட்டிடங்கள் பகட்டானவைதான். ஆனால் எல்லாவற்றையும் அப்படிச் சொல்ல முடியாது. நமது சமூகத்திற்கு நினைவாற்றல் சற்றுக் குறைவு. ஜூலை 2004இல் கும்பகோணத்தில் ஒரு தனியார் பள்ளியில் நிகழ்ந்த தீ விபத்தில் 94 இளம் பிள்ளைகள் கருகிப் போயினர். நெருப்பிலிருந்து கட்டிடங்களைப் பாதுகாக்க விதி நூல்கள் இருக்கின்றன (NBC 2005, IS 14435:1997). அந்தப் பள்ளிக் கட்டிடத்தில் அவற்றிலுள்ள யாதொரு விதியும் அனுசரிக்கப்படவில்லை.

விதி பிறழ்ந்ததால் வீழ்பவை பள்ளிக் கட்டிடங்கள் மட்டுமல்ல, ஜூன் 2014இல் சென்னை மவுலிவாக்கத்தில் 11 மாடிக் கட்டிடமொன்று இடிந்து விழுந்ததையும் 61 தொழிலாளர்கள் உயிரிழந்ததையும் நாம் எளிதில் மறந்துவிட முடியாது.

இந்த இடத்தில் இன்னொரு சுற்றுச்சுவரும் நினைவுக்கு வரலாம். டிசம்பர் 2019இல் மேட்டுப்பாளையம் நடூர் பகுதியில் ஒரு மழை இரவில், மேலே இருந்த ஒரு பெரிய வீட்டின் சுற்றுச் சுவர் கீழே இருந்த பல சிறிய வீடுகளின்மீது விழுந்தது. உறக்கத்திலேயே 17 பேர் பலியாயினர். பலரும் மழையைக் கைகாட்டினர். ஆனால் அந்தச் சுவர் வெறும் சுற்றுச்சுவர் அல்ல. ஒரு புறம் உயரமாகவும் மறுபுறம் தாழ்வாகவும் இருக்கும் இரண்டு நிலப் பகுதிகளுக்கிடையே கட்டப்பட்ட தக்கவைப்புச் சுவர் (retaining wall). ஆனால் அதற்கான அடிப்படைப் பொறியியல் விதிகளைப் பின்பற்றி அந்தச் சுவர் கட்டப்படவில்லை (பார்க்க கட்டுரை: தக்கவைப்புச் சுவரின் பொறியியல்).

இன்னொரு விபத்து அக்டோபர் 2017இல் நடந்தது. ஓர் அதிகாலைப்பொழுதில் நாகப்பட்டினம் மாவட்டம் பொறையாரில் ஒரு பணிமனையின் கூரை தகர்ந்து விழுந்தது.

இந்த விபத்துகள் நமக்குச் சொல்வதென்ன? நெல்லையில் விழுந்தது கழிவறைச் சுவர். குடந்தையில் தீக்கிரையானது பள்ளிக் கட்டிடம். சென்னையில் தகர்ந்தது உயர்ந்துகொண்டிருந்த அடுக்ககம். மேட்டுப்பாளையத்தில் உடைந்தது தக்கவைப்புச் சுவர். நாகையில் விழுந்தது ஒரு நாள்பட்ட கூரை. இவற்றில் சில

கட்டுமான காலத்திலேயே தகர்ந்தன. சில பயன்பாட்டுக் காலத்தில் வீழ்ந்தன. சில காலாவதியான பின்பும் அகற்றப்படாததால் தகர்ந்தன. இவற்றில் அரசுக் கட்டிடங்களும் உண்டு, தனியார் கட்டிடங்களும் உண்டு. பலியானவை விலைமதிப்பற்ற மனித உயிர்கள். எல்லா விபத்துகளும் தவிர்த்திருக்கக்கூடியவை. எல்லா அசம்பாவிதங்களும் பொறியியல் ரீதியான குறைபாடுகளினால் நிகழ்ந்தவை.

கட்டிடங்களை எப்படி வடிவமைக்க வேண்டும், தரக் கட்டுப்பாடுடன் எப்படிக் கட்ட வேண்டும் என்பவற்றுக்கான விதிமுறைகளை விரிவாக்க வேண்டும் (பார்க்க கட்டுரை: கட்டிட விதிமுறைகளை விரிவாக்குவோம்). போலவே பயன்பாட்டுக் காலத்தில் பராமரிப்பு விதிகள் முறையாக அனுசரிக்கப்பட வேண்டும் (பார்க்க கட்டுரை: திருவொற்றியூர் தரும் பாடம்).

அரசுக் கட்டிடங்கள், தனியார் கட்டிடங்கள் அனைத்தும் பொறியியல் விதிகளுக்குட்பட்டு வடிவமைக்கப்பட வேண்டும். அவை அரசின் கட்டுமானத் துறைகளால் அங்கீகரிக்கப்பட வேண்டும். கட்டுமான காலத்தில் மேற்பார்க்கப்பட வேண்டும். பயன்பாட்டுக் காலத்தில் பராமரிக்கப்பட வேண்டும். ஆண்டுதோறும் பரிசோதித்து தகுதிச் சான்றிதழ் வழங்கப்பட வேண்டும். காலாவதியானால் தகர்க்கப்பட வேண்டும். இவையெல்லாம் பல வளர்ந்த நாடுகளில் நடப்பவைதான். தமிழகமும் வளர்ந்து வரும் மாநிலம்தான். நாமும் இதற்கான உள்கட்டமைப்பை உருவாக்க வேண்டும். அதற்குக் காலமும் பொருளும் வேண்டி வரும். நமது கட்டிடங்கள் பாதுகாப்பானதாக விளங்க நாம் இவற்றைச் செய்தாக வேண்டும். அதுவே நெல்லைப் பள்ளியிலும் இன்னும் பல்வேறு விபத்துகளிலும் பலியானவர்களுக்கு நாம் செலுத்தும் அஞ்சலியாக அமையும். அதுவே சாப்டர் முதலான கல்வியாளர்களின் தொண்டிற்கு நாம் செலுத்தும் மரியாதையாக இருக்கும்.

இந்து தமிழ் திசை 23.2.2021

14

திருவொற்றியூர் தரும் பாடம்

திருவொற்றியூர் பாடல் பெற்ற தலம். அப்பர், சுந்தரர், ஞானசம்பந்தர் ஆகிய மூன்று நாயன்மார்களும் பாடிய தலம். பட்டினத்தார் தம் கடைசி நாள்களில் வசித்த தலம். ஆனால் இனி இந்த வடசென்னை நகரின் வரலாற்றில் 2021 டிசம்பர் கடைசி வாரத்தில் இடிந்து விழுந்த குடியிருப்பும் இடம்பெறும். இடிபாடுகளில் சிக்காமல் பிழைத்துவிட்ட 24 குடும்பங்களின் நல்வாய்ப்பும், அதேவேளையில் உடுத்திய துணியோடு வீதிக்கு வர நேர்ந்த அவர்தம் கெடுவாய்ப்பும் இன்னும் சில காலம் பேசுபொருளாக இருக்கும்.

திருவொற்றியூர் விபத்துக்கு இரண்டு வாரங்களுக்கு முன்னர் நெல்லை சாப்டர் பள்ளியின் கழிவறைச் சுவர் விழுந்தது. அந்தச் சுவர் விழப் போகும் அபாயம் உள்ளே இருந்த சிறுவர்களுக்குத் தெரியவில்லை. மாறாக, திருவொற்றியூர் கட்டிடம் தகர்ந்து விழப் போகிற சமிக்ஞையை உணர்ந்து, வீடுகளில் இருந்தவர்களை வெளியேற்றுவதற்கு ஒரு சாமரியன் இருந்தார். இடிந்து விழுந்த கட்டிடம் இருக்கும் திருவொற்றியூரின் அருவாக்குளம் பகுதியில் இன்னும் 336 குடியிருப்புகள் உள்ளன. அவற்றில் வசிப்பவர்கள் பலரையும் அச்சம் பீடித்தது. அவர்கள் வசிக்கும் கட்டிடங்களில் அசாம்பாவிதம் நிகழுமானால், இன்னொரு சாமரியன் வருவான் என்பது நிச்சயமில்லை. ஆகவே பலரும் வீட்டைக் காலி செய்தார்கள்.

தமிழக அரசு அருவாக்குளத்தில் வாழத் தகுதியற்ற கட்டிடங்களை அடையாளம் காண வல்லுனர் குழுக்களை அமைத்தது. நகர்ப்புற வாழ்விட மேம்பாட்டு வாரியம் என்று இப்போது அழைக்கப்படுகிற குடிசைமாற்று வாரியத்தின் கட்டிடங்கள், சென்னை நகரில் 123 திட்டப் பகுதிகளிலாக அமைந்து இருக்கின்றன. இவற்றுள் 61 பகுதிகளில் உள்ள 20,453 வீடுகளுக்கு மாற்று வீடுகள் கட்டப்பட வேண்டும் என ஏற்கெனவே பரிந்துரைக்கப்பட்டு இருக்கிறது. இந்த வீடுகள் பலவும் 25 ஆண்டுகளுக்கு முந்தியவை. மீதமுள்ள 62 திட்டப்பகுதிகளில் உள்ள 17,734 வீடுகளைத்தான் வல்லுநர்கள் ஆய்வு செய்தனர்.

சிதிலமடைந்த கட்டிடங்கள் இடிக்கப்பட வேண்டியதுதான். அதேவேளையில் கட்டி முடித்து சில ஆண்டுகளிலேயே ஒரு கட்டிடம் ஏன் இடிந்து விழுகிறது அல்லது இடிக்கப்படுகிறது? இதை எப்படித் தவிர்ப்பது? இந்த விபத்திலிருந்து நாம் கற்கக்கூடிய பாடங்கள் என்னென்ன? இந்தக் கட்டிடங்களின் நோய் நாடி, நோய் முதல் நாடி அதைத் தணிக்க வேண்டும். நமது கட்டிடங்களைப் பாதுகாப்பு மிகுந்ததாக மாற்ற வேண்டும்.

தரங் குறைந்தது ஏன்?

எல்லா விபத்துகளுக்கும் ஒரு வாரம் செய்தி மதிப்பு இருக்கும். அந்த ஊடக கவனம் திருவொற்றியூருக்கும் கிடைத்தது. சமூக ஊடகங்களும் இதில் அடக்கம். ஒரு யூடியுபர் அரசுக் கட்டிடங்கள் எல்லாமே தரம் தாழ்ந்தவை என்று கோபப்பட்டிருந்தார். அது அப்படித்தானா?

சில ஆண்டுகளுக்கு முன்னர் சென்னை நெற்குன்றத்தில் வீட்டு வசதி வாரியம் கட்டிய ஓர் அடுக்ககத்தைப் பார்க்க வாய்த்தது. அது ஐ.ஏ.எஸ் அலுவலர்களுக்கானது. கட்டுமானம் நல்ல தரத்தில் இருந்தது. கடந்த பல ஆண்டுகளாகப் பொதுப்பணித் துறை பல்வேறு அரசு அலுவலகங்களையும், விருந்தினர் மாளிகைகளையும், நீதிமன்றங்களையும், மருத்துவமனைகளையும் கட்டியிருக்கிறது. அந்தக் கட்டிடங்கள் தரமானவைதாமே?

வீட்டு வசதி வாரியம் கடந்த ஐம்பதாண்டுகளாக அரசுப் பணியாளர்களுக்கும் நடுத்தர வர்க்கத்தினருக்கும் அடுக்ககங்களைக் கட்டி வருகிறது. அவை எதிலும் பெரிய அசம்பாவிதங்கள் நிகழவில்லை. ஏனெனில் அதன் பயனர்கள் தங்களுக்கு வேண்டியதைக் கேட்டுப் பெறக்கூடியவர்கள். ஆனால் குடிசை மாற்றுவாரியக் குடியிருப்பின் பயனர்கள் தங்கள் உரிமைகளை அறியார், அதைக் கேட்டுப் பெறும் வலிவும் இலார்.

அவர்கள் இந்த நகரத்தின் கூலித் தொழிலாளர்கள். ஒரு நாகரிகமான குடியிருப்பில் வசிப்பதற்கு ஏற்ற ஊதியத்தை இந்த நகரம் அவர்களுக்கு வழங்கவில்லை. அதனால் அவர்கள் புறம்போக்கு நிலங்களிலும் நடைபாதைகளிலும் ஒதுங்கினார்கள். அவர்களுக்கு ஒரு நல்ல குடியிருப்பை வழங்கும் உன்னத நோக்கத்திற்காகத் தொடங்கப்பட்டதுதான் குடிசை மாற்று வாரியம். ஆனால் அந்த நோக்கத்தின் மேன்மை நடைமுறைப்படுத்துவதில்

நீர்த்துப்போனது. இந்தப் பாத்திரத்துக்கு இந்தப் பிச்சை போதுமானது என்று இடையில் சிலர் முடிவு செய்தார்கள். இந்த மனோபாவம் பயிருக்கு இடையிலான களையாகத்தான் தொடங்கியிருக்கும். ஆனால் விரைவில் மரமாய் வளர்ந்து விட்டது. இதை வெட்டி எறிய வேண்டும். தீர்க்கமான அரசியல் தலைமையால் இதைச் செய்ய முடியும்.

பராமரிப்பின் அவசியம்

அடுத்து, ஒரு நாளிதழ் தனது தலையங்கத்தில் பின்வரும் வினாவை எழுப்பியிருந்தது. 'குடியிருப்புக்கான ஒரு கட்டிடம் 30 ஆண்டுகளுக்கு முன்பே இடிந்து விழுந்திருப்பது, ஒப்பந்ததாரர் தொடங்கி அந்தப் பணியை மேற்பார்வையிட்ட பொறியாளர்கள் வரையில் அனைவரையும் கேள்விக்குள்ளாக்குகிறது. நெல்லையில் தனியார் பள்ளி சுற்றுச்சுவர் இடிந்து குழந்தைகள் பலியானதையடுத்து அப்பள்ளியின் தலைமையாசிரியர், தாளாளர், ஒப்பந்ததாரர் ஆகியோரைக் கைது செய்ததுபோல், குடிசைமாற்று வாரியக் குடியிருப்பு விவகாரத்திலும் நடவடிக்கை எடுக்கப்படுமா?'. இதுதான் வினா.

எடுக்கப்படாது என்பதைவிட எடுக்க முடியாது என்பதுதான் விடை. ஒரு கட்டிடம் நீடித்து நிற்பதற்குத் தரமான கட்டுமானம் எத்துணை முக்கியமோ, அதைப்போலவே முறையான பராமரிப்பும் முக்கியம். கட்டுமான ஒப்பந்தங்களில் ஒப்பந்ததாரரின் பராமரிப்புக் காலம் முன்பெல்லாம் ஓராண்டாக இருந்தது. இப்போது பலரும் அதை இரண்டு ஆண்டுகளாக உயர்த்தி இருக்கிறார்கள். அதற்குப் பின்பு அந்தக் கட்டிடத்தின் உரிமையாளர்தான் பராமரிக்க வேண்டும். இதுதான் சர்வதேச நடைமுறை. அந்தப் பொறுப்பை ஒப்பந்ததாரர் மீதோ, கட்டுமானத்தை மேற்பார்த்த பொறியாளர்கள் மீதோ சுமத்துவது முறையாகாது.

பொறையாறு

இந்த இடத்தில் அக்டோபர் 2017இல் நாகப்பட்டினம் மாவட்டம் பொறையாரில் நடந்த ஒரு விபத்து நினைவுக்கு வரும். பொறையாறு போக்குவரத்துக் கழகத்தின் பணிமனையின் கூரை, ஓர் அதிகாலைப்பொழுதில் தகர்ந்து விழுந்தது. ஓய்வெடுத்துக் கொண்டிருந்த எட்டு ஊழியர்கள் அவர்களது உறக்கத்திலிருந்து விழிக்கவேயில்லை. இந்தப் பணிமனை 1943இல் கட்டப்பட்டது.

இதுபோன்ற பழையதும், புதியதுமான பல கட்டிடங்களில் அரசின் பல்வேறு துறைகள், வாரியங்கள் இயங்கி வருகின்றன. இவற்றில் கல்வி, வருவாய், சட்டம், குடும்பநலம் போன்ற துறைகளின் கட்டிடங்களை மேற்பார்த்துத் தகுதிச் சான்றிதழ் வழங்கி வருகிறது பொதுப்பணித் துறை. ஆனால், பல்வேறு வாரியங்களைச் சார்ந்த கட்டிடங்களையும், மேலும் போக்குவரத்து, தொழில், மீன்வளம், பால்வளம், கால்நடை முதலான பல துறைகளின் கட்டிடங்களையும் அந்தந்தத் துறைகளே மேற்பார்த்துக் கொள்வதாகச் சொல்லப்படுகிறது. எல்லாத் துறைகளிலும் அனுபவமிக்க கட்டிடவியல் பொறியாளர்கள் (civil engineer) இருப்பதில்லை.

பல மேலை நாடுகளிலும் அரசுத் துறையொன்றின் தகுதி வாய்ந்த கட்டிடவியல் பொறியாளர்களே எல்லா அரசுத் துறைக் கட்டிடங்களையும் ஆண்டுதோறும் மேற்பார்த்துத் தகுதிச் சான்றிதழ் வழங்குவார்கள். தமிழகத்திலும் பொதுப்பணித் துறைக்கோ அல்லது வேறு துறைக்கோ இந்தப் பொறுப்பை வழங்க வேண்டும். அவர்கள் தகுதியான கட்டிடவியல் பொறியாளர்களை நியமித்து அவர்களுக்குப் பயிற்சி அளிக்க வேண்டும். எல்லா அரசுக் கட்டிடங்களுக்கும் அவர்களே தகுதிச் சான்றிதழ் வழங்க வேண்டும். தனியார் கட்டிடங்களுக்குத் தகுதிச் சான்றிதழ் வழங்குகிற பணியை அங்கீகரிக்கப்பட்ட கட்டிடவியல் பொறியாளர்களுக்கு வழங்கலாம். தாங்கள் வழங்குகிற சான்றிதழுக்கு அவர்கள் பொறுப்பானவர்களாக இருக்க வேண்டும். அதாவது தவறிழைத்தால் தண்டனை இருக்க வேண்டும்.

மேலை நாடுகளில் ஒவ்வொரு அரசுக் கட்டிடத்திற்கும் ஒரு பராமரிப்புப் பதிவேடு இருக்கும். பராமரிப்பதற்குப் பொறுப்பான பொறியாளரும் நியமிக்கப்பட்டு இருப்பார். கட்டிடத்தில் பழுது நேர்ந்தால் அவர் அதை உடனடியாகச் சீரமைப்பார். ஏற்பட்ட பழுதையும் திருத்த வேலைகளையும் பதிவேட்டில் குறித்து வைப்பார். ஒவ்வொரு ஆண்டும் கட்டிடத்திற்கான தகுதிச் சான்றிதழ் வழங்குவார். அப்படி வழங்கும்போது அவர் மேற்கொள்ள வேண்டிய சோதனைகளைக் குறித்து தெளிவான பட்டியல் இருக்கும். இந்த நடைமுறைகளை நாமும் பின்பற்ற வேண்டும். இதற்காகக் கூடுதல் பொறியாளர்கள் தேவைப்படலாம். பராமரிப்புச் செலவு அதிகரிக்கவே செய்யும். ஆனால் நம்மைச் சுற்றியுள்ள சுவர்களும் தலைக்குமேல் உள்ள கூரையும் எப்போது

விழும் என்று யாரும் அச்சப்பட வேண்டியதில்லை. கட்டிடத்தின் ஆயுள் காலம் முடிவதற்கு முன்னரே அதைத் தகர்த்துவிட்டுப் புதிதாகக் கட்ட வேண்டிய அவசியம் வராது.

நீண்ட ஆயுள் நிறைந்த செல்வம்

இப்போது கட்டிடத்தின் ஆயுள்பற்றிய உரையாடலையும் கேட்க முடிகிறது. ஒரு மொபைல் தினசரிப் பத்திரிகை சென்னையில் உள்ள குடிசைமாற்று வாரிய வீடுகளில் ஆகப் பழையது என்று கோடம்பாக்கம் டிரஸ்ட்புரம் பகுதியில் உள்ள அடுக்ககங்களைக் குறிப்பிட்டிருந்தது. இவை 56 ஆண்டுகளுக்கு முன்பு, அதாவது 1965இல் கட்டப்பட்டவை. அடுத்ததாக, எம்டிபி பகுதியில் உள்ள வீடுகள் (1969), அடையாறு சாஸ்திரி நகர், இந்திரா நகர் (1970), ருக்மிணி நகர் (1972), பிருந்தாவன் நகர் (1973) அடுக்ககங்களும் 'பழைய' வீடுகளின் பட்டியலில் இருந்தது.

ஒரு கட்டிடம் எப்போது பழையதாகிறது? ஒரு கட்டிடத்தின் ஆயுள் எத்துணை ஆண்டுகள்? நகர்ப்புற வாழ்விட மேம்பாட்டு வாரியத்தின் கட்டிடங்களின் ஆயுள் 30 ஆண்டுகள் என்பதாக ஓர் ஆங்கில நாளிதழ் எழுதியிருந்தது. இதை வாரியமே சொன்னதாகவும் அந்தக் குறிப்பில் கண்டிருந்தது. இந்தச் செய்தி சரியானதெனில் அதை வாரியம் விளக்க வேண்டும். ஏனெனில் இது சர்வதேசக் கட்டுமான விதிமுறைகளுடன் பொருந்திப் போகவில்லை.

எல்லாக் கட்டுமானத்திற்கும் 'வடிவமைப்பு ஆயுள்' (design life) உண்டு. தார்ச்சாலைகளுக்கு 20 ஆண்டுகள். கான்கிரீட் சாலைகளுக்கு 40 ஆண்டுகள். கான்கிரீட் கட்டிடங்களுக்கு 50. பாலங்கள், துறைமுகங்கள், சுரங்கங்கள் முதலான உள்கட்டுமானப் பணிகளுக்கு 120. ஒவ்வொரு கட்டுமானத்திற்கும் விதி நூல்கள் உள்ளன. கான்கிரீட் கட்டிடங்களின் விதிநூல் IS 456. அதன்படி அதன் வடிவமைப்பு ஆயுள் 50 ஆண்டுகள். இதன் பொருள், அந்தக் கட்டுமானம் 50 ஆண்டுகள் மட்டுமே நீடித்திருக்கும் என்பதல்ல. அதே வேளையில், எந்தப் பராமரிப்பும் இல்லாவிட்டாலும் அதன் ஆயுள் 50 ஆண்டுகள் நீடித்திருக்கும் என்றும் இதற்குப் பொருளல்ல. தரமாகக் கட்டப்பட்டு, முறையாகப் பராமரிக்கப்பட்ட கட்டிடத்தின் ஆயுள் குறைந்தபட்சம் 50 ஆண்டுகளாக இருக்கும் என்பதுதான் பொருள். பராமரிப்பைப் பொறுத்து அதன் ஆயுள் நீடிக்கும். வளர்ந்த நாடுகளில் ஒரு கட்டிடத்தின் பெறுமதி குறைகிறதா என்பதை அதன் பராமரிப்புப் பொறியாளர் மதிப்பிடுவார். அதில்

திருத்த வேலைகள் செய்யலாமா அல்லது அதைத் தகர்த்துவிடலாமா, இரண்டில் எது ஆதாயகரமானது என்பதையும் அவர் முடிவு செய்வார். எந்த முன்னெச்சரிக்கையும் இல்லாமல் கட்டிடங்கள் இடிந்து விழும் அசம்பாவிதங்கள் அங்கு நிகழ்வதில்லை. தமிழ்நாடு போன்ற ஒரு வளர்ந்த மாநிலத்திலும் இப்படியான விபத்துகளை நாம் அனுமதிக்கலாகாது.

நமது கட்டிடங்கள் விதிநூல்களின்படி வடிவமைக்கப்பட வேண்டும். தரக் கட்டுப்பாடுடன் கட்டப்பட வேண்டும். கட்டுமான காலத்தில் செம்மையாக மேற்பார்க்கப்பட வேண்டும். பயன்பாட்டுக் காலத்தில் முறையாகப் பராமரிக்கப்பட வேண்டும். பழுது நேர்ந்தால் உடனுக்குடன் சீரமைக்கப்பட வேண்டும். ஆண்டு தோறும் பரிசீலிக்கப்பட்டு தகுதிச் சான்றிதழ் வழங்கப்பட வேண்டும். இவை திருவொற்றியூர் தந்த பாடமாக இருக்கட்டும்.

அருஞ்சொல் 31.12.2021

15

சர்வதேசத் தரத்தில் கட்டிடங்கள்.... எட்டாக்கனியா?

கேசவப் பிள்ளை பூங்கா, புளியந்தோப்பு, சென்னை என்கிற முகவரி தவறான காரணங்களுக்காக பிரபலமாகிவிட்டது. குடிசை மாற்று வாரியம் இந்தப் பகுதியில் கட்டிய அடுக்குமாடிக் குடியிருப்புகள் தரம் தாழ்ந்தவையாக இருக்கின்றன என்பது குற்றச்சாட்டு. இது சமூக ஊடகங்களிலிருந்து சட்டமன்றம் வரை விவாதிக்கப்பட்டது. கட்டிடத்தின் பூச்சு சிறிய அழுத்தத்தைக்கூடத் தாங்கக்கூடியதாக இல்லை என்கிறார்கள் குடியேறிய மக்கள். இதற்கு வாரியம் பதிலளித்திருக்கிறது. பூச்சு வேலைக்குப் பயன்படுத்திய எம்-சாண்ட் தரமானதாக இல்லாததால் சில இடங்களில் உதிர்ந்து விழுகிறது. அது சீராக்கப்படும். கட்டிடங்களின் கான்கிரீட் தூண்களும் உத்திரங்களும் தளங்களும் முறையாகக் கட்டப்பட்டவை. ஆகவே கட்டிடம் வலுவானது, அதில் எந்த ஐயமும் வேண்டியதில்லை, என்பதுதான் கட்டிடத்திற்குப் பொறுப்பான செயற் பொறியாளர் அளித்திருக்கும் விளக்கம்.

இதுபோன்ற குற்றச்சாட்டுகளும் ஐயங்களும் எழாமல், சர்வதசேத் தரத்தில் கட்டுமானங்களை உருவாக்க நாம் என்ன செய்ய வேண்டும்?

வடிவமைப்பைச் சரிபார்த்தல்

வடிவமைப்பிலிருந்து தொடங்கலாம். அரசுக் கட்டிடங்களின் வடிவமைப்பைத் துறை சார்ந்த பொறியாளர்களே மேற்கொள்கிறார்கள் அல்லது ஆலோசகர்களை நியமித்துக் கொள்கிறார்கள். எப்படியானாலும் கணக்கீடுகளும் வரைபடங்களும் சுயேச்சையான இன்னொரு பொறியியற் குழுவினரால் சரி பார்க்கப்பட வேண்டும். இது ஒரு சர்வதேச நடைமுறை. இதைப் போலவே, பயன்படுத்த வேண்டிய பொருள்கள், அவற்றின் தரம், கட்டுமானத்தின் ஒவ்வொரு பணியிலும் மேற்கொள்ளப்பட வேண்டிய செய்முறை முதலிய கூறுகள் ஒப்பந்தப்புள்ளியில் *(tender)* இடம்பெறும். இவையும் சரிபார்க்கப்பட வேண்டும்.

வெளிப்படைத்தன்மை

ஒவ்வொரு அரசுத் துறையிலும் பதிவு செய்துகொண்ட ஒப்பந்ததாரர்கள் இருப்பார்கள். பணிகளின் மதிப்பை வைத்து அவர்கள் வகைப்படுத்தப்பட்டும் இருப்பார்கள். ஒவ்வொரு துறையிலும் இவர்கள் மட்டும்தான் போட்டியிடுவார்கள். இதனால் இவர்களுக்குள் பேசி வைத்துக்கொண்டு பணிகளைப் பிரித்துக் கொள்வதும் அவ்வப்போது நடக்கும். இதைத் தடுக்க முடியும். ஒப்பந்தப்புள்ளிகள் இணையத்தின் வாயிலாகக் கோரப்பட வேண்டும். ஒன்றிய- மாநில அரசுகளில் பணியாற்றும் தகுதியும் அனுபவமும் மிக்க எல்லா ஒப்பந்ததாரர்களையும் பங்கேற்க அனுமதிக்க வேண்டும். எல்லா அரசுத் துறைகளும் இணைந்து ஒப்பந்ததாரர்களின் பட்டியலைக்கொண்ட ஒரு தளத்தை இணையத்தில் பேணலாம். ஒப்பந்தப்புள்ளிகளைக் கோருவதிலும் பரிசீலிப்பதிலும் பணிகளை வழங்குவதிலும் வெளிப்படைத்தன்மை வேண்டும். இது தகுதியுள்ளவர்களை ஊக்குவிக்கும். ஆரோக்கியமான போட்டி உருவாகும்.

விலைப்பட்டியலில் வினோதம்

அடுத்து, ஒப்பந்ததாரர்கள் எங்ஙனம் ஏலம் கேட்கிறார்கள்? தமிழக அரசின் கட்டுமானங்கள் பொதுப்பணித்துறை வெளியிடும் விலைப்பட்டியலின் (Schedule of Rates) அடிப்படையில் மதிப்பிடப்படுகின்றன. இந்த விலைப்பட்டியல் ஒவ்வொரு ஆண்டும் புதிப்பிக்கப்படும். மாவட்ட வாரியாகக் கட்டுமானப் பொருள்களின் விலையும் தொழிலாளர்களின் ஊதியமும் சேகரிக்கப்படும். இதன் அடிப்படையில் கட்டுமானத்திற்கான மதிப்பீடு உருவாக்கப்படும். இதில் ஒரு வினோதம் நிகழ்ந்து வருகிறது. இந்த மதிப்பீட்டில் இருந்து கிடைப்பது அந்தக் கட்டுமானத்தின் 'அடக்க விலை'யாக இருக்கும். இதைத்தவிர ஒப்பந்ததாரருக்கு வேறு செலவினங்களும் இருக்கும். அவருக்கு அலுவலகம் இருக்கும். நிரந்தர ஊழியர்கள் இருப்பார்கள். பணிக்கான தளவாடங்களையும் இயந்திரங்களையும் வாகனங்களையும் பராமரிக்க வேண்டும். மேலதிகமாக இந்தப் பணியை அவர் மேற்கொள்வது தேசாபிமானத்தால் அல்ல, லாபம் ஈட்ட. இவற்றுக்காக ஒன்றிய அரசின் பொதுப் பணித்துறை 15% கூடுதலாக அனுமதிக்கிறது. மாறாக தமிழக அரசின் பொதுப்பணித் துறை இதை அனுமதிப்பதில்லை. பங்கேற்கும் போட்டியாளர்கள்

மதிப்பீட்டுத் தொகைக்கு மேலும் ஏலம் கோரலாம். ஆனால் ஒப்பந்தப்புள்ளியை வழங்கும் அலுவலருக்கு மதிப்பீட்டை மிகக் குறைந்த அளவில் தாண்டவே அனுமதி இருக்கும். இது ஒப்பந்ததாரர்களுக்கும் தெரியும். ஆகவே அந்தக் கோட்டைத் தாண்ட மாட்டார்கள். தேவைப்பட்டால் மதிப்பீட்டைவிடக் குறைவான விலையும் கோருவார்கள். நம்புவதற்குக் கடினமாக இருக்கலாம். பல தமிழக அரசுத் துறை ஒப்பந்ததாரர்கள் 'லாபம்' இல்லாமல்தான் ஏலம் கோருகிறார்கள். இதனால் பணிகளின் தரம்தான் முதல் பலியாகும் என்பதை எடுத்துச்சொல்ல வேண்டியதில்லை. ஒப்பந்ததாரர்களுக்கு கட்டுப்படியாகிற விலையுடன் நியாயமான லாபம் கிடைக்க வேண்டும். அதே வேளையில் பணியின் தரத்தில் யாதொரு சமரசத்திற்கும் இடம் தரலாகாது.

சோதனைமேல் சோதனை

அடுத்ததாக, அங்கீகரிக்கப்பட்ட கட்டுமானப் பொருள்களுக்கான தயாரிப்பாளர்கள், பதிவு பெற்ற விற்பனையாளர்களின் பட்டியலையும் எல்லா அரசுத் துறைகளும் இணைந்து உருவாக்கலாம். கூடவே சிமெண்ட், கம்பி, கான்கிரீட், எம்-சாண்ட், ஜல்லி, செங்கல், பிளைவுட், வர்ணம் முதலான பிரதான கட்டுமானப் பொருள்களைப் பரிசோதிப்பதற்கான சுயேச்சையான சோதனைச் சாலைகளை அங்கீகரித்து, அவற்றுக்கான பட்டியலையும் உருவாக்கலாம். இந்த சோதனைச்சாலைப் பரிசோதனைகளைக் கட்டாயம் ஆக்கலாம்.

பொறுப்பு-அதிகாரம்-தண்டனை

பணி நடைபெறும்போது அவற்றை மேற்பார்க்கப் போதுமான பொறியாளர்களும் உதவியாளர்களும் இல்லை என்கிற குறைபாட்டைப் பல அரசுத் துறைகளிலும் கேட்க முடிகிறது. ஒரே நேரத்தில் ஒன்றுக்கு மேற்பட்ட பணிகள் நடக்கும்போது களப் பொறியாளரால் எல்லா இடத்திற்கும் போகமுடியாது. சிலர் மாத ஊதியத்தில் தற்காலிக உதவியாளர்களை நியமித்துக் கொள்கிறார்கள். ஆனால் அந்த உதவியாளர்களுக்கு எந்தப் பொறுப்பும் இராது. பணிகளை மேற்பார்க்கப் போதுமான பொறியாளர்களும் உதவியாளர்களும் நியமிக்கப்பட வேண்டும். இவர்கள் ஒவ்வொரு நாளும் நடந்த வேலைகள், அவற்றின்

அளவுகள், பயன்படுத்தப்பட்ட பொருள்கள், அவற்றின் தரக்கட்டுப்பாட்டுச் சோதனைகள் முதலான விவரங்கள் அடங்கிய தினசரி அறிக்கைகளைத் தயாரிக்க வேண்டும். இவர்களுக்கு உரிய பொறுப்பும் போதிய அதிகாரமும் இருக்க வேண்டும். தவறிழைத்தால் தண்டனை வழங்கப்படவும் வேண்டும்.

பராமரிப்பின் காலம்

மேலும், பணி நிறைவுற்ற முதலாண்டில் குறைபாடுகள் நேர்ந்தால் அவற்றைச் சீராக்குகிற பொறுப்பு ஒப்பந்ததாரருக்கு உண்டு. நல்ல கட்டுமானத்திற்கு இது போதுமானது. ஆனால் குறைபாடுள்ள கட்டுமானங்களில் பராமரிப்புச் செலவுகள் தொடர்ந்துகொண்டே இருக்கும். இதைப் பல துறைகளும் தனியாகக் கணக்கு வைத்துக்கொள்வதில்லை. முதல் பத்தாண்டுகளில் கூடுதல் பராமரிப்புச் செலவுகளை வருத்தி வைக்கும் குறையுள்ள கட்டுமானங்களைக் கட்டிய ஒப்பந்ததாரர்களுக்கு எந்த அரசுத்துறையும் புதிய ஒப்பந்தங்களை வழங்கக்கூடாது.

சர்வதேசத் தரம்

சர்வதேசத் தரம் என்பது எட்டாக் கனியல்ல. வடிவமைப்பு சரி பார்க்கப்பட வேண்டும். ஒப்பந்தப்புள்ளிகளில் வெளிப்படைத்தன்மை வேண்டும். தமிழகப் பொதுப்பணித் துறையின் விலைப்பட்டியலில் லாபம் அனுமதிக்கப்பட வேண்டும். கட்டுமானப் பொருள்கள் சோதிக்கப்பட வேண்டும். போதுமான பொறியாளர்கள் நியமிக்கப்பட்டு அவர்கள் தரக் கட்டுப்பாட்டுக்கு பொறுப்பேற்க வேண்டும். குறைபாடுள்ள கட்டுமானங்களுக்குக் காரணமான ஒப்பந்ததாரர்களை விலக்கி வைக்க வேண்டும். இவையெல்லாம் உலகின் பல்வேறு நாடுகளில் நாளந்தம் நடப்பவைதான். இவற்றை நாமும் நடப்பிலாக்க வேண்டும். அப்போது நம்மாலும் சர்வதேசத் தரத்தில் கட்டிடங்களை உருவாக்க முடியும். புதிய புளியந்தோப்புகள் உருவாகாமல் தடுக்கவும் முடியும்.

இந்து தமிழ் திசை 8.10.21

16

தமிழ்நாட்டின் குடிசையெல்லாம் வீடாகுமா?

குடிசைவாழ் மக்களின் மறுகுடியமர்வுக்கும் மறுவாழ்வுக்கும் வகை செய்யும் புதிய கொள்கையைத் தமிழக அரசு வகுத்து வருகிறது. அதற்கான வரைவு அறிக்கையை 2021ஆம் ஆண்டு அக்டோபர் 12ஆம் தேதி வெளியிட்டது.

நகரங்களைத்தான் மேம்பாலங்களும் தொழிற்கூடங்களும் அடுக்குமாடிகளும் அணி செய்கின்றன. நகரங்களில்தான் வேலைகளும் வாய்ப்புகளும் குவிந்து கிடக்கின்றன. இந்த நகரங்களை உருவாக்குவதிலும் அவற்றை இயக்குவதிலும் பெரும்பங்கு வகிப்பவர்கள் உதிரித் தொழிலாளர்கள்தாம். ஆனால் வறுமையும், அழுக்கும் நிறைந்த குடிசைகளில்தான் நகரம் இவர்களை வாழப் பணித்திருக்கிறது. இந்த எழுதப்படாத விதியை மாற்றி இவர்களுக்கு நாகரீகமான குடியிருப்பை வழங்க வேண்டுமென்பதுதான் இந்தக் கொள்கை அறிக்கையின் நோக்கம். இது சாத்தியம்தானா?

எழுத்தும் செயலும்

நகர மேம்பாட்டாளர்கள் அனைவரும் மறுகுடியமர்வைப் பற்றிப் பேசுவார்கள். சாலை விரிவாக்கம், அணைக்கட்டு, தொழிற்சாலை முதலான பெரிய திட்டங்களுக்கான அறிக்கைகள் அனைத்திலும் பாதிக்கப்படும் மக்களின் மறுகுடியமர்வும் மறுவாழ்வும் விரிவாக இடம் பெறும். ஆனால், பல வளர்ச்சித் திட்டங்களில் புதிய இடம் நகரத்திற்கு வெகு தொலைவில் அமைந்திருக்கும். இங்கே மக்களைக் குடிபெயர்ப்பதுடன் பல நகர மேம்பாட்டாளர்கள் நிறுத்திக்கொள்வார்கள். குடிபெயர்ந்த இடத்தில் அவர்கள் காலூன்றி, புதிய வாழ்க்கையை அமைத்துக் கொள்ள காலம் பிடிக்கும். அதுவரை திட்டத்திற்குப் பொறுப்பானவர்களின் ஆதரவு தொடர வேண்டும். இந்தியாவின் பல நகரங்களில் இது நடப்பதில்லை.

புதிய விதி செய்வோம்

இந்தச் சூழலில்தான் தமிழக அரசின் வரைவு அறிக்கை வந்திருக்கிறது. மறுவாழ்வுக்குத் தெரிவு செய்யப்படும் இடம்,

நகரத்திற்கு அருகாமையில், பேருந்துப் பயணத்தில் அரை மணி நேரத்தில் அடையக்கூடிய தொலைவில் இருக்கவேண்டும் என்கிறது அறிக்கை (பத்தி 5.3). புதிய இடத்தில் இருக்கவேண்டிய வேலை வாய்ப்பு, கல்வி, மருத்துவம் முதலான அடிப்படை வசதிகளைப் பேசுகிறது. அவை இரண்டாண்டுகளுக்குள் நிறைவேற்றப்பட வேண்டும் என்கிற காலக்கெடுவையும் நிர்ணயிக்கிறது (பத்தி 10).

இந்தக் கொள்கை, புதிய திட்டப்பணிகளால் பாதிக்கப்படும் மக்களுக்கானது மட்டுமில்லை, மாநிலமெங்கும் நீர்ப்பிடிப்புப் பகுதிகளிலும் ஆட்சேபகரமான புறம்போக்கு நிலங்களிலும் குடியிருக்கும் குடிசைவாழ் மக்களுக்கும் ஆனது (பத்தி 1).

பின்தங்கிய முன்னோடி

இந்தியாவிலேயே முதன்முதலாகக் குடிசைமாற்று வாரியம் அமைத்த மாநிலம் தமிழ்நாடு. ஆண்டு 1971. அப்போது சென்னையில் 1,202 குடிசைப்பகுதிகள் இனங் காணப்பட்டன. இவற்றில் 1,64,000 குடும்பங்கள் வசித்தன. இந்தக் குடிசைப் பகுதிகளில் சில சீரமைக்கப்பட்டன. பல மாற்றுக்குடியிருப்புகளும் உருவாகின. ‘குடிசையெல்லாம் வீடாகும் நேரத்திலே, நாங்க தெருவோரம் குடியேறத் தேவையில்லை’ என்கிற எம்.ஜி.ஆர் படப்பாடல் அப்போது பிரபலமாக இருந்தது. இந்தத் திட்டத்தின் பலனாக 1986இல் சென்னையில் குடிசைப் பகுதிகளின் எண்ணிக்கை 996ஆகக் குறைந்தது. குடும்பங்களின் எண்ணிக்கை 1,27,000 ஆகியது. ஆனால் மெல்ல மெல்லத் தமிழகத்தின் தனித்துவமான இந்தத் திட்டத்திற்கு முக்கியத்துவம் தரப்படவில்லை. சென்னைப் பெருநகர வளர்ச்சிக் குழுமத்தின் (சி.எம்.டி.ஏ.) இரண்டாவது பெருந்திட்ட அறிக்கையின்படி, 1971 முதல் 2006 வரை (35 ஆண்டுகள்) குடிசைமாற்று வாரியத்தால் 72,000 வீடுகளையே வழங்க முடிந்தது. அதாவது சராசரியாக ஆண்டிற்கு 2,000 வீடுகள். இவை எந்த விதத்திலும் நகரின் பெருகிவரும் குடிசைப்பகுதிகளை மட்டுப்படுத்தப் போதுமானதில்லை. 2011 மக்கள் தொகைக் கணக்கெடுப்பின்படி சென்னைக் குடிசைப்பகுதிகளின் எண்ணிக்கை 2173ஆக உயர்ந்துவிட்டது. இவற்றில் மூன்று லட்சத்திற்கும் மேற்பட்ட குடும்பங்கள் வசிக்கின்றன. தமிழக நகரங்களில் 17% மக்கள் குடிசைகளில் வசிக்கின்றனர். இதுவே சென்னையில் 28% (மும்பை 41%, இந்தியச் சராசரி 17%). இந்தப் புள்ளிவிவரங்கள் தமிழகம் போன்ற முற்போக்கான ஒரு மாநிலத்திற்குப் பெருமை சேர்க்காது. இந்தக் கொள்கை அறிக்கை இந்தப் பிரச்சினைக்கு முகம் கொடுக்கிறது.

இப்போது குடிசைமாற்று வாரியத்தின் பெயர் மாறிவிட்டது- நகர்ப்புற வாழ்விட மேம்பாட்டு வாரியம். பெயர் மாறினாலும் 'ஏழையின் சிரிப்பில் இறைவனைக் காண்போம்' என்கிற ஆதாரக் கொள்கையில் மாற்றமில்லை. அதை அடைய, மாவட்ட வாரியாக ஒவ்வொரு நகரத்திலும் உள்ள குடிசைப் பகுதிகளின் எண்ணிக்கையைக் கணக்கிட வேண்டும்; அவற்றைச் சீரமைப்பதற்கும் மறுகுடியர்மவு செய்வதற்குமான இலக்குகளை நிர்ணயித்துக்கொள்ள வேண்டும். கொள்கை அறிக்கை நிறைவேறிய கையோடு அதை நடைமுறைப்படுத்துதற்கான திசை வழியிலும் தெளிவு இருக்க வேண்டும்.

பல கட்டங்கள்; பல துறைகள்

இந்த மறுகுடியமர்விலும் மறுவாழ்விலும் உள்ள பல கட்டங்களை அறிக்கை பேசுகிறது. மறுகுடியமர்வின் அவசியம் மக்களுக்கு விளக்கப்பட வேண்டும் (பத்தி 5.2). குடியமர்த்தப்பட வேண்டியவர்களின் விவரங்கள் தொகுக்கப்பட வேண்டும் (பத்தி 5.5). மறு குடியமர்வுக்குத் தெரிவு செய்யப்பட்ட இடமும் அங்கு ஏற்படுத்தப்படும் வசதிகளும் தரமானதாக இருக்கவேண்டும் (பத்தி 7). மறுகுடியமர்வு அறிக்கை பொது வெளியில் வைக்கப்பட வேண்டும் (பத்தி 5.6). மக்களின் கருத்துக் கேட்கப்பட வேண்டும் (பத்தி 5.7). புதிய வாழ்விடத்தில் மக்கள் காலூன்றுகிறவரை அரசின் ஆதரவு தொடர வேண்டும்.

இதில் பல அரசுத் துறைகளின் பங்கு இருக்கும். மக்கள் வெளியேற்றப்படுகிற நிலம் ஒரு துறைக்குச் சொந்தமாக இருக்கும். வளர்ச்சித் திட்டத்திற்காக இந்த இடப்பெயர்வு மேற்கொள்ளப்படுகிறது என்றால், திட்டத்திற்குப் பொறுப்பான துறை பிறிதொன்றாக இருக்கும். வருவாய்த் துறையும் காவல் துறையும் உள்ளாட்சி அமைப்புகளும் நகர்ப்புற வாழ்விட மேம்பாட்டு வாரியமும் இந்த இடப்பெயர்வில் முக்கியப் பங்காற்றும்.

ஒருங்கிணைப்பாளர் வேண்டும்

ஆக, இந்த மறுகுடியமர்விலும் மறுவாழ்விலும் பல்வேறு கட்டங்கள் இருக்கின்றன. ஒவ்வொரு கட்டத்தையும் நிறைவேற்ற கணிசமான காலம் வேண்டி வரும். ஒவ்வொரு கட்டமும் வெவ்வேறு அரசுத் துறையின் பொறுப்பில் வரும். இந்தப் பல முனைப் பணிகளை ஒத்திசைவோடு நிறைவேற்ற வேண்டும். ஆகவே ஒவ்வொரு இடப் பெயர்வுக்கும் ஓர் அலுவலரைப்

பொறுப்பாளராக நியமிப்பது பலன் தரும். எல்லாப் பணிகளையும் ஒருங்கிணைக்கிற அதிகாரம் இவருக்கு வழங்கப்பட வேண்டும். தங்கள் பொறுப்பைத் தட்டிக் கழிப்பவர்களை இவரால் தட்டிக் கேட்க முடியும். இவர் பொதுமக்களுக்கு பதில் சொல்லக் கடமைப்பட்டவராகவும் இருக்க வேண்டும். எளிய மக்களின்பால் கரிசனமுள்ளவர்களை இந்தப் பொறுப்பில் நியமிக்க வேண்டும்.

மக்கள் பிரதிநிதிகள் வேண்டும்

ஒவ்வொரு குடிப்பெயர்வின்போதும் அது குறித்து ஆலோசிக்க ஒரு கூட்டுக் குழுவை முன்மொழிகிறது அறிக்கை. ஒட்டு மொத்தமாக அனைத்துக் குடிப்பெயர்வுகளையும் மேற்பார்வையிட மாவட்ட அளவிலும் மாநில அளவிலும் உயர்மட்டக் குழுக்களையும் பரிந்துரைக்கிறது (பத்தி 10.1,10.2). குடிப்பெயர்வுக்கான குழுக்களில் ஊராட்சிப் பிரதிநிதிகளையும், மாவட்ட, மாநிலக் குழுக்களில் சட்டமன்ற உறுப்பினர்களையும் உட்படுத்த வேண்டும். தன்னார்வலர்களுக்கும் பாதிக்கப்பட்ட மக்களின் பிரதிநிதிகளுக்கும் இடம் தரவேண்டும். அப்போது குழுக்களின் கூட்டங்களில் மக்கள் நலன் சார்ந்த உரையாடல்கள் இடம்பெறும்.

வலுக்கட்டாயமாக மக்கள் வாழ்விடங்களிலிருந்து பறித்து வீசப்பட்ட காட்சிகளைப் பார்த்திருக்கிறோம். இந்தக் குடிசைப் பகுதிகள் நகருக்கு நடுவேதான் இருக்கின்றன, நம்மில் பலரும் முகந் திருப்பிக்கொண்டு இவற்றைக் கடந்து போகிறோம். இது நீதமன்று என்பதும் நமது மனசாட்சிக்குத் தெரியும். தமிழக அரசின் புதிய கொள்கை அறிக்கை இந்த அநீதிக்கு எதிரானது. அறிவாளர்களின் கருத்துகளைக் கேட்டு அரசு இந்த அறிக்கையை மேம்படுத்த வேண்டும். ஒவ்வொரு இடப்பெயர்வுக்கும் தொடக்கம் முதல் இறுதிவரை எல்லாக் கட்டங்களையும் ஒன்றிணைக்கிற பொறுப்பு ஓர் அதிகாரிக்கு வழங்கப்பட வேண்டும். இவர் ஒற்றைச் சாளரமாக இருப்பார். தேர்ந்தெடுக்கப்பட்ட மக்கள் பிரதிநிதிகளும் பாதிக்கப்பட்ட மக்கள் பிரதிநிதிகளும் இடப்பெயர்வு தொடர்பான குழுக்களில் அங்கம் வகிக்க வேண்டும். முக்கியமாக, தமிழ்நாட்டு நகரங்களின் குடிசைப்பகுதிகளில் மறுகுடியமர்வுக்கும் மறுவாழ்வுக்குமான இலக்குகள் நிர்ணயிக்கப்பட்டு, அவை நடைமுறைப்படுத்த வேண்டும். அப்போது தமிழ் மண்ணில் குடிசையெல்லாம் வீடாகும்.

இந்து தமிழ் திசை 17.10.21

17

அண்ணா சாலை விபத்து: பொறியியலும் பாதுகாப்பும்

பத்மபிரியாவுக்குத் தெரியாது.

2023ஆம் ஆண்டு ஜனவரி 27 அன்று காலை எட்டரை மணிக்கு எப்போதும்போல் ஆயிரம் விளக்கு மெட்ரோ ரயில் நிலையத்தில் இறங்கினார். அண்ணா சாலை வழியாக நடந்துபோனால் அவரது அலுவலகத்தை 15 நிமிடங்களில் அடையலாம். அன்றைய தினம் அந்த தூரத்தை அவர் கடக்கப் போவதில்லை. அது பத்மபிரியாவுக்குத் தெரியாது. பாதசாரிகளின் பயன்பாட்டிற்காக மட்டுமே நிறுவப்பட்டிருக்கும் நடைபாதையில்தான் நடந்தார். ஒரு கட்டிடம் இடிக்கப்பட்டுக்கொண்டிருந்தது. அதன் சுற்றுச்சுவர் உள்புறமாக இடிக்கப்பட்டிருக்க வேண்டும். ஆனால் அது வெளிப்புறமாக இடிந்து விழுந்தது. கட்டிடத்திற்கும் நடைபாதைக்கும் இடையே தடுப்புத்தட்டி (barricade) இருந்திருக்க வேண்டும். இல்லை. அந்த 23 வயது உசிலம்பட்டிப் பெண்ணிற்கு எதுவும் தெரியப்போவதில்லை.

அந்தக் கட்டிடத்தை இடிப்பதற்கு அனுமதி வழங்கியிருந்தோம். ஆனால் உரிமையாளர்கள் பாதுகாப்பு விதிகளைக் கடைப்பிடிக்கவில்லை. அவர்கள்மீது நடவடிக்கை எடுப்போம். இப்படிச் சொன்னது மாநகராட்சி. இப்போதைய விதிமுறைகளின்படி இந்த விளக்கம் சரியானதுதான். சில சமூக ஆர்வலர்கள், மாநகராட்சி அலுவலர்கள் சரியாகக் கண்காணிக்கவில்லை. அவர்கள்மீது நடவடிக்கை எடுக்கவேண்டும் என்று கோரினார்கள். இப்போதைய விதிமுறைகளின்படி அப்படி நடவடிக்கை எடுத்துவிட முடியாது.

இதில் கட்டிட உரிமையாளரும் அவர் பணியமர்த்திய ஒப்பந்ததாரரும் தவறிழைத்திருக்கிறார்கள். எல்லோருக்கும் தெரிகிறது. ஆனால் தவறு அவர்கள்மீது மட்டும்தானா? நமது நாட்டில் புதிய கட்டிடங்களைக் கட்டுவதற்கான விதிமுறைகளே குறைவு. பழைய கட்டிடங்களை இடிப்பதற்கான விதிமுறைகள் அதனினும் குறைவு. கண்காணிப்பு கட்டாயமில்லை. பல வளர்ந்த, வளரும் நாடுகளோடு ஒப்பிடும்போது நமது நடைமுறைகளின் பலவீனம் துலக்கமாகும்.

ஹாங்காங் மாடல்

எனது ஹாங்காங் அனுபவம் இது தொடர்பான விதிமுறைகளைப் புரிந்துகொள்ள உதவும். நான் 1995இல் ஹாங்காங்கிற்குப் புலம் பெயர்ந்தேன். ஒரு பொறியியல் ஆலோசனை நிறுவனத்தில் பணி. எனக்கு வழங்கப்பட்ட முதல் வேலை ஒரு கட்டிடத்தை இடிப்பதற்கான வரைபடமும் அறிக்கையும் தயாரிக்க வேண்டும். அதுகாறும் கட்டிடங்களைக் கட்டுவதற்குத்தான் வரைபடங்கள் இருக்கும் என்று நம்பி வந்தேன்.

ஒரு கட்டிடத்தை பொறியியல் ரீதியாகவும் எல்லாப் பாதுகாப்பு முன்னேற்பாடுகளுடனும் இடிக்க வேண்டும். அப்போதுதான் அந்தப் பணியில் ஈடுபடுகிற தொழிலாளர்கள், அயல்வாசிகள், பொதுமக்கள் ஆகியோரின் பாதுகாப்பும், அவர்தம் உடைமைகளும் உடல் நலமும் பேணப்படும். இப்படித் தொடங்கியது கட்டிடங்களை இடிப்பதற்கான தொழில்நுட்ப அறிக்கை. ஹாங்காங் கட்டிடத் துறை அந்த அறிக்கையைத் தயாரித்திருந்தது. இது தொடர்பாக மேலும் சில அறிக்கைகள் இருந்தன. தவிர, கள அறிக்கைகளும் கல்விப்புல ஆய்வறிக்கைகளும் எனக்கு வாசிக்கக் கிடைத்தன. 1998இல் இந்த அறிக்கைகளை ஒருங்கிணைத்து ஒரு வரைவு விதிநூல் உருவானது. அது அனுபவ வெளிச்சத்தில் மேம்பட்டுத்தப்பட்டு 2004இல் கட்டிடங்களை இடிப்பதற்கான விதி நூலாக *(Code of Practice for Demolition of Buildings 2004)* மாறியது. ஹாங்காங் சட்டமன்றத்தில் முறையாக நிறைவேற்றப்பட்டு அதன் சகல விதிகளும் சட்டபூர்வமாக்கப்பட்டன. அந்த நகரில் ஒரு கட்டிடத்தை இடிப்பதற்கு முன்னர் சில கட்டங்களைத் தாண்டியாக வேண்டும்.

முதலில் இடிக்கப்படவேண்டிய கட்டிடத்தின் வரைபடங்களைச் சேகரிக்க வேண்டும். வரைபடங்கள் குறைவாகவோ, இல்லாமலோ இருந்தால் புதிய வரைபடங்களை உருவாக்க வேண்டும். அந்தக் கட்டிடத்தின் பாரம் எப்படி அடித்தளத்திற்குச் செல்கிறது என்பதை மதிப்பிட வேண்டும். தளங்களிலிருந்து, உத்திரங்களுக்கு, உத்திரங்களிலிருந்து தூண்கள் அல்லது சுவர்களுக்கு, அதிலிருந்து அடித்தளத்திற்கு என்பதாக இந்தப் பாரப் பாதை *(load path)* அமைந்திருக்கும். இந்தப் பாரப் பாதையின் வரிசைப்படியே இடிக்க வேண்டும். அதாவது, முதலில் தளம், அடுத்து உத்திரம், அடுத்து தூண்- இப்படி. இவற்றையெல்லாம் வரைபடத்தில் தெளிவாகக் குறிப்பிடவேண்டும். வரிசை மாறினால் விபரீதம் விளையும்.

அடுத்து கட்டிடத்தில் பயன்படுத்தப்பட்டிருக்கும் பொருள்கள், அவற்றின் தரம் முதலியவற்றை மதிப்பிட வேண்டும். இதன் மூலமே எந்தப் பகுதிகளைக் கைக்கருவிகளால் மட்டுமே இடிக்க வேண்டும், எந்தப் பகுதிகளில் இயந்திரங்களைப் பயன்படுத்தலாம் என்பதை நிர்ணயிக்க முடியும். ஜேசிபி முதலான இயந்திரங்களைப் பயன்படுத்த வேண்டுமெனில் தளங்களின் தாங்குதிறன் நிறுவப்பட வேண்டும். இடிக்கப்பட்ட சிதைகூளங்கள் உள் நோக்கித்தான் விழ வேண்டும்.

இடிப்புப் பணி தொடங்குதற்கு முன்னால் சில வேலைகள் இருக்கின்றன. நடைபாதைக்கும் இடிக்கப்பட வேண்டிய கட்டிடத்திற்கும் இடையில் தடுப்புத்தட்டி அமைக்க வேண்டும். நடைபாதையில் கூரையுடன் கூடிய பாதை (covered walkway) அமைக்க வேண்டும். இந்தக் கூரையின்மீது தாங்கு தட்டி (catch platform) அமைக்க வேண்டும். கட்டிடத்திலிருந்து தப்பித்தவறி சிதைகூளங்கள் விழுந்தால், அவை இந்த தாங்குதட்டியில்தான் விழும். தடுப்புத்தட்டிக்கும் கட்டிடத்திற்கும் இடையில் மூங்கில் சாரம் அமைத்து அதில் நெருக்கமான கண்ணிகளைக்கொண்ட நைலான் வலை கட்ட வேண்டும். இந்த முன்னேற்பாடுகள் முடிந்ததும் சான்று பெற வேண்டும். அதன் பிறகே இடிப்பதற்கான அனுமதியை கட்டிடத்துறை நல்கும்.

சான்றளிப்பது யார்? அரசின் அங்கீகாரம் பெற்ற ஒரு கட்டிடக் கலைஞரையும் (architect) ஒரு கட்டமைப்புப் பொறியாளரையும் (structural engineer) மனையின் உரிமையாளர் நியமிக்க வேண்டும். இவர்கள் பழைய கட்டிடங்களை இடிப்பதற்கும் புதிய கட்டிடங்களைக் கட்டுவதற்குமான வரைபடங்கள், கணக்கீடுகள், அறிக்கைகள், பரிசோதனை முடிவுகள் முதலானவற்றை அரசுக்குச் சமர்ப்பிப்பார்கள். அரசின் ஒப்புதல் பெறுவார்கள். தொடர்ந்து கட்டிடம் அங்கீகரிக்கப்பட்ட வரைபடங்களின்படியும், விதிமுறைகளின்படியும் பாதுகாப்போடு இடிக்கப்படுகிறதா/ கட்டப்படுகிறதா என்று கண்காணிப்பார்கள். இவர்கள்தான் கட்டிடத்தின் ஒவ்வொரு கட்டத்திலும் இது அடுத்த கட்டத்திற்குப் போகலாம் என்று சான்றளிப்பார்கள். இதற்காக இவர்கள் மேற்பார்வையாளர்களை நியமித்துக்கொள்ளலாம். இவர்களுக்கு அதிகாரமுண்டு, சுதந்திரமுண்டு, தவறிழைத்தால் தண்டனையுமுண்டு.

இந்திய மாடல்

இந்திய தேசியக் கட்டிட விதிநூலில் (National Building Code of India) ஒரு கட்டிடம் எப்படி இடிக்கப்பட வேண்டும் என்பதற்கான

பாதுகாப்பு விதிகள் உள்ளன. இந்த விதிகளை உரிமையாளர் பின்பற்ற வேண்டும். ஆனால் உரிமையாளர் பலரும் இப்படியான விதிகள் இருப்பதை அறிய மாட்டார்கள். மேலும் விரிவான வரைபடங்களைச் சமர்ப்பித்து ஒப்புதல் பெறுவது நமது நாட்டில் அவசியமில்லை. இருக்கிற விதிகள் பின்பற்றப்படுகின்றனவா என்று கண்காணிக்க முறையான அமைப்பும் இல்லை. முழுப் பொறுப்பும் உரிமையாளரையே சாரும். ஆனால், எல்லா உரிமையாளர்களும் தார்மீகப் பொறுப்போடு நடந்துகொள்வதில்லையே!

என்ன செய்யலாம்?

இந்தியா எங்கும் இதுதான் நிலைமை. ஆனால் தமிழ்நாடு முன்னேறிய மாநிலம். நாம் மற்றவர்களுக்கு முன்னுதாரணமாக அமையலாம். எப்படி? இடிபாட்டு விதிகளையும் கட்டமைப்பு விதிகளையும் மேம்படுத்த வேண்டும். விரிவான வரைபடங்களையும் அறிக்கைகளையும் சமர்ப்பிப்பதை கட்டாயமாக்க வேண்டும். இதற்காகக் தகுதியும் அனுபவமும் வாய்ந்த கட்டமைப்புப் பொறியாளர்களும் கட்டிடக் கலைஞர்களும் அங்கீகரிக்கப்பட வேண்டும். தமிழ்நாடு தேர்வாணையம் இவர்களுக்கான தகுதிகாண் தேர்வுகளை நடத்தலாம். கட்டிடம் விதிகளின்படி இடிக்கப்படுகிறதா (அல்லது கட்டப்படுகிறதா), பணிகள் பாதுகாப்பான முறையில் நடக்கின்றனவா என்றும் இவர்கள் கண்காணிக்க வேண்டும். இவற்றைச் சட்டபூர்வமாக்க வேண்டும். அப்போது தங்களது வடிவமைப்புப் பணிக்கும் கண்காணிப்புப் பணிக்குமான ஊதியத்தை இவர்கள் உரிமையாளரிடமிருந்து பெற முடியும். விபத்துகள் நேர்ந்தால் அதற்கு இவர்கள் பொறுப்பாக்கப்படவும் வேண்டும். அரசுப் பொறியாளர்களால் எல்லாக் கட்டுமானப் பணிகளையும் கண்காணிக்க முடியாது. அது அவசியமும் இல்லை.

நம்முடைய நாட்டில் கட்டிடங்களை இடிப்பதற்கான விதிமுறைகள் பலவீனமானவை. இருக்கும் விதிகளும் பின்பற்றப்படுவதில்லை. அவை கண்காணிக்கப்படுவதுமில்லை. இவை எதுவும் பத்மபிரியாவுக்குத் தெரியாது. நமது சட்டங்களின் மீதும் அதன் மாட்சிமையின் மீதும் நம்பிக்கை வைத்திருந்த எளிய குடிநபர் அவர். அண்ணா சாலைக் கட்டிடத்தின் சுவர் அந்த நம்பிக்கையின் மீதுதான் விழுந்திருக்கிறது. இப்படியான விபத்துகள் தொடர்வதை நாம் அனுமதிக்கலாகாது. அதுவே பத்மபிரியாவுக்கு நாம் செலுத்தும் அஞ்சலியாக அமையும்.

அருஞ்சொல் 31.1.2023

18

பாரிமுனையும் பட்டாளமும் பழைய கட்டிடங்களும்

பெரம்பூர் பாரக்ஸ் சாலை, சென்னை பட்டாளம் பகுதியில் இருக்கிறது. இந்தச் சாலையிலிருந்த ஒரு பழைய கட்டிடம் 2023, மே மாதம் 3ஆம் தேதி இடிந்து விழுந்தது. சமீப காலத்தில் நடந்த இப்படியான இரண்டாவது விபத்து இது. பாரிமுனையையும் மண்ணடியையும் இணைக்கும் அரண்மனைக்காரன் தெருவிலிருந்த ஒரு பழைய கட்டிடம் ஏப்ரல் 19 அன்று இடிந்து விழுந்தது. பட்டாளம்-கட்டிடம் 100 ஆண்டுகள் பழமையானது என்கிறார்கள். பாரிமுனை-கட்டிடத்தின் வயது 60 ஆண்டுகளாக இருக்கலாம்.

இரண்டு விபத்துகளும் மக்கள் நடமாட்டம் மிகுந்த தெருக்களில் நடந்தன. கட்டிடங்கள் தகர்ந்து விழுந்த சில நிமிடங்களுக்குள் மாநகராட்சி, தீயணைப்புத் துறை, காவல் துறை ஊழியர்களும் பேரிடர் மீட்புக் குழுவினரும் சம்பவத் தலங்களை அடைந்தனர்.

இரண்டு கட்டிடங்களும் வீழ்ந்தபோது நல்வாய்ப்பாக உள்ளே யாரும் இல்லை. சென்னை மாநகராட்சி நகரின் சிதிலமடைந்த கட்டிடங்களைப் பட்டியலிட்டிருக்கிறது. அதில் பட்டாளம் கட்டிடமும் இருந்திருக்க வேண்டும். கடந்த பிப்ரவரியில் கட்டிடத்தைவிட்டு வெளியேறுமாறு அதன் உரிமையாளர்களிடம் மாநகராட்சி கேட்டுக்கொண்டது. அதற்குப் பலன் இருந்தது. விபத்து நடந்தபோது கட்டிடத்தில் யாருமில்லை.

பாரிமுனைக் கட்டிடம் பட்டியலில் இருந்ததா என்று தெரியவில்லை. கட்டிடத்தில் திருத்தப் பணிகள் நடந்து கொண்டிருந்தன. அதில் நான்கு புலம்பெயர்ந்த தொழிலாளர்கள் ஈடுப்பட்டிருந்ததாகத் தெரிகிறது. ஆகவே இடிபாடுகளுக்குள் எவரும் சிக்கவில்லை என்பதை மீட்புக் குழுவினர் தங்கள் உணரிகள் (sensor) மூலமும் மோப்ப நாய்கள் மூலமும் உறுதிப்படுத்திக்கொண்ட பின்னரே இடிபாடுகளை அகற்றினர்.

பாரிமுனைக் கட்டிடத்தை பாரத் சந்த் என்பவர் சமீபத்தில்தான் விலைக்கு வாங்கியிருக்கிறார். திருத்த வேலைகளை முகேஷ் எனும் ஒப்பந்ததாரரிடம் கொடுத்திருக்கிறார். அவர் கட்டுமான வேலையை மேற்பார்க்க ராஜேஷ் என்பவரைப் பணிக்கு அமர்த்தியிருக்கிறார். இந்த மூவரின் மீதும் வழக்குப் பதிவு செய்திருக்கிறது காவல் துறை.

சென்னை மாநகராட்சி, முதற்கட்டமாக நகரில் 337 கட்டிடங்கள் சிதிலமடைந்தவை எனப் பட்டியலிட்டிருக்கிறது. எனில், இந்தக் கட்டிட உரிமையாளர்கள் எல்லோருக்கும் அவர்களது கட்டிடங்களை இடிக்கச் சொல்லி இன்னும் அறிவிக்கை வழங்கப்படவில்லை. விபத்து நடந்த பட்டாளம் கட்டிடத்தில், வீட்டைக் காலி செய்யுமாறு அறிவுறுத்திய மாநகராட்சி, கட்டிடத்தை இடிக்கச் சொல்லி முறையான அறிவிக்கை வழங்கவில்லை என்று தெரிகிறது. ஆகவே கட்டிடம் இடிக்கப்படவில்லை. எனினும் தானாகவே இடிந்து விழுந்துவிட்டது.

அறிவிக்கை வழங்கப்பட்ட கட்டிட உரிமையாளர்களில் சிலர் தங்கள் கட்டிடம் பராம்பரியச் சிறப்பு மிக்கது, ஆகவே இடிக்கக்கூடாது என்று வாதிடுகிறார்கள். வேறு சிலர், தங்கள் கட்டிடங்களில் வாடகைக்கு இருப்பவர்களுடனோ அல்லது உரிமையாளர்களுக்கு இடையிலோ நீதிமன்றத்தில் வழக்கு நிலுவையில் இருக்கிறது, ஆகவே தங்களால் இடிக்க முடியவில்லை என்று சொல்லி வருகிறார்கள். ஆக, மாநகராட்சி சிதிலமடைந்ததாக இனங்கண்ட கட்டிடங்களில் பல இடிக்கப்படவில்லை. இதிலுள்ள சட்டப் பிரச்சினைகள் ஒரு புறம் இருக்கட்டும். இதன் பொறியியல் கூறுகளைப் பார்க்கலாம்.

எது சிதிலமடைந்த கட்டிடம்?

ஒரு கட்டிடத்தின் ஆயுள் எத்தனை ஆண்டுகள்? கான்கிரீட் கட்டிடங்களின் வடிவமைப்பு ஆயுள் (design life) 50 ஆண்டுகள். அதாவது விதிநூல்களின்படி தரமாகக் கட்டப்பட்டு முறையாகப் பராமரிக்கப்பட்ட ஒரு கான்கிரீட் கட்டிடத்தின் குறைந்தபட்ச ஆயுள் 50 ஆண்டுகள். தரமான கட்டிடங்கள் விதிக்கப்பட்ட 50 ஆண்டுகளைவிட அதிக காலமும் நீடித்திருக்கும். செங்கற்களாலும் கருங்கற்களாலும் சுண்ணாம்புக் காரையாலும் கட்டப்பட்ட கட்டிடங்கள் பொதுவாக கான்கிரீட் கட்டிடங்களைவிட நீடித்துழைக்கும்.

பட்டாளம்-கட்டிடம் கட்டப்பட்ட காலத்தில் கான்கிரீட் புழக்கத்தில் இருந்திருக்காது. சுண்ணாம்புக் காரையால் கெட்டிக்கப்பட்ட தளங்கள் (slabs), அவற்றைத் தாங்கும் உத்திரங்கள், உத்திரங்களைத் தாங்கும் செங்கற் சுவர்கள் என்பதாக அந்தக் கட்டிடத்தின் பாரப்பாதை (load path) அமைந்திருக்கலாம். பாரிமுனைக் கட்டிடத்தை அதன் கட்டுமானக் காலத்தை வைத்து

மதிப்பிடும்போது அதில் கான்கிரீட் தூண்களும் உத்திரங்களும் இருந்திருக்க வாய்ப்பு குறைவு. ஆனால் கான்கிரீட் தளங்கள் இருந்திருக்கலாம். அவற்றை செங்கற் சுவர்கள் தாங்கியிருக்கலாம்.

ஒரு கட்டிடத்தின் வயதை வைத்து மட்டும் அது சிதிலமடைந்ததாகச் சொல்லிவிட முடியாது. தரமாகக் கட்டப்பட்டு முறையாகப் பராமரிக்கப்பட்டு வரும் கட்டிடங்கள் நூறாண்டுகளைக் கடந்தும் நீடிக்கும். வயது குறைந்த கட்டிடங்கள் கட்டுமான, பராமரிப்புக் குறைபாடுகளால் விரைவில் பழுதடையும். பழுதடைந்த கட்டிடங்களைத் திருத்தப் பணிகள் மூலம் மேம்படுத்தலாம். ஆனால் திருத்தப் பணிகள் மேற்கொள்ள முடியாத நிலையை எட்டிய கட்டிடங்கள் இருக்கும். அது பொறியியல் ஆய்வில் தெரிய வரும். அவைதான் சிதிலமடைந்த கட்டிடங்கள். அவற்றை இடித்தே தீர வேண்டும். அது கட்டிடங்களில் வசிப்பவர்களின் பாதுகாப்புக்காக மட்டுமல்ல, அயல்வாசிகளுக்கும் சாலைப் பயனர்களுக்கும் அவசியமானது.

என்ன செய்யலாம்?

முதலாவதாக, அரசு வல்லுநர் குழு ஒன்றை நிறுவி பாரிமுனை விபத்திற்கான காரணங்களை ஆராயலாம். இந்தக் கட்டிடம் சிதிலமடைந்திருந்ததா? அது உரிமையாளருக்கும் பொறியாளருக்கும் ஒப்பந்ததாரருக்கும் தெரியவில்லையா? இந்தக் கட்டிடத்தில் மேற்கொள்ளப்பட்டவை திருத்தப் (repair) பணிகளா, சீரமைப்புப் (retrofit) பணிகளா? அதற்கான வரைபடங்களைத் தயாரித்தது யார்? அவர்கள் கட்டிடத்தின் உறுதித்தன்மையைப் பரிசோதித்தார்களா? பணிகளின்போது ஏதேனும் பாரந்தாங்கும் சுவர்களின் (load bearing walls) மீது தவறுதலாக கை வைத்துவிட்டார்களா? இந்தக் கேள்விகளுக்கான விடைகளை இந்தக் குழு கண்டறிய வேண்டும். அப்போது இந்தக் கட்டிடத்தில் நேர்ந்த தவறுகளிலிருந்து பாடம் படிக்க ஏதுவாகும்.

இரண்டாவதாக, எந்தக் கட்டிடமாக இருந்தாலும் சீரமைப்புப் பணிகளை மேற்கொள்வதற்கு முன்னர் வரைபடங்கள், கணக்கீடுகள் முதலானவற்றைச் சமர்ப்பித்து மாநகராட்சியின் ஒப்புதல் பெறுவதைக் கட்டாயமாக்க வேண்டும்.

அடுத்ததாக, நகரின் சிதிலமடைந்த கட்டிடங்களைப் பட்டியலிட்டு, அவற்றை இடிப்பதற்கான அறிவிக்கைகளை வெளியிட வேண்டும். சிதிலமடைந்த கட்டிடங்களை பொறியியல் ஆய்வின் வழியாக

இனங்காண பொதுப்பணித்துறையின் ஒத்துழைப்பை நாடுவோம் என்று சொல்லியிருக்கிறார் மாநகராட்சியின் தலைமைப் பொறியாளர். கல்விப் புலத்திலும் களப் பணியிலும் ஈடுப்பட்டிருக்கும் கட்டுமானப் பொறியாளர்களையும் இந்தப் பணியில் உட்படுத்தலாம்.

பொறியியல் ஆய்வின் அடிப்படையில் பழுதுபார்க்க வேண்டிய கட்டிடங்களையும் சிதிலமடைந்த கட்டிடங்களையும் தனித்தனியே பட்டியலிட வேண்டும். குறிப்பிட்ட கால அவகாசத்திற்குள் முன்னதில் திருத்தப் பணிகள் மேற்கொள்ளவும், பின்னததைத் தகர்க்கவும் ஆணை பிறப்பிக்க வேண்டும். இது தொடர்பாக இப்போதுள்ள சட்டங்களை மேம்படுத்த வேண்டும். கட்டிட உரிமையாளர்கள் சாக்கு போக்குச் சொல்லித் தப்பித்துக்கொள்வதைத் தடுக்க வேண்டும்.

கடைசியாக, எல்லாத் தனியார் கட்டிட உரிமையாளர்களும் தங்கள் கட்டிடங்களுக்கான உறுதிப்பாட்டுச் சான்றிதழ் *(stability certificate)* பெற வேண்டும் என்பதைக் கட்டாயமாக்கலாம். இந்தச் சான்றிதழ்களை வழங்க தகுதி வாய்ந்த கட்டுமானப் பொறியாளர்களை அரசு அங்கீகரிக்கலாம். இவர்களுக்குக் கட்டிட உரிமையாளர்கள் வழங்க வேண்டிய ஊதியத்தையும் அரசே நிர்ணயிக்கலாம்.

உறுதிப்பாட்டுச் சான்றிதழ் வழங்கும் நடைமுறையைத் தொடர்ச்சியாகக் கடைப்பிடிக்க வேண்டும். இருபதாண்டுகளுக்கு மேலான கட்டிடங்களுக்கு ஈராண்டுகளுக்கு ஒரு முறையும், முப்பதாண்டுகளுக்கு மேலான கட்டிடங்களுக்கு ஆண்டுக்கு ஒரு முறையும் இந்தச் சான்றிதழ் பெறுவதைக் கட்டாயமாக்கலாம்.

பெரம்பூர் பாரக்ஸ் சாலை, பட்டாளம் என்பவை காரணப்பெயர்கள். இருநூறு ஆண்டுகளுக்கு முன்பு மெட்ராஸ் ராணுவத்தின் முகாம் அமைந்திருந்த பகுதிகள் அவை. முன்னூறு ஆண்டுகளுக்கு முன்பு சென்னைக்கு வணிகம் செய்ய வந்த ஆர்மேனியர்களின் பெயரால் அமைந்த தெருதான் தமிழரின் பேச்சு வழக்கில் அரண்மனைக்காரன் தெரு ஆகியது. சென்னை நகரம் தொன்மையானது. அதன் தெருக்கள் பலவும் வரலாற்றை ஏந்தி நிற்கின்றன. அதில் பழைய கட்டிடங்கள் இருக்கவே செய்யும். அவை பாதுகாப்பானதாக இருக்க வேண்டும். அதற்குப் பழைய கட்டிடங்களைத் தொடர்ந்து ஆய்வுக்கு உட்படுத்த வேண்டும். சிதிலமடைந்த கட்டிடங்களை அடையாளப்படுத்தவும் அப்புறப்படுத்தவும் வேண்டும்.

‘இந்து தமிழ்திசை’ 10.05.2023

19

சென்னையில் வெள்ளத்தைத் தவிர்க்க ஒரு செயல்திட்டம்

நீரின்றி அமையாது உலகு என்பது தமிழ்ச் சமூகத்திற்குத் தெரியும். ஆகவேதான் அது மாமழையைப் போற்றியது. வண்ணநிலவன் ஒரு கதையில் இப்படி எழுதுகிறார்: 'கோமதி மழையைப் பார்த்துக் கொண்டிருந்தாள். மழைக்குள் பேச எதுவுமே இல்லை. யாரும் மழை பெய்கிறபோது பேசுகிறதே இல்லை.' ஏனெனில் மழை பேசுகிறது. அது கோமதிக்குக் கேட்கிறது. சென்னைவாசிகளிடமும் மழை பேசியது. முன்னொரு காலத்தில் அவர்கள் கேட்டார்கள். அப்போது அது அவர்களுக்கு இசையாக ஒலித்தது. ஆனால் இடையில் எப்போதோ அவர்களுக்கு அது இரைச்சலாக மாறிவிட்டது.

2022 நவம்பர் மாத மழை நாள் ஒன்றில் ஒரு தொலைக்காட்சிச் செய்தியாளர் முழங்கால் அளவுத் தண்ணீரில் நின்றபடி இப்படிச் சொன்னார்: "நல்ல காலம். மழை நின்றுவிட்டது." மழை பெய்தால் நல்ல காலம் என்பது போய், மழை நின்றால் நல்ல காலம் என்றாகிவிட்டது. மழை சென்னைக்கு வேண்டாத விருந்தாளி ஆகிவிட்டது.

2021 நவம்பர் 7 முதல் 12 வரை ஆறு நாள்களில் சென்னை நகரில் பெய்த மழையின் அளவு 460 மில்லிமீட்டர்(மிமீ). 2022 அக்டோபர் 31 முதல் நவம்பர் 2 வரை மூன்று நாள்களில் நகரில் பெய்த மழை 205மிமீ.

2021ஆம் ஆண்டு நவம்பரில் பெய்த மழை, நகரின் சராசரிப் பொழிவைக் காட்டிலும் ஐந்து மடங்கு அதிகமானது என்றது வானிலை மையம். 2022 நவம்பரில் பெய்ததும் சராசரிப் பொழிவைக்கால் அதிகம்தான். 2021ஐ ஒப்பிடும்போது 2022இல் வெள்ளத்தின் பாதிப்பு குறைவாக இருந்தது. இதற்கு நகரின் பல இடங்களில் சீரமைக்கப்பட்ட மழைநீர் வடிகால்கள் பெரிதும் உதவியாக இருந்தன. எனினும் இன்னும் செய்யவேண்டிய பணிகள் இருக்கின்றன. பிரச்சினையின் மூலத்தைப் புரிந்து கொள்வது நம்மை நிரந்தரத் தீர்வுக்கு இட்டுச்செல்லும்.

சென்னைப் பெருவெள்ளம்

2015ஆம் ஆண்டு வெள்ளத்தை நம்மால் மறக்க முடியாது. 500 பேர் உயிரிழந்தனர். 18 லட்சம் பேர் இடம் பெயர்ந்தனர். மழை வெள்ளத்தால் நேர்ந்த இழப்பின் மதிப்பு ரூ.20,000 கோடி. அந்த நவம்பர் மாதம், சென்னையில் பெய்த மழையின் அளவு 1219மிமீ. இது நகரில் நவம்பர் மாதம் முழுமையும் பொழிகிற சராசரி அளவான 407மில்லி மீட்டரைவிட மூன்று மடங்கு அதிகம். 2015 டிசம்பர் 1ஆம் தேதி தாம்பரத்தின் மழைமானி காட்டிய அளவு 494மிமீ. ஒரு மாத மழையைவிட இந்த ஒரு நாள் மழை அதிகமானது. கடந்த நூறாண்டுகளில் 2015ஆம் ஆண்டைப்போல் கொட்டியதில்லை மழை.

நூறாண்டுகளில் பெய்யக்கூடிய அதிக சாத்தியம் உள்ள மழையளவை நீரியல் நிபுணர்கள் நூறாண்டு-மழை (100-year rain) என்று அழைக்கிறார்கள். இதைப்போலவே பத்தாண்டு-மழை, ஐம்பதாண்டு-மழை, இருநூறாண்டு-மழை என்பனவும் உண்டு. ஒரு நகரத்தில் ஆவணப்படுத்தப்பட்ட மழையளவைக்கொண்டு இவற்றைக் கணக்கிடுவார்கள். நூறாண்டு-மழையானது நூறாண்டுகளுக்கு ஒரு முறைதான் வருமென்று எடுத்துக்கொள்ள முடியாது. இடையிடையேயும் வரும்.

ஹாங்காங் உதாரணம்

2015இல் சென்னையில் பெய்த மழை நூறாண்டு-மழையாக இருக்கலாம். அதனினும் சக்தி வாய்ந்த மழையாகவும் இருக்கலாம். எனில், வளர்ந்த நகரங்கள் பலவற்றில்கூட நூறாண்டு-மழைக்கான வடிகால்கள் அமைக்கப்படுவதில்லை. எடுத்துக்காட்டாக ஹாங்காங்கில் சாலையோர மழைநீர் வடிகால்கள் ஐம்பதாண்டு-மழையைக் கணக்கில்கொண்டே வடிவமைக்கப்பட்டவை. அதாவது ஐம்பதாண்டுகளில் பெய்வதற்கு சாத்தியமுள்ள அதிகப்படியான மழையை இவை உடனடியாகக் கடத்திவிடும். அதே வேளையில் இந்த வடிகால்கள் போய்ச்சேரும் பிரதான வாய்க்கால்கள் இருநூறாண்டு-மழையை எதிர்கொள்ளும் ஆழமும் அகலமும் கொண்டவை. இப்போது ஹாங்காங்கில் நூறாண்டு-மழையொன்று பெய்தால், சாலைகளில் மழைநீர் தேங்கவே செய்யும். ஆனால் சில மணிநேரங்களில் அவை அளவிற் பெரிய பிரதான வாய்க்கால்களில் வடிந்துவிடும்.

ஹாங்காங் பரப்பளவிலும் மக்கள்தொகையிலும் சென்னைப் பெருநகரத்தோடு ஒப்பிடத்தக்கது. கடந்த சில தசாப்தங்களில் ஹாங்காங் அதிவேகமாக நகர்மயமாகியது. ஓர் ஊர் மென்மேலும் நகர்மயமாகிறபோது கூடுதல் மழைநீர் வடிகால்களும் வாய்க்கால்களும் வேண்டிவரும்.

மண்தரையும் குறைவான வீடுகளும் மரம் செடிகளும் உள்ள கிராமப்புற நிலத்தில் பெய்கிற மழையில் 40% நீர் ஆவியாகும், 40% நீரை நிலம் ஈர்த்துக்கொள்ளும், 20% நீர் நிலத்தின்மீது ஓடும். மாறாக நெருக்கமான கட்டிடங்களும் சாலைகளும் மிகுந்த நகர்ப்புறத்தில் 30% ஆவியாகும், 10% நிலத்தடியில் போகும், 60% நீர் சாலைகளில் மிகுந்து நிற்கும். இந்தக் கணக்கு 60% பரப்பில் வீடுகளும் சாலைகளும் நடைபாதைகளும் அமைந்திருக்கும் பன்னாட்டு நகரங்களுக்கானது. இது பாவப்பட்ட பரப்பு (paved area) என்றழைக்கப்படுகிறது. மேலை நாடுகளில் ஒரு நகரின் நிலப்பரப்பில் எந்த அளவிற்கு பாவப்படலாம் என்று கணக்கு வைத்திருப்பார்கள். நகரத்தின் வடிகால்கள் அதற்கேற்றாற்போல் வடிவமைக்கப்படும். குறிப்பிட்ட அளவிற்கு மேற்பட்டு வீடு கட்டவோ, சாலை அமைக்கவோ அனுமதிக்கமாட்டார்கள்.

நமது நகரங்கள் எந்த அளவிற்குப் பாவப்படலாம் என்பதற்கு உச்சவரம்பு இருப்பதாகத் தெரியவில்லை. சென்னை நகரின் 85% நிலப்பரப்பு பாவப்பட்டிருக்கலாம் என்று வல்லுநர்கள் கணிக்கிறார்கள். நகரின் வடிகால்கள் அதற்கேற்றாற்போல் அமைக்கப்பட வேண்டும். ஹாங்காங்கின் பாவப்பட்ட பரப்பு 60%க்கும் குறைவுதான்.

அடுத்தடுத்து வந்த வெள்ளப் பிரச்சினைகளைத் தொடர்ந்து எண்பதுகளில் ஹாங்காங்கின் மழைநீருக்கும் கழிவுநீருக்குமான பிரதானத் திட்டம் வகுக்கப்பட்டது. 1989இல் இதற்கான தனித்துறை ஏற்படுத்தப்பட்டது. அப்போதிருந்த சாலை வடிகால்களின் கொள்ளளவு பரிசோதிக்கப்பட்டு அவை ஐம்பதாண்டு-வெள்ளத்தைக் கடத்தி விடும்படியாக மேம்படுத்தப்பட்டது. நகரம் வெகுவாக விரிவாகிவிட்ட பகுதிகளில் அப்படி மேம்படுத்துவதில் சிரமம் இருந்தது. அவ்வாறான பகுதிகளில் சில நவீனமான திட்டங்கள் அமல்படுத்தப்பட்டன.

ஹாங்காங்கில் மலைப்பாங்கான பகுதிகளும் சரிவுகளும் அதிகம். இவற்றில் பெய்கிற மழை தாழ்வான சாலைகளுக்கு

விரைவாக வந்துவிடும். அவை நகரின் பிரதான சாலைகளாகவும் அமைந்துவிடும்போது பெரிய அளவிலான மேம்பாட்டுப் பணிகள் மக்களுக்கு இடையூறு விளைவிக்கும் என்று கருதப்பட்டது. அதனால் இப்படியான சாலைகளை வந்தடைவதற்கு முன்னரே மழைநீர் 43 இடங்களில் மறிக்கப்பட்டு (intercept), அவை புதிதாக நிர்மாணிக்கப்பட்ட சுரங்கப்பாதைக்குள் கடத்திவிடப்பட்டது. இந்தச் சுரங்கங்கள் நீரை நேராக தென்சீனக் கடலில் கொண்டுபோய்க் கொட்டிவிடும். லை-சீ-காக், சுன்-வான், நகர்-மேற்கு ஆகிய மூன்று பகுதிகளில் சுமார் 20கிமீ நீளத்தில் சுரங்கங்கள் அமைக்கப்பட்டன. இவை மெட்ரோ ரயில் சுரங்கங்களைப் போன்றவை. சாலைப் போக்குவரத்தைப் பாதிக்காமல் நிலத்தடியில் குடையப்பட்டன.

சென்னை வடிகால் வரைபடங்கள்

சரி, சென்னையின் வடிகால்கள் எப்படி இருக்கின்றன? 2021 வெள்ளத்தைத் தொடர்ந்து சென்னை மாநகராட்சி நகரின் வடிகால் வரைபடங்களைப் பொது வெளியில் வைத்தது. நகரின் வடிகால்கள் குறைபாடுடையது என்பது தெரிந்தும் இதைச் செய்யதது. இது அரசின் வெளிப்படைத்தன்மையையும் வடிகால்களைச் சீரமைப்பதில் அதற்குள்ள அக்கறையையும் காட்டியது

இந்த வரைபடங்களைப் பார்வையிட்டபோது பொதுவான சில குறைகள் கண்ணில் பட்டன. அவற்றில் சிலவற்றைச் சற்று அணுகிப் பார்க்கலாம்.

முதலாவதாக, 2,057கிமீ நீளத்திற்கான மழைநீர் வடிகால்களைப் பராமரிப்பதாகச் சொல்கிறது மாநகராட்சி. நகரில் சாலைகளின் நீளம் 5,750கிமீ என்கிறது ஒரு புள்ளிவிவரம். இதன்படி சுமார் 60% சாலைகளில் வடிகால்கள் இல்லை. ஆனால் இந்த வரைபடங்களைப் பார்த்தால் அந்த விகிதம் அதிகமாக இருக்கக்கூடும் என்று தோன்றுகிறது. மேலும் பல சாலைகளில் ஒரு புறம்தான் வடிகால் இருக்கிறது. அப்படியானால் நீர் வழிந்தோட ஏதுவாக இந்தச் சாலைகள் அனைத்தும் ஒரு புறம் உயரமாகவும் மறுபுறம் தாழ்வாகவும் இருக்கவேண்டும். அப்படித்தான் இருக்கிறதா என்பது தெரியவில்லை.

அடுத்து, இந்த வடிகால்களின் இடையிடையே ஆள்-துளைகள் (manholes) இருக்கும். அடுத்தடுத்த ஆள்-துளைகளின் அடிமட்டம் கீழ்நோக்கிப் போகவேண்டும். அப்போதுதான் வெள்ளம் பாயும்.

ஆனால் கணிசமான இடங்களில் அப்படி இல்லை. எடுத்துக்காட்டாக, அபிராமபுரம் 3-ஆம் தெருவில் (மண்டலம் 9, வார்டு 123) ஆள்-துளை A17-லிருந்து A16-க்கு நீர் செல்ல வேண்டும். ஆனால் A16-ன் அடிமட்டம் A17-ஐவிட இரண்டடி மேலே இருக்கிறது. இதனால் வடிகாலுக்குள் நீர் தேங்கும். பெருமழையில் எதிர்த் திசையில் பாயும். இது பிழையான வடிவமைப்பு.

மூன்றாவதாக, வடிகால்களின் அகலமும் ஆழமும் அந்த வடிகாலுக்கு வரக்கூடிய நீரின் அளவை வைத்து கணக்கிடப்பட வேண்டும். பிரதான வாய்க்காலை நோக்கிப் போகுந்தோறும் வடிகாலின் கொள்ளளவு கூடிக்கொண்டே போகவேண்டும். ஆனால் பல இடங்களில் அது அப்படி அமையவில்லை. எடுத்துக்காட்டாக, சைதாப்பேட்டை அப்துல் ரசாக் சாலையில் (மண்டலம்-10, வார்டு-142) அமைந்துள்ள ஆள்-துளைகள் A4, A3, A2 வழியாக நீர் A1-இல் சேர்ந்து அடையாற்றில் கலக்கிறது. ஆகவே ஆள்-துளைகள் A4, A3, A2-வைவிட A1-இன் கொள்ளளவு பெரியதாக இருக்கவேண்டும். ஆனால் ஆள்-துளை A2-இன் அகலம் 2', ஆழம் 2-1/4'. ஆனால் A1 அதைவிடச் சிறியது- அகலம் 2', ஆழம் 11".

நான்காவதாக, பல இடங்களில் வடிகால்கள் பிரதான வாய்க்காலோடு அல்லது ஆற்றோடு எப்படி இணைகின்றன என்பது தெரியவில்லை. படத்தில் அவை இடைநின்று போகின்றன (எ-டு. மண்டலம் -5, ராயபுரம், வார்டு-52).

ஆக, இந்த வரைபடங்கள் சுட்டுவதென்ன? நகரின் வடிகால்கள் போதுமானவை அல்ல. அவற்றின் கொள்ளளவு குறைவானது. பல இடங்களில் வாட்டம் பிழையானது. பல வடிகால்கள் பிரதான வாய்க்காலோடும் நதியோடும் முறையாக இணைக்கப்படவில்லை.

இந்தப் பொறியியல் பிழைகள் 2021இல் அரசு வலையேற்றிய வரைபடங்களிலிருந்து பெறப்பட்டவை. ஆனால் 2021 வெள்ளத்தைத் தொடர்ந்து பல வடிகால்கள் சீரமைக்கப்பட்டன. அவற்றில் மேற்கூறிய பிழைகள் இயன்றவரை களையப்பட்டிருக்கும் என்று நம்பலாம். எனினும் ஒருங்கிணைந்த வடிகால் திட்டம் ஒன்றை வடிவமைப்பதே நிரந்தரத் தீர்வாக அமையும். அதை நான்கு கட்டங்களாகச் செய்யலாம்.

1. ஆக்கிரமிப்பு அகற்றல்

சமூக ஊடகங்களில் பலரும் முன்வைக்கிற குற்றச்சாட்டு நீர்ப்பிடிப்புப் பகுதிகளில் நிகழ்த்தப்பட்டிருக்கும் ஆக்கிரமிப்புகள். இந்தக் குற்றச்சாட்டு சரியானது. ஆனால் இந்த ஆக்கிரமிப்புகள் கடந்த 25-30 ஆண்டுகளில் நிகழ்ந்தவை என்று சிலர் நேரடியாகவும், சிலர் அந்தக் கண்ணோட்டத்திலும் சொல்லி வருகிறார்கள். இது சரிதானா?

1909ஆம் வருடத்திய சென்னை வரைபடத்தில் ஒரு பெரும் ஏரி காணப்படுகிறது. அது Long Tank என்று குறிக்கப்பட்டு இருக்கிறது. இப்போது அந்த இடம் தியாகராயநகர், ஆழ்வார்பேட்டை, நுங்கம்பாக்கம் முதலிய பகுதிகளின் நீட்சியாக மாறிவிட்டது. மாம்பலம் ஏரியின் நினைவாக அதன் வரத்துக் கால்வாயான மாம்பலம் கால்வாய் எஞ்சி நிற்கிறது. காட்டேரியை அடையாறு நகர்ப்பகுதி செரித்துவிட்டது. கொன்னூர் ஏரியை வில்லிவாக்கம் விழுங்கிவிட்டது. வடசென்னையில் வியாசர்பாடி, கொடுங்கையூர் ஏரிகளும் நிலப்பகுதிகளின் நீட்சியாகிவிட்டன.

சமூக ஊடகங்களில் அதிகம் பகிரப்பட்ட படம் வேளச்சேரி. அந்த ஏரி படிப்படியாயாகச் சுருங்கி வருவதை ஒரு சித்திரக்கதை போல் அவை விவரித்தன. அனைத்து ஏரி- குளங்களும் ஆற்றுப் படுகைகளும் வாய்க்கால்களும் வருவாய்த்துறை ஆவணங்களில் அரசுப் புறம்போக்கு நிலங்கள் என்பதாகத்தான் குறிக்கப்பட்டிருக்கும். ஆனால் அவை எப்படியோ பட்டா நிலங்களாக மாறி தனியார்களின் கைகளுக்குப் போயிருக்கின்றன. பல அரசுக் கட்டிடங்களும் உருவாகியிருக்கின்றன.

இந்த ஆக்கிரமிப்புகள் அனைத்தையும் அகற்றுவது நடைமுறை சாத்தியமில்லை. ஆனால் நடப்பு ஆவணங்களின்படி ஏரிகள், குளங்கள், சதுப்புநிலங்கள், ஆற்றுப்படுகைகள், கரைகள்- இங்கெல்லாம் மேற்கொள்ளப்பட்டிருக்கும் ஆக்கிரமிப்புகளைச் சட்டரீதியாக அகற்ற வேண்டும்.

அதைப்போலவே வெள்ளச் சமவெளிகள் விடுவிக்கப்பட வேண்டும். வெள்ளச் சமவெளி என்பது நீர் பெருக்கெடுத்து ஓடும் காலங்களில் ஆறு தன் கரைகளைத் தாண்டியும் ஓடுகிற வெளி. அடையாறு, கூவம் ஆறுகளில் இப்படியான பகுதிகள் விடுவிக்கப்பட வேண்டும். முடிச்சூர், வரதாரஜபுரம் குடியிருப்புகள் வயல்வெளிகளிலும் வெள்ளச் சம்வெளிகளிலும் கட்டப்பட்டவை

என்கிறார்கள். இங்கேயும் வெள்ளச் சமவெளிகள் விடுவிக்கப்பட வேண்டும் அல்லது பெருமழைக் காலங்களில் இந்தக் குடியிருப்புகளுக்குள் வெள்ளம் வராமல், வடிகால்ச் சுரங்கங்களைக் கட்டலாம்; அவை உபரி நீரைப் பிரதான வாய்க்கால்களுக்குக் கடத்திவிடும்.

2. தூர் வாருதல், ஆழப்படுத்தல்

அடுத்து, சென்னையின் சிறப்பம்சம் மூன்று நதிகள். கொசஸ்தலையாறு, கூவம், அடையாறு ஆகிய நதிகள் கிழக்கு நோக்கிப் பாய்ந்து முறையே எண்ணூர், நேப்பியர் பூங்கா, அடையாறு முகத்துவாரம் ஆகிய இடங்களில் கடலில் கலக்கின்றன. இதைத்தவிர ஆங்கிலேயர்கள் உருவாக்கிய பக்கிங்ஹாம் கால்வாய், இந்த நதிகளுக்குச் செங்குத்தாக, வடக்கே பழவேற்காட்டில் தொடங்கி தெற்கே முட்டுக்காடில் வந்து கலக்கிறது.

சென்னையின் பெரிய ஏரிகள் நான்கு- செம்பரம்பாக்கம், பூண்டி, புழல், செங்குன்றம். நகரையும் நகரைச் சுற்றிலுமுள்ள பிற ஏரி-குளங்களின் எண்ணிக்கை நாலாயிரத்துக்கும் மேல். இந்த ஆறுகளுக்கும் ஏரி, குளங்களுக்கும் உள்ள வரத்து வாய்க்கால்கள் பல. இவை எல்லாவற்றிலும் உள்ள ஆக்கிரமிப்புகளை அகற்றுவது முதற் கட்டம் என்றால், இவை எல்லாவற்றையும் தூர் வாரவும் ஆழப்படுத்தவும் வேண்டும், அது இரண்டாம் கட்டமாக இருக்கும்.

மழைநீர் கழிவுநீரோடு கலப்பது இன்னொரு பிரச்சினை. பழைய மழைநீர் வடிகால்கள் செங்கற்களால் கட்டப்பட்டிருக்கும். இவற்றின் அடிப்பகுதி பழுதுபட்டிருக்கும். இதன் வழியாக மழைநீர் கீழே போய்க் கழிவுநீர்க் குழாய்களின் இணைப்பின் வழியாகக் கசியும் நீரில் சேர்ந்து ஒன்றோடொன்று கலந்து விடும். இதைத்தவிர தடைபட்டுத் தேங்கி நிற்கும் மழைநீரைக் கழிவுநீர் வடிகாலுக்கு மடைமாற்றிவிடுகிற குறுக்குவழியையும் பலர் கைக்கொள்கின்றனர். இதனால் கழிவுநீர் மிகுந்து சாலையில் வழிகிறது, அது தேங்கி நிற்கும் மழைநீரோடு கலக்கிறது.

கழிவுநீர் கலப்பைத் தடுப்பதைப்போலவே, நீர்வழிப் பாதையில் திடக்கழிவுகள், குப்பைக் கூளங்கள் கொட்டப்படுவதையும் தடுக்க வேண்டும். மக்களுக்கு இது குறித்தான விழிப்புணர்வை உண்டாக்க வேண்டும். எல்லா வடிகால்களும் கால்வாய்களும் முறையாகத்

தூர் வாரப்பட வேண்டும். பல இடங்களில் நீர் தேங்கியதற்கு வடிகால்களில் ஏற்பட்ட அடைப்புகளும் ஒரு காரணம்.

3. வடிகால் வடிவமைப்பு

அடுத்த கட்டம், மழைநீர் வடிகால்களை வடிவமைப்பது. நம்மிடத்தில் மழைப்பொழிவுக்கான முறையான மதிப்பீடும் வடிகாலுக்கான முழுமையான திட்டமும் இல்லை. இதில் இரண்டு அம்சங்கள் முக்கியமானவை. முதலாவதாக, சென்னை நகரின் மழையளவு குறித்து விரிவாக ஆராய வேண்டும். சாலையோர வடிகால்களும் பிரதானக் கால்வாய்களும் எத்தனை ஆண்டு வெள்ளத்தைக் கடத்திவிட வேண்டும் என்று வல்லுநர்களைக் கொண்டு தீர்மானிக்க வேண்டும். அந்த அளவைக் காட்டிலும் கூடுதல் மழை பெய்தால் அவை சாலையில் தேங்கும். குற்றமில்லை. ஆனால் சில மணிநேரங்களில் அவை வடிகால் வழியோடி, அளவில் பெரிய பிரதான வாய்க்காலிலும் பின்னர் ஆற்றிலும் சேர்ந்துவிட வேண்டும். அப்படியான வடிகால் வலைப்பின்னல் வடிவமைக்கப்பட வேண்டும்.

இரண்டாவதாக, குறிப்பிட்ட இடத்தில் அமைந்திருக்கும் வடிகாலுக்கு எந்தெந்தப் பகுதியில் இருந்து நீர் வடிந்து வரும் என்பதை வைத்து வடிகாலின் கொள்ளளவைக் கணக்கிட வேண்டும். இதிலிருந்துதான் வடிகாலின் அகலமும் ஆழமும் நிர்ணயிக்கப்படும். இப்படியான பொறியியல் ரீதியான கணக்குகளின் அடிப்படையில் அமைந்தவையன்று சென்னை நகரத்தின் பெரும்பாலான மழைநீர் வடிகால்கள்.

ஏனெனில் சென்னையில் மழைநீர் வடிகால்கள் சாலையின் நடைபாதைகளுக்குக்கீழ் அமைக்கப்படுகின்றன. முன்னர் இது செங்கற்களால் கட்டப்பட்டன. இப்போது கான்கிரீட் பயன்படுத்தப்படுகிறது. சாலையின் அகலம்தான் நடைபாதையின் அகலத்தை தீர்மானிக்கும். சென்னையில், மேலதிகமாக, நடைபாதையின் அகலம்தான் வடிகாலின் அகலத்தைத் தீர்மானிக்கிறது. இதுதான் வடிகால்களின் அகலம் குறைவாக இருப்பதற்கான காரணம்.

சென்னை நகரின் சாலையோரங்களில் கட்டப்பட்டிருப்பவை செவ்வக வடிவிலான வடிகால்கள். இது ஒரு மரபான வடிவமைப்பு. நாம் அதை மட்டுமே கட்டிப்பிடித்துக்

கொண்டிருக்கிறோம். இவை இயல் ஈர்ப்பாற்றலுக்கு (gravitational force) உட்பட்டு இயங்குபவை. சென்னை நகரம் மிகுதியும் சமதளத்திலானது. ஆகவே ஈர்ப்பாற்றலை முழுவதுமாக நம்பினால், நீர் வேகமாக வடியாது. தேங்கும். மேலும், சென்னையின் நிலமட்டம் கடலின் நீர்மட்டத்தைவிட அதிக உயரத்தில் இல்லை. இந்நிலையில் வடிகாலின் அடிமட்டத்தைக் கடலின் நீர்மட்டத்திற்கு மேலே அமைத்துக்கொள்வதால் வடிகால்களுக்கு போதிய ஆழம் கிடைப்பதில்லை.

மேலும், கடைசி ஆள்-துளை, அருகாமை வாய்க்காலோடு இணைக்கப்படுவதால், கடைசி ஆள்-துளையின் ஆழம் வாய்க்காலின் அடிமட்டத்திற்கு இசைவாகவும், அதற்குப் பின்னால் இருக்கும் ஆள்-துளைகளின் ஆழம் முந்தைய ஆழ்துளைகளின் ஆழத்தை அனுசரித்தும் நிர்ணயிக்கப்படுக்கின்றன. அதாவது இந்த வடிகால்கள் மழை வரத்தை அடிப்படையாக வைத்துக் கணக்கிடப்படவில்லை.

ஆகவே இந்த மரபான ஈர்ப்பாற்றல் வடிகால்களுக்குப் பதிலாக அவசியமான இடங்களில் நவீன வழிமுறைகளைப் பயன்கொள்ள வேண்டும். ஹாங்காங் அதைத்தான் செய்தது. மரபான வடிவமைப்பு செல்லுபடியாகிற இடங்களில் அதைச் செலுத்தலாம். மற்ற இடங்களில் ஆழ்குழாய்கள், நீரேற்று இயந்திரங்கள், சுரங்கப்பாதைகள் முதலான வேறு வழிகளில் மழைநீரைக் கடத்த வேண்டும். ஹாங்காங்-மாதிரியை நாம் அப்படியே பயன்படுத்த முடியாது. வல்லுநர்களின் துணையோடு நாம் நமது நகரத்திற்கான மாதிரியைக் கண்டறிய வேண்டும்.

மேலும், வங்காள விரிகுடா அலைகள் மிகுந்தது. ஒரே நாளில் அலைகள் உயர்வதும் தாழ்வதுமாக இருக்கும். தாழ்வான அலைகள் இரண்டடியும் உயர்வான அலைகள் நான்கடியும் எழும்பும். உயர்வான அலைகளின்போது ஆற்று நீர் கடலில் கலப்பதில் தாமதம் ஏற்படும். நவம்பர்-டிசம்பர் மாதங்களில் அலைகள் பத்தடி வரைகூட உயரும். அப்போதெல்லாம் வெள்ளம் வடியாமல் ஆற்றிலும், கால்வாயிலும் சாலையிலும் தேங்கி நிற்கும். ஆகவே கடைப்பகுதிகளில் ஹாங்காங்கைப்போல் சுரங்கங்களை அமைத்து வெள்ளத்தை நேரடியாக ஆழ்கடலில் கடத்திவிட முடியுமா என்று ஆலோசிக்கலாம்.

கவனத்தில் கொள்ளவேண்டிய இன்னும் சில வடிவமைப்பு சார்ந்த பிரச்சினைகள் இருக்கின்றன. சாலைகளைச் சீரமைக்கும் தோறும் அவற்றின் உயரம் கூடிக்கொண்டே போகிறது. இதனால் வீடுகள் தாழ்ந்து போகின்றன. மழைக்காலத்தில் நீர் தேங்குகிறது. சாலையில் வடிகால் இருந்தாலும் இல்லாவிட்டாலும் இந்தத் 'தாழ்ந்த மனிதர்கள்' வெள்ளத்தை இறைத்துத்தான் வெளியேற்ற வேண்டியிருக்கிறது. சாலைகளை உயர்த்திக்கொண்டே போவதைத் தடுக்க வேண்டும்.

இவையெல்லாம் வடிவமைப்பு சார்ந்து மேற்கொள்ள வேண்டிய முன்னெடுப்புகள். அடுத்து இதை நடைமுறைப்படுத்துகிற நிர்வாக இயந்திரம் எப்படி இருக்க வேண்டும்?

4. பொறுப்பு ஓரிடம்

ஹாங்காங்கில் 1989இல் அமைக்கப்பட்ட வடிகால் சேவைத் துறைதான் (Drainage Services Department) நகரின் அனைத்து வடிகால் வடிவமைப்புப் பணிகளுக்கும், கட்டுமானப் பணிகளுக்கும் பராமரிப்புப் பணிகளுக்கும் பொறுப்பு வகிக்கிறது. அது மக்கள் பிரதிநிதிகளுக்குப் பதிலளிக்கவும் கடமைப்பட்டது. வெளிநாட்டார் பயன்படுத்துவது திறமான நடைமுறையெனில் அதை நாம் பரிசீலிக்கலாம். இப்போது மழைநீர் வடிகால் தொடர்பான பணிகள் சென்னை மாநகராட்சி, சென்னைக் குடிநீர் வழங்கல்-கழிவு நீரகற்றல் வாரியம், நெடுஞ்சாலைத் துறை, வீட்டு வசதித் துறை, சென்னைப் பெருநகர வளர்ச்சிக் குழுமம் போன்ற பல அமைப்புகளிடம் பிரிந்து கிடக்கின்றன. நகரம் முழுமைக்குமான மழைநீர் வடிகால் பணிகளை மேற்கொள்ள ஒரு புதிய வாரியத்தை ஏற்படுத்தலாம்.

மழை நடனம்

வண்ணநிலவனில் தொடங்கிய இந்தக் கட்டுரையை வண்ணதாசனில் முடித்துக்கொள்ளலாம்.

வீட்டிற்குள்ளிலிருந்து தெருவிற்கு ஓடிவந்து
கைகளை உயர்த்தி மழை நடனம் ஆடுகிற குழந்தைகள்.
அந்த நடனத்தில்
மழை எப்போது குழந்தைகள் ஆகிறது என்றும்,
குழந்தைகள் எப்போது மழையாகிறார்கள் என்றும் தெரியாது.

கவிதையில் பிடிக்கபட்ட மழை இது. மழையின்போது குழந்தைகள் மழையாவது மட்டுமில்லை, வளர்ந்த மனிதர்களே குழந்தைகளாகி விடுவார்கள். அது ஒரு காலம். மழைநீர் வடிகால் வழியோடிய காலம். அந்தக் காலம் மீண்டும் வரவேண்டும்.

நாம் காலங்காலமாக நீர் மேலாண்மையில் சிறந்து விளங்கியவர்கள்தாம். நீரைப் பாதுகாப்பதற்கும் உபரி நீரை வெளியேற்றுவதற்கும் பல்வேறு வழிமுறைகளைக் கையாண்டவர்கள். இடையில் சென்னையைப் பெருநகரமாக்கும் பதற்றத்தில் முக்கியமான உள்கட்டமைப்புக் கூறான மழைநீர் வடிகாலுக்கு முக்கியத்துவம் தரத் தவறிவிட்டோம். பல்லாண்டுகளாக நாம் நீர்ப்பிடிப்புப் பகுதிகளையும், நீர்வழிப் பாதைகளையும் வெள்ளச் சமவெளிகளையும் ஆக்கிரமித்துவிட்டோம்; மழைநீர் வடிகால்களை அலட்சியம் செய்துவிட்டோம். பரவாயில்லை. இனியாவது தவற்றைத் திருத்துவோம். ஒரு நகரின் உள்கட்டமைப்பு என்பது சாலைகள், பாலங்கள், குடிநீர், மின்சாரம், தொலைத்தொடர்பு என்பன மட்டுமல்ல. தக்கதாய மழைநீர் வடிகாலும் அதில் அடங்கும்.

நீர்வழிப்பாதையில் சட்டத்திற்குப் புறம்பான ஆக்கிரமிப்புகளை அகற்றுவது, நீர்ப்பிடிப்புப் பகுதிகளை தூர் வாரி ஆழப்படுத்துவது, ஒட்டு மொத்த நகருக்குமான நவீன வடிகால் வடிவமைப்பு ஒன்றை உருவாக்குவது, அனைத்து வடிகால் பணிகளுக்கும் பொறுப்பான அமைப்பின் மூலம் அதை நிறைவேற்றுவது ஆகிய பணிகளை முன்னெடுக்க வேண்டும்.

அருஞ்சொல் 8.11.2021, 18.11.2021

இந்து தமிழ் திசை 25.11.2021, 18.12.2015

ஏபிபி லைவ்.காம் 29.11.2021

20

வெள்ளப் பெருக்கும் தண்ணீர்ப் பஞ்சமும்

அக்டோபர் தொடங்கி டிசம்பர் வரை பொழியும் வடகிழக்குப் பருவ மழைதான் தமிழகத்திற்குப் பிரதான நீராதாரம். அந்த மழையை நாம் வரவேற்க வேண்டும். பொழிகிற நீரைச் சேமித்து வைக்கவேண்டும். ஆனால் ஒன்றோ, இரண்டு நாள்களுக்குத் தொடர்ந்து பெய்தால் அந்த மழையை நாம் சபிக்கிறோம்.

2021இன் வெள்ளக் காலத்தில் நகரில் மொத்தம் 164 பகுதிகளில் நீர் தேங்கியிருந்ததாகத் தெரிவித்தது ஒரு செய்திக் குறிப்பு. திறந்து விடப்பட்ட நீர்த்தேக்கங்களின் வழியாகவும் நீர் பெருகி வழிந்தது. தாழ்வான பகுதிகளில் வசிப்பவர்கள் நிவாரண முகாம்களில் தஞ்சம் புகுந்தார்கள். மாநகராட்சி லட்சக்கணக்கான உணவுப் பொட்டலங்களை வழங்கி அவர்கள் பசியாற்றியது. அவர்கள் வரிசையில் நின்று அந்த உணவைப் பெற்றுக்கொண்டார்கள். அவர்களில் சிலரேனும் ஜூலை 2019இல் தண்ணீர் லாரிகளின்முன் வரிசையில் நின்றதை நினைத்துப் பார்த்திருக்கக்கூடும். ஏன் இந்த முரண்? எங்கே நேர்கிறது பிழை?

இந்தியா வெகு வேகமாக நகரமயமாகி வருகிறது. நகரங்கள் கட்டிடங்களாலும் சாலைகளாலும் உருவாக்கப்பட்டது. நீராலும் மின்சாரத்தாலும் இயங்குவது. ஆனால் நமது நகரங்களால் பெருமழையை எதிர்கொள்ள முடியவில்லை. புத்தாயிரமாண்டிற்குப் பிறகு சென்னை 2004இலும், மீண்டும் 2015இலும் பெருவெள்ளத்தை சந்திக்க நேரிட்டது. ஹைதராபாத் 2001இலும் 2012இலும் நேரிட்டது. இந்தப் பட்டியலில் சேரும் மற்ற நகரங்கள்: டெல்லி (2002, 2003, 2009, 2010, 2011), மும்பை (2005, 2008, 2009), கொல்கத்தா (2007), சூரத் (2006), ஜாம்ஷெட்பூர் (2008), கவுகாத்தி (2010), ஜெய்பூர் (2012). இதில் கேரளாவையும் (2018) சேர்த்துக்கொள்ள வேண்டும். இயற்கை திரும்பத் திரும்ப எச்சரித்தும் நமது செவிகள் மூடியிருக்கின்றன. இதில் மற்ற நகரங்களைவிட சென்னை பாரம்பரிய நீர் மேலாண்மை மிக்க நகரம்.

சென்னையின் செல்வங்கள்

சென்னை நகரை மூன்று ஆறுகளும் (கொசஸ்தலையாறு, அடையாறு, கூவம்), ஆற்றையொத்த ஒரு கால்வாயும் (பக்கிங்ஹாம்) நனைக்கின்றன. இவற்றுக்கு நீர் கொணரும் பல மைல் நீளமுள்ள வரத்துக் கால்வாய்களின் எண்ணிக்கை 16. நீர்த் தேக்கங்கள் நான்கு (செம்பரம்பாக்கம், புழல், சோழாவரம், செம்மலை). இவை எல்லாவற்றின் மொத்தக் கொள்ளளவு 11 டி.எம்.சி. ஒரு டி.எம்.சி. என்பது 100 கோடி கன அடி தண்ணீர்! இவைதவிர நகரிலும் நகரைச் சுற்றிலும் 4100 ஏரிகளும் குளங்களும் இருந்தன. இவற்றின் கொள்ளளவு 150 டி.எம்.சி. சென்னை நகரின் ஒரு மாதக் குடிநீர்த் தேவை 1 டி.எம்.சி. என்பதோடு இதை ஒப்பிட்டுக்கொள்ளலாம். நமது நீர் மேலாண்மையின் குறைபாட்டால் கையில் உள்ள செல்வங்களைப் பாழாக்கிவிட்டு கிருஷ்ணாவையும், வீராணத்தையும், உவர்ப்பு நீக்கப்பட்ட கடல்நீரையும், லாரிகள் சுமந்து வரும் நிலத்தடி நீரையும் நம்பி இருக்கிறோம்.

நீரோடிய சென்னையின் ஆறுகளில் ஒரு காலத்தில் மீன்கள் நின்றாடின. இப்போது நகருக்குள் ஓடும் எந்த நதியிலும் எந்தக் கால்வாயிலும் மீன்கள் இல்லை. அதாவது நதிகள் செத்துவிட்டன. அவை கழிவுநீரையும் குப்பைக் கூளங்களையும் சுமந்து செல்கின்றன. நதிகள் குறுகிவிட்டன. நதியைத் தாண்டி கரைகளிலும் வெள்ளச் சமவெளிகளிலும் ஆக்கிரமிப்புகள் பெருகிவிட்டன. ஏரி, குளங்களின் நிலையும் இதேதான்.

நீலத்தடி நீர்த்தேக்கம்

நமது நீர்த்தேக்கங்களின் மகிமையை அறிய நாம் ஹாங்காங்கிற்கும் டோக்கியோவிற்கும் போய்வர வேண்டும். ஹாங்காங்கின் மழைநீர் வடிகால்கள் 1989இல் விரிவுபடுத்தப்பட்டன. அப்போது வளர்ச்சியடைந்த பகுதிகளில் இடப்பற்றாக்குறையால் வடிகால்களைப் போதிய அளவில் அமைக்க முடியவில்லை. அதனால் தை-ஹாங் என்கிற இடத்தில் ஒரு பாதாளக்கிடங்கைக் கட்டினார்கள். பெருமழையின்போது, வடிகால்கள் பெருகினால், கூடுதல் மழைநீரை இந்தக் கிடங்குக்குக் கடத்திவிடுவார்கள். பிற்பாடு மழை குறைந்ததும் இந்த நீரை வடிகால்களுக்கு வெளியேற்றுவார்கள். இந்தக் கிடங்கு மூன்று கால்பந்தாட்டப் பரப்பளவிலானது. இதன் கொள்ளளவு 35 லட்சம் கனஅடி. 2017இல் ஹேப்பி வேலி எனும் இடத்தில் உள்ள குதிரைப் பந்தய

மைதானத்தின் கீழும் இதேபோன்ற ஒரு பாதாளக்கிடங்கைக் கட்டினார்கள். 2006இல் இதுபோன்ற கிடங்கை டோக்கியோ கட்டியது. ஆனால் இதன் கொள்ளளவு ஹாங்காங்கைவிட நான்கு மடங்கு பெரிதானது. இவை பெரும் பொருட்செலவில் கட்டப்பட்டவை. ஹாங்காங்கும் டோக்கியோவும் இட நெருக்கடி மிகுந்த நகரங்கள். ஆகவே அவர்கள் மழை நீரைச் சேமிக்க நிலத்திற்குக் கீழே போனார்கள். ஆனால் நிலத்திற்குமேல் நம் முன்னோர்கள் விட்டுச்சென்ற எண்ணற்ற குளங்களையும் ஏரிகளையும் அவற்றின் வரத்துக் கால்வாய்களையும் நாம் ஆக்கிரமித்தது எப்படிச் சரியாகும்? அவற்றில் கழிவுநீரையும் குப்பை கூளங்களையும் கலப்பது எப்படி நீதியாகும்?

மேலும், ஹாங்காங்கிலும் டோக்கியோவிலும் கிடங்குகளில் சேகரமாகும் நீர், மழை குறைந்ததும் பம்புகள் மூலம் இறைக்கப்பட்டுக் கால்வாய் வழியோடி கடலில் கலக்கும். ஆனால் நமது ஏரிகளும் குளங்களும் மழைக்காலத்தில் சேகரித்த நீரை கோடைக்காலத்தில் திருப்பித்தர வல்லவை. வேரால் உண்ட நீரைத் தலையாலே தான் தரும் தென்னைமரம் போன்றவை நமது நீர்நிலைகள்.

என்ன செய்யலாம்?

முதலாவதாக, நீர்ப்பிடிப்புப் பகுதிகளிலும், கரைகளிலும், வெள்ளச் சமவெளிகளிலும் உள்ள ஆக்கிரமிப்புகளை அகற்ற வேண்டும். சென்னையில் மூன்று லட்சம் குடும்பங்கள் குடிசைகளில் வாழ்கிறார்கள். இவர்களில் பலரும் இப்படியான ஆக்கிரமிப்பு நிலங்களில் வாழ்பவர்கள்தான். இவர்களுக்குப் புதிய வீடு வழங்கும் திட்டம் அரசிடம் இருக்கிறது. அதன்மூலம் நகரின் தொழிலாளர்களுக்கு கண்ணியமான வாழ்விடம் வழங்க முடியும்; நகரின் நீர்ப்பரப்பையும் மீட்டெடுக்க முடியும். மேலும், ஏரிகள், குளங்கள், நீர்த்தேக்கங்கள் அனைத்தையும் தூர் வார வேண்டும். சாத்தியமுள்ள இடங்களில் இவற்றை ஆழப்படுத்தவும் வேண்டும்.

இரண்டாவதாக, நாம் நிலத்தடி நீரை உறிஞ்சிக்கொண்டே இருக்கிறோம். வேளாண்மை, தொழிற்சாலை, குடிநீர் எல்லாவற்றுக்கும் கணிசமான நிலத்தடி நீரைப் பயன்படுத்துகிறோம். இந்தப் பயன்பாட்டைக் குறைக்க வேண்டும். முக்கியமாக நிலத்திற்கு நீரைத் திருப்பிச் செலுத்தவும் வேண்டும். இருபது ஆண்டுகளுக்கு முன்னால் வீடு கட்டும்போது மழைநீர் சேகரிப்புத்

தொட்டி கட்டாயமாக இருந்தது. இப்போது அது சடங்காகிவிட்டது. கட்டப்பட்ட தொட்டிகளிலும் பல பராமரிப்பின்றித் தூர்ந்து போயிருக்கும். இந்தத் தொட்டிகளுக்கு உயிர் கொடுக்க வேண்டும். இதைத் தவிர அதிகமான மழை வெள்ளம் பாய்ந்தோடும் பகுதிகளில் மறு ஊட்டக்கிணறுகளை (recharge wells) அமைக்கலாம். இது 100 அடி ஆழம்வரை இருக்கும். இதன்மூலம் மழை வெள்ளத்தின் ஒரு பகுதி கடலில் கலக்காமல் நிலத்திற்குக் கீழே செல்லும். நிலத்தடி நீர்மட்டம் உயரும். டோக்கியோவின் மழைநீர் வடிகால்களில்கூட இடைக்கு இடை இப்படியான மறு ஊட்டக்கிணறுகள் இருக்கும்.

மூன்றாவதாக, நகர் நெடுகிலும் ஒருங்கிணைந்த மழைநீர் வடிகால் வலைப்பின்னல் உருவாக்கப்பட்டு அவை முறையாகப் பராமரிக்கப்படவும் வேண்டும்.

வெள்ளப் பெருக்கும் குடிநீர்ப் பஞ்சமும் இரு வேறு பிரச்சினைகள் அல்ல. ஒன்றைச் சமாளிப்பதன்மூலம் மற்றதை எதிர்கொள்ள முடியும். அறிவியல் நோக்குள்ள அரசியல் தலைமையும் சிறப்பான நிர்வாகமும் ஒருங்கிணைந்தால் தமிழகத்தில் நீர் மேலாண்மையை நிலைநிறுத்துவது சாத்தியமே.

இந்து தமிழ் திசை 10.11.2021

21

சென்னை வெள்ளத்திற்குக் காரணம் காலநிலை மாற்றமா?

நம்மைச் சுற்றி நடக்கும் நிகழ்வுகள் பலவும் ஒரு வார காலத்திற்குப் பரபரப்புச் செய்தியாய் உலவுகின்றன. அதன் பிறகு அவை நம்மைக் கடந்து போய்விடுகின்றன. அப்படிக் கடந்து போக நாமும் அனுமதிக்கிறோம். பிறகு செய்திகளின் ஒளி வட்டத்திற்குள் அடுத்த நிகழ்வு வந்துவிடுகிறது; நமது கண்ணும் கருத்தும் புதிய நிகழ்வில் பதிந்துவிடுகிறது. முப்படைத் தளபதி கெடுவாய்ப்பாக மடிந்தார். ஒரு வாரம் பேசினோம். அது விபத்துதான், எனினும் சிலருக்கு அது சதிச்செயலாக இருக்கலாம் என்று சந்தேகம் வந்தது, சந்தேகங்களுக்கு ஆதாரங்கள் வேண்டியதில்லை. இன்னும் ஒரு வாரம் கழிந்தது. நெல்லைப் பள்ளிச் சுவர் ஒரு வாரம் பேசுபொருளாக இருந்தது. திருவொற்றியூர் குடியிருப்புக்கு ஒரு வாரம், அன்னபூரணி அம்மாளுக்கு ஒரு வாரம். ஆனால் இந்தப் பட்டியலில் சேர்ந்துகொள்வதற்கு ஒமிக்கிரான் சம்மதிக்கவில்லை. அதற்கு ஆயுள் அதிகம்.

2021 நவம்பர் மாதம் சென்னையில் பொழிந்த பெருமழையை நாம் இந்தப் பட்டியலில் உடனடியாகச் சேர்த்துவிட முடியாது. அதன் செய்தி மதிப்பு இரண்டு வாரங்களுக்குமேல் நீடித்தது. நவம்பர் 6ஆம் தேதி இரவு நகரில் 230மிமீ மழை பதிவாகியது. 12ஆம் தேதி வரை மழை தொடர்ந்தது. நகரம் மிதந்தது. தேங்கிய நீர் மெல்ல வெளியேறியது அல்லது வெளியேற்றப்பட்டது. வானம் வெறித்தது. இப்படியொரு மழை பொழிவதற்கு இன்னும் சில ஆண்டுகள் வேண்டிவரும். சிலர் அப்படிச் சொன்னார்கள். மேலும் அடுத்தடுத்த செய்திகள் வரிசையில் நின்றன. அவற்றுக்கும் நியாயம் செய்யவேண்டாமா? ஆகவே சென்னை மழையும் ஒரு செய்தியாய்க் கடந்து போனது. ஆனால் இந்த மழை ஒரு பிடிவாதமான குழந்தையைப்போல் அடம் பிடிக்கிறது. நம்முடைய தொடர்ச்சியான கவனத்தைக் கோருகிறது. நகரவாசிகளின் கவனம் சற்றே பிசகியதும் தன் இருப்பைக் காட்ட டிசம்பர் 30 அன்று நகர்

முழுக்கக் கேட்கும்படியாகக் குரலெடுத்து அழுதது. அதாவது கொட்டித் தீர்த்தது. மாலை நாலுமணிக்கும் நாலேகாலுக்கும் இடைப்பட்ட 15 நிமிடங்களுக்குள் நுங்கம்பாக்கம் மழைமானியில் 200மிமீ மழை பதிவாகியது. இது டிசம்பர் மாதம் முழுவதும் சென்னையில் பெய்யக்கூடிய சராசரி மழை அளவைக் காட்டிலும் அதிகம். அன்றைய இரவுக்குள்ளாக அம்பத்தூர், ஆவடி, எம்.ஜி.ஆர் நகர், பூந்தமல்லி, எம்.ஆர்.சி நகர் முதலிய பல இடங்களில் 200மிமீ-க்கும் அதிகமான மழை பெய்தது. மயிலாப்பூர் காவல்துறை இயக்குனர் அலுவலகத்தில் 24 மணி நேரத்தில் 240மிமீ மழை பதிவாகியது. நகரத்தின் போக்கும் வரவும் தடுமாறிப்போனது. அண்ணா சாலை, ஈ.வெ.ரா சாலை, நூறடிச் சாலை, ராஜீவ் காந்தி சாலை, ஜி.எஸ்.டி சாலை என நகரின் பிரதான சாலைகள் அனைத்திலும் தேங்கியது வெள்ளம். வாகனங்கள் வரிசை கட்டி நின்றன. மாலையில் நகர்க் குருவிகள் தத்தம் வீடு அடைய மூன்று மணிநேரமும் அதற்கு அதிகமாகவும் வேண்டி வந்தது.

இந்த மழையை யாரும் எதிர்பார்க்கவில்லை. வானிலை மையங்களால் கணிக்க முடியவில்லை. மக்களிடையே பிரபலமான வெதர்மேன்களாலும் முன்னுணர முடியவில்லை. அவர்கள் அனைவரும் மழை கொட்டித் தீர்த்ததும் அதைப் புரிந்துகொள்ள முயன்றனர். ‘மேக வெடிப்பு’ என்றனர் சிலர். ‘காலநிலை மாற்றம்தான் காரணம்’ என்றனர் சிலர்.

இதுபோன்ற திடீர்ப் பெருமழை கடந்த ஆண்டில் உலகின் பல நகரங்களை அதிர்ச்சிக்கு உள்ளாக்கி இருக்கிறது. 2021 ஜூலை 25 அன்று மாலை மூன்று மணிக்கும் ஐந்து மணிக்கும் இடையில் லண்டனில் கொட்டிய மழையினால் நகரின் பிரதான சாலைகளின் போக்குவரத்து நின்று போனது. அதே மாதம் சீனாவின் ஜெங்ஜாவ் நகரத்தில் 24 மணிநேரத்தில் கொட்டிய மழையின் அளவு 620மிமீ; அந்த மழை நாளில் ரயில் சுரங்கமொன்றில் சிக்கிய 12 பேரை சடலங்களாகத்தான் மீட்க முடிந்தது. அதே மாதம் ஜெர்மனியில் இரண்டுமணி நேரத்தில் கொட்டிய மழை ஜூலை மாதம் முழுவதும் அங்கு பெய்யக்கூடிய மழையைக் காட்டிலும் இரண்டு மடங்கு அதிகமாக இருந்தது; அதனால் 600கிமீ ரயில் தடங்களும் 80 ரயில் நிலையங்களும் நீரில் மூழ்கின; 180 உயிர்கள் பலியாயின. ஆகஸ்ட் 2021இல் அமெரிக்காவின் டெக்சாஸ் நகரிலும், அக்டோபர் மாதம் வியட்னாமிலும் இப்படியான குறுகிய காலத்தில் அபரிமிதமான மழை பெய்தது.

இதில் எந்தப் பெருமழையையும் வானிலை மையங்களால் கணிக்க முடியவில்லை. சூழியலாளர்கள் ‘காலநிலை மாற்றத்தின் கெடு விளைவுகள் இவை’ என்கிறார்கள். சூழியல் பேராசிரியர் வெரோனிகா பிரவுன் பிபிசிக்கு அளித்த நேர்காணலில் ‘லண்டனின் மழைநீர் வடிகால்களால் இந்தக் குறுகியகாலப் பெருமழையை எதிர்கொள்ள முடியவில்லை’ என்றார்.

அது லண்டன். சென்னை எங்கே நிற்கிறது? டிசம்பர் 30 அன்று கொட்டிய மழைக்கு காலநிலை மாற்றம் ஒரு காரணமாகலாம். அதைப்போலவே நவம்பர் மாதம் கொட்டிய மழையும் காலநிலை மாற்றத்தின் விளைவாக இருக்கலாம். 'பூமி வெப்பமடைகிறது, உலகின் பல நகரங்களிலும் குறுகிய காலத்தில் அதீத மழை பொழிகிறது, இதுதான் சென்னையிலும் நடந்தது, இதற்கு யாரால் என்ன செய்ய முடியும்?' என்று சிலர் கேட்டார்கள். சென்னை தத்தளிப்பதற்குப் பருவ நிலை மாற்றம் மட்டுமே காரணமா?

சென்னை நுங்கம்பாக்கம் மழைமானி நவம்பர் மாதத்தில் பதிவு செய்த மழையின் அளவு 1006மிமீ. கடந்த நூறாண்டுகளில் நவம்பர் மாதம் 1000மிமீ-க்கு அதிகமாக இந்த மழைமானி பதிவு செய்தது இரண்டு முறைதான்-1918 (1088மிமீ), 2015 (1049மிமீ). நவம்பர் மாதம் சராசரியாகப் பதிவாகிற மழை அளவு 600மிமீ. அதாவது இப்போது மூன்றில் இரண்டு பங்கு அதிக மழை பொழிந்திருக்கிறது. நவம்பர் மாதத்தின் முதல் 27 நாள்களில், நுங்கம்பாக்கம் மழைமானி 24 நாள்கள் மழையைப் பதிவு செய்திருந்தது. மூன்றுக்கும் மேற்பட்ட முறை சென்னை நகரின் பல பகுதிகள் தண்ணீரில் தத்தளித்தன.

நவம்பர் 6ஆம் தேதி இரவு மட்டும் நுங்கம்பாக்கம் பதிவு செய்த மழை 230 மிமீ. அன்றிரவு தொடங்கிய மழை நவம்பர் 12 வரை தொடர்ந்தது. ஆனால் நமது பிரச்சினை லண்டனைப்போல் குறுகியகாலப் பெருமழையால் மட்டும் வந்ததல்ல.

இது வழமையைக் காட்டிலும் அதிகமான மழைதான். ஆனால் கடந்த நூற்றாண்டில் நவம்பர் மாதங்களில் பல முறை கன மழை பெய்திருக்கிறது- 1918(1,088மிமீ), 1976(709மிமீ), 1985(807மிமீ), 1997(832மிமீ), 2015(1049மிமீ). ஆகவே மொத்தப் பழியையும் வெப்பமாகும் பூமியின்மீது போட்டுத் தப்பிக்க முடியாது.

‘இது அதீத மழை, நமது வடிகால்களால் சமாளிக்க முடியவில்லை, அதனால் தண்ணீர் தேங்கிவிட்டது’ என்கிறார்கள்

சிலர். ஒரு வாதத்திற்காக இதைச் சரியென்று எடுத்துக்கொண்டால், மழை குறைந்ததும் தேங்கிய வெள்ளம் வடிகால் வழியோடி வாய்க்கால், கால்வாய், ஆறு என்று பயணித்துக் கடலில் கலந்திருக்க வேண்டும். ஆனால் அப்படி நடக்கவில்லை. வெள்ளம் தேங்கி நின்றது. இறைத்துத்தான் வெளியேற்ற முடிந்தது. வெள்ளம் தேங்கியதற்குக் காரணங்கள் பல.

நமது தலை நகரின் வடிகால்களின் போதாமை நமக்குத் தெரிகிறது. கூடுதலாகக் காலநிலை மாற்றத்தால் முன்னறிவிப்பின்றி மாமழை பொழிகிறது. இனியும் இந்த வெள்ளத்தை ஒரு வாரப் பரபரப்புச் செய்தியாய் நாம் கடந்து போகலாகாது. இந்தியாவில் உருவான முதல் நவீன நகரம் சென்னை. ஒரு நவீன மழைநீர் வடிகால் திட்டத்துக்கு இந்த நகரம் அருகதையானது. அது விரைவில் நடக்கட்டும்.

இந்து தமிழ் திசை 11.1.2022

22

நிவர் புயலும் பெருமழையும் உலர்ந்த தமிழரும்

நிவர் புயல் 2020ஆம் ஆண்டு நவம்பர் 26 அன்று அதிகாலையில் கரையைக் கடந்தது. புயலின் உக்கிரம் எதிர்பார்த்ததைவிடக் குறைவாக இருந்தது. புயல் பெருமழையையும் கொண்டுவந்தது. 2004இல் உயர்ந்த சுனாமிப் பேரலைகளின் தாண்டவமும் 2015இல் சென்னையை மூழ்கடித்த வெள்ளமும் உண்டாக்கிய அழிவுகள் அதிகமானவை. இவ்விரண்டு பேரிடர்களைக் கணிப்பதிலும் எச்சரிப்பதிலும் மீட்புப்பணிகளிலும், அவற்றை எதிர்கொள்ளத்தக்க உள்கட்டமைப்பிலும் போதாமைகள் இருந்தன என்பதை வல்லுநர்கள் அப்போதே சுட்டிக்காட்டினார்கள். இவ்விரண்டு பேரிடர்கள், தவிர புயல்களும் இப்போதெல்லாம் அடிக்கடி சுழன்றடிக்கின்றன. வடதமிழகம் தானேப் புயலாலும் (2011), சென்னை நகரம் வார்தாப் புயலாலும் (2016), தென் தமிழகம் ஒக்கிப் புயலாலும் (2017), காவிரிப் படுகை கஜாப் புயலாலும் (2018) தாக்குண்டன.

கணிப்பு- எச்சரிக்கை

இந்த வரிசையில் நிவர் புயலும் சேர்ந்துகொண்டது. 2020 நவம்பர் 23இல் உருவாகி, ஓங்கி மிகச் சுழன்று, பிறர் வாடப் பல செயல்கள் செய்து, நான்கு நாள்களுக்குப் பிறகு மரக்காணத்தில் வீழ்ந்தது புயல். இந்த முறை இந்திய வானிலை ஆய்வு மையத்தின் கணிப்புகளும் எச்சரிக்கைகளும் மீட்புக்குழுவினருக்குக் கைவிளக்காக அமைந்தன. மிகத் தீவிரம் என்ற படிநிலையிலிருந்து தீவிரப் புயல் என்ற படிநிலைக்குப் நிவர் பலவீனமடைந்தது. புயலின் வீச்சும் போக்கும் துல்லியமாகக் கணிக்கப்பட்டது.

மீட்பு- நிவாரணம்

வெளியூர்ப் பேருந்துகளும் ரயில்களும் நிறுத்தப்பட்டன. தேசியப்பேரிடர் மீட்புப்படையின் ஆறு அணிகள் கடலூரிலும் இரண்டு அணிகள் சென்னையிலும் நிலைகொண்டன. சென்னை

மாநகராட்சி, பல்வேறு ஊராட்சிகள், வருவாய்த் துறை, காவல் துறை, தீயணைப்புத் துறை, பொதுப்பணித் துறை, நெடுஞ்சாலைத் துறை, நல்வாழ்வுத் துறை, மின்வாரியம், வடிகால் வாரியம் முதலான அரசு இயந்திரத்தின் பல்வேறு கரங்கள் ஒருங்கிணைக்கப்பட்டன.

புயலின் விளைவாகப் பெய்த பெருமழையால் அதிகப் பாதிப்புகள் உண்டாகின. ஐந்தாண்டுகளுக்குப் பிறகு செம்பரம்பாக்கம் ஏரி திறந்துவிடப்பட்டது. இயற்கை இந்த முறை உக்கிரத்தை வெகுவாகக் குறைத்துக்கொண்டிருந்தது. 2015இல் பொழிந்த உச்சபட்ச ஒரு நாள் மழையளவு 475மிமீ(2.12.2015). இந்த முறை அது 132மிமீ(26.11.2020). 2015இல் 86%ஆக இருந்த ஏரியின் கொள்ளளவு ஒரே நாளில் 93%ஆக உயர்ந்தது; வினாடிக்கு 29,000 கன அடி நீர் திறந்துவிடப்பட்டது. விளைவை நாடறியும். இந்த முறை கொள்ளளவு சீராக உயர்ந்தது. அது 84%ஐ எட்டியபோதே வெளியேற்றமும் தொடங்கியது. திறந்துவிடப்பட்ட நீர் வினாடிக்கு 7,050 கன அடி. அடையாற்றின் கரையோரம் வசித்தவர்களும் இன்ன பிற பாதுகாப்புக் குறைவான இடங்களில் வசித்தவர்களுமாக சுமார் 2.3 இலட்சம் மக்கள் நான்காயிரத்திற்கும் மேற்பட்ட முகாம்களில் தங்கவைக்கப்பட்டனர். புயலில் சரிந்த மரங்கள் விரைவாக அகற்றப்பட்டன. நிவாரணப்பணிகள் ஒருங்கிணைக்கப்பட்டிருந்தன.

சாலையில் தேங்கிய நீர்

அதேவேளையில், புயல் கரையேறி இரண்டு நாள்களுக்குப் பின்னும் சென்னை நகரின் பல சாலைகளில் தேங்கிய நீர் வடியவில்லை. இந்தச் சாலைகள் வேளச்சேரி, சூளைமேடு, அடையாறு, வடபழனி, கே.கே.நகர், அரும்பாக்கம், கொளத்தூர் முதலான பகுதிகளில் இருந்தன. அதிகம் பாதிக்கப்பட்டவை செம்பரம்பாக்கத்தின் தென்புறமும் தாம்பரம்-ஸ்ரீபெரும்பதூர் சாலையை ஒட்டியும் அமைந்துள்ள முடிச்சூர், வரதராஜபுரம் முதலான புறநகர்க் குடியிருப்புப் பகுதிகள். இங்கு சாலைகளைக் கடந்து வீடுகளிலும் புகுந்தது வெள்ளம்.

இதை எப்படி மட்டுப்படுத்துவது? சென்னையில் நகரம் முழுமைக்குமான ஓர் ஒருங்கிணைந்த வடிகால்த் திட்டம் வடிவமைக்கப்பட வேண்டும். பெருமழைக் காலங்களில் இந்தக் குடியிருப்புகளுக்குள் வெள்ளம் வராமல், வடிகால்ச் சுரங்கங்களைக்

கட்டலாம்; அவை உபரி நீரைப் பிரதான வாய்க்கால்களுக்குக் கடத்திவிடும்.

பேரிடர்களைக் கணிப்பதிலும் எச்சரிப்பதிலும் மீட்புப் பணிகளிலும், நிவாரணப்பணிகளிலும் கணிசமான முன்னேற்றம் இருக்கிறது. அதேபோல, பேரிடரை எதிர்கொள்ளத்தக்க ஒருங்கிணைந்த மழைநீர் வடிகால் திட்டத்தையும் மேற்கொள்ள வேண்டும்.

உலர்ந்த தமிழர்

பாரதியாரின் வசனகவிதைகளில் பிரபலமானது 'மழை'. அதிலிருந்து சில வரிகள்:

மழை பெய்கிறது
ஊர்முழுதும் ஈரமாகிவிட்டது
தமிழ் மக்கள் ஈரத்திலே நிற்கிறார்கள்
ஈரத்திலே உட்காருகிறார்கள்
ஈரத்திலேயே நடக்கிறார்கள்
ஈரத்திலேயே படுக்கிறார்கள்
ஈரத்திலேயே சமையல்
ஈரத்திலேயே உணவு
உலர்ந்த தமிழன் மருந்துக்குக்கூட அகப்படமாட்டான்.

தமிழர்கள் மழையோடும் அதன் அசௌகரியங்களோடும் சமரசம் செய்துகொண்டு வாழ்கிறார்களே என்கிற ஆதங்கத்தில்தான் பாரதி இவ்விதம் எழுதியிருக்க வேண்டும். பாரதி இப்படி எழுதியும் நூறாண்டுகளாகிவிட்டது. நாம் மழையின் ஈரத்திலிருந்து நம்மைப் பாதுகாத்துக்கொள்ள வேண்டும். அதற்கு ஒருங்கிணைந்த மழைநீர் வடிகால் திட்டம் அவசியமானதாகும். புதிய பகுதிகளில் குடியிருப்புகள் உருவாகும்போது சாலை, மின்சாரம், குடிநீர், கழிவுநீர் முதலியவற்றுடன் மழைநீர் வடிகால்களும் அமைக்கப்பட வேண்டும். அதுவே நல்ல நகரமைப்பின் அடையாளமாக இருக்கும். அங்கே உலர்ந்த தமிழர்கள் வாழ்வார்கள்.

இந்து தமிழ் திசை 9.12.20

23

வெள்ளம் சூழ்ந்த மாவேலி நாடு

ஆவணி மாதத் திருவோண நாள். மாவேலிச் சக்கரவர்த்தி தன் குடிகளைக் காண வரும் நாள். தங்கள் மன்னனைப் பூக்கோலமிட்டுப் புத்தாடை உடுத்தி மலையாளிகள் வரவேற்கும் நாள். ஆனால் 2018ஆம் ஆண்டு எதிர்பாராமல் வந்த வெள்ளம் மலையாளிகளைத் துயரத்தில் தள்ளிவிட்டது. அந்த வெள்ளத்தின் பாதிப்பை எப்படிக் குறைத்திருக்கலாம் என்று ஊடகங்கள் நடத்திய விவாதங்கள் முக்கியமானவை.

சூழலியல் சமநிலை

முதலாவதாக, மேற்குத் தொடர்ச்சி மலையின் சூழலியலைப் பாதுகாக்க 2011இல் காட்கில் குழு வழங்கிய பரிந்துரைகளை அடுத்தடுத்து வந்த கேரள அரசுகள் கடைப்பிடிக்கவில்லை என்று குற்றம் சாட்டப்படுகிறது. மேற்குத் தொடர்ச்சி மலையின் வனப்பகுதிகளில் வேளாண்மையும், மலைப்பகுதிகளில் குவாரிகளும், வெள்ள வடிகால் பகுதிகளில் கட்டிடங்களும் குறைக்கப்பட்டிருந்தால் மக்களின் வாழிடங்களுக்குக் கடந்துவந்த வெள்ளத்தின் பாதிப்பையும் குறைத்திருக்கலாம். ஆனால் இதற்குக் கேரள அரசை மட்டும் குறை சொல்லிவிட முடியாது. மேற்குத் தொடர்ச்சி மலையின் நீளம் 1,500கி.மீ. இது குஜராத், மகாராஷ்டிரம், கோவா, கர்நாடகம், கேரளம், தமிழகம் ஆகிய ஆறு மாநிலங்களின் வழி நீள்கிறது. எந்த அரசும் காட்கில் அறிக்கையின் எந்தப் பகுதியையும் நடைமுறைப்படுத்த முனையவில்லை. எல்லோருக்கும் தத்தமது பகுதிகளின் வளத்தைப் பெருக்குவதிலும் மென்மேலும் நகர்மயமாக்குவதிலுமே அக்கறை இருக்கிறது. எனில், அதற்காகச் சுற்றுச்சூழல் சமநிலையைக் காவு கொடுக்கலாகாது என்பதுதான் இயற்கை இந்த ஆறு மாநிலங்களுக்கும் இப்போது புகட்டியிருக்கும் கசப்பு மருந்து.

படிப்படியான நீர் வெளியேற்றம்

இரண்டாவதாக, இடுக்கி அணையின் முழுக் கொள்ளளவும் சேகரம் ஆகும்வரை காத்திருக்காமல் முன்னதாகவே மதகுகளைத்

திறந்திருக்க வேண்டும் என்கிற கருத்து முன்வைக்கப்படுகிறது. மழை தொடர்ச்சியாகப் பெய்ய வாய்ப்புள்ள காலங்களில் முழுக் கொள்ளளவை எட்டும் முன்னரே நீரைப் படிப்படியாக வெளியேற்றுவதும், குறைவான மழைக்குச் சாத்தியமுள்ள காலங்களில் கொள்ளளவை எட்டிய பிறகே மதகுகளைத் திறப்பதும் நல்ல நீர் மேலாண்மையாகும். ஜூலை மாதம் முதற்கொண்டே படிப்படியாக மதகுகளைத் திறந்திருக்கலாம். அப்படிச் செய்திருந்தால் அணையின் முழுக் கொள்ளளவும் எட்டியபின் பேய் மழைக்கிடையே அணை நீரையும் வெளியேற்ற வேண்டிய நிலை வந்திருக்காது. ஆனால் இதற்காக இடுக்கி அணையின் பொறியாளர்களை மட்டும் குற்றம் சொல்லிவிட முடியாது. படிப்படியாக நீரை வெளியேற்றுவதற்கு இடுக்கியில் முன்மாதிரியே இல்லை. கடந்த 26 ஆண்டுகளில் அதன் மதகுகள் திறக்கப்பட்டதில்லை. இந்தக் காலத்தில் நீர்மட்டம் பலமுறை உச்சநிலைக்கு அருகாக உயர்ந்திருக்கும். இதற்கு முன்பு 1992ல் முழுக் கொள்ளளவையும் எட்டிய பிறகுதான் மதகுகள் திறக்கப்பட்டன. நீரைச் சேமிக்காமல் திறந்துவிட்டால் மின் உற்பத்தி பாதிக்கப்படும் என்கிற கவலை பொறியாளர்களுக்கு இருந்திருக்கலாம். இந்த மனப்பான்மை மாறவேண்டும். இது வெள்ளம் புகட்டும் இரண்டாவது பாடம்.

பெரியாறு அணை

மூன்றாவதாக, முல்லைப் பெரியாறு அணையிலிருந்து கேரளத்தை நோக்கித் திறந்துவிடப்பட்ட உபரி நீரைக் குறித்து தமிழகத்தின் மீது குற்றச்சாடுகள் முன்வைக்கப்பட்டன. அவை பொறியியல் ரீதியில் சரியானவை அன்று (பார்க்க கட்டுரை: பெரியாறு அணை: பொறியியலும் அரசியலும்).

மழைநீர் வடிகால்

கடைசியாக, மிக முக்கியமான ஒரு காரணம் ஊடக வெளியில் காணக் கிடைக்கவில்லை. இந்தியாவின் பல நகரங்களிலும் மழைநீர் வடிகால்கள் முறையாக வடிவமைக்கப்படவில்லை (பார்க்க கட்டுரை: சென்னையில் வெள்ளத்தைத் தவிர்க்க ஒரு செயல்திட்டம். இந்தக் கட்டுரையில் விவாதிக்கப்படும் பொறியியல் கூறுகள் எல்லா நகரங்களுக்கும் பொதுவானவை.)

மாவேலி ஏமாந்தார்

கெடு வாய்ப்பாக 2018 வெள்ளம் வடிந்த பிறகு இந்தக் குறைபாடுகளை நீக்குவதற்கான முன்னெடுப்புகளை கேரள அரசு மேற்கொள்ளவில்லை. அதற்கு அடுத்தடுத்த ஆண்டுகளிலும் திருவோணத்தன்று மாவேலி கேரளத்திற்கு விஜயம் செய்திருப்பார். சற்றே ஏமாற்றத்துடன்தான் திரும்பியிருப்பார்.

இந்து தமிழ் திசை 22.8.2018

24

பெரியாறு அணை: பொறியியலும் அரசியலும்

பெரியாறு அணை வலுவாகத்தான் இருக்கிறது - பொறியியல் ரீதியாக. ஆனால் அரசியல்ரீதியாக அந்த அணை தொடர்ந்து தாக்குதலுக்கு உள்ளாகி வருகிறது. கேரளத்திலிருந்து தொடுக்கப்படும் தாக்குதல்களை நாம் அறிவோம். இன்னொரு புறம் அணையின் பொறியியல் கூறுகளைப் புரிந்துகொள்ளாமல் தமிழகத்திலிருந்தும் சில சமயங்களில் தாக்குதல்கள் நடக்கின்றன. இந்தத் தாக்குதல்களைப்பற்றிப் பேசுவதற்கு முன்னால் பெரியாறு அணையின் தனித்துவமான வடிவமைப்பையும் அதன் வரலாற்றையும் அறிந்துகொள்வது பயன் தரும்.

பொறியியல் அற்புதம்

"அனாதி காலந்தொட்டு மதுரை ஜில்லா பாசனநீர்ப் பற்றாக் குறையால் துயரப்பட்டு வருகிறது."- இது ஜான் பென்னிகுயிக் 26 ஜனவரி 1897 அன்று லண்டன் பொறியாளர் சங்கத்தில் வாசித்த கட்டுரையின் முதல் வரி. மதுரை ஜில்லாவையும் இடுக்கி ஜில்லாவையும் பிரிப்பது ஒரு மலைத்தொடர். மலைக்கு மறுபக்கம், இயற்கை மழையை வாரி வழங்குவதையும் பெரியாறு புரண்டு ஓடுவதையும் பென்னிகுயிக் அதே கட்டுரையில் குறிப்பிடுகிறார். மேற்கே ஓடிக் கடலில் கலந்த நதியை மறித்து, கிழக்கே மதுரை ஜில்லாவிற்குத் திருப்பிய பொறியியல் அற்புதத்திற்குப் பெயர்தான் பெரியாறு அணை. அப்போது மதுரை ஜில்லா. இப்போது மதுரை, திண்டுக்கல், தேனி, இராமனாதபுரம், சிவகங்கை ஆகிய ஐந்து மாவட்டங்கள்.

பொதுவாக அணைக்கட்டுகள் ஆற்றின் போக்கில் அதன் குறுக்காகக் கட்டப்படும். அணைக்கட்டின் பின்புறத்தில் நீர்ப்பிடிப்புப் பகுதி இருக்கும். முன்புறத்தில் பாசனக் கால்வாய்கள் இருக்கும். கால்வாய்க்குத் தண்ணீர் திறந்துவிடுவதற்கான மதகுகள் (sluice) அணைக்கட்டின் ஒரு புறமும் உபரிநீரைக் கடத்தி விடுவதற்கான கலிங்குகள் (weirs) ஒரு புறமும் இருக்கும். இந்த விதிகளுக்கெல்லாம் விலக்காக விளங்குகிறது பெரியாறு அணை.

1895ஆம் ஆண்டு முதல் முல்லைப் பெரியாறு அணை தண்ணீரைத் தேக்கி வருகிறது. அது தேக்கிய தண்ணீர் தெளிவாகத்தான் இருந்தது. 1979இல் இந்தத் தண்ணீரில் அரசியல் கலந்தது; அப்போது முதல் கலங்கிக் கிடக்கிறது.

பெரியாறு அணை 162 அடி உயரமானது. இதில் 152 அடி வரை நீரைத் தேக்கலாம். அணைக்கு அருகே உபரி நீரைக் கேரளாவிற்கு வெளியேற்றும் கலிங்குகள் இருக்கின்றன. இதன் அடிமட்டம் 136 அடி. அதாவது நீரின் மட்டம் 136 அடிக்கு மேலெழும்பினால் நீரை வெளியேற்ற முடியும். அது கேரளாவிற்குப் போகும்.

அணைக்கட்டிலிருந்து நீர்ப்பிடிப்புப் பகுதியின் வழியாக 14கிமீ பயணித்தால் வருவது தேக்கடி. இங்குதான் தமிழகப் பாசனக் கால்வாய்க்கு நீரைக் கொண்டுசெல்வதற்கான சுரங்கம் இருக்கிறது. இதன் அடிமட்டம் 104 அடி. அதாவது 104 அடி வரையிலான நீர் எப்போதும் நீர்ப்பிடிப்புப் பகுதியில் தேங்கியிருக்கும். இதுவே தேக்கடியை சுற்றுலாத் தலமாகவும் வனவிலங்குகளின் சரணாலயமாகவும் ஆக்கியிருக்கிறது. 104 அடிக்குமேல் 152 அடி வரையிலான நீரைத் தேக்கித் தமிழகம் பயன்படுத்தலாம். கலிங்குகளைத் திறந்தால் மிகுதி நீர் கேரளாவிற்குச் சென்றுவிடும்.

அணையின் முழுக் கொள்ளளவின்போது நீர்ப்பிடிப்புப் பகுதியின் பரப்பு 8,000 ஏக்கராக இருக்கும். இது முழுவதும் கேரளாவில் இருக்கிறது. 1886இல் திருவிதாங்கூர் சமஸ்தானம் இந்த நிலப்பரப்பை சென்னை ராஜதானிக்கு 999 ஆண்டுகள் குத்தகைக்கு வழங்கியது. இந்த ஒப்பந்தத்தை தமிழக, கேரள அரசுகள் 1970இல் புதுப்பித்துக்கொண்டன. எல்லாம் நன்றாகவே நடந்தது, 1979 வரை. அப்போதுதான் பெரியாறு அணையின் உறுதிப்பாட்டைக் குறித்துக் கேரளாவில் ஐயங்கள் எழுப்பப்பட்டன.

பெரியாறு அணை கருங்கற் சுவர்களுக்கிடையே சுண்ணாம்புக் காரையும் சுருக்கியும் கொண்டு கெட்டிக்கப்பட்டது. சிமெண்ட் புழக்கத்தில் வராத காலமது. அதனால் பலம் குறைந்தது என்பது பொருளல்ல. பயன்படுத்தப்பட்ட பொருள்களின் அடர்த்திக்கேற்ப வடிவமைக்கப்பட்டது. மிகுந்த தரக்கட்டுப்பாடுடன் கட்டப்பட்டது. நன்றாகப் பராமரிக்கப்பட்டும் வருகிறது. சுண்ணாம்புக்காரை கொண்டு நூற்றாண்டுகளுக்கு முன்பு கட்டப்பட்ட பல கோயில்களும் கோட்டைகளும் இன்றும் மெருகுடன்

விளங்குகின்றன. அணையை ஆய்வு செய்த ஒன்றிய நீர் ஆணையத்தின் (Central Water Commission - CWC) வல்லுநர்கள் அணை பலமானதுதான் என்று உறுதியளித்திருக்கிறார்கள்.

எனினும் அணையை மேலும் பலப்படுத்த நான்கு விதமான மேம்பாட்டுப் பணிகளை மேற்கொள்ளத் தமிழகம் முன்வந்தது; பணிகள் நிறைவுறும்வரை உச்ச நீர்மட்டமான 152 அடியை 136 அடியாகக் குறைத்துக்கொள்ளவும் சம்மதித்தது. பணிகள் முடிவடைந்தன. ஆனால் அதன் பிறகும் நீர்மட்டத்தை உயர்த்தக் கேரளம் சம்மதிக்கவில்லை. இரண்டு அரசுகளாலும் சமரசத்தை எட்ட முடியவில்லை. 2014இல் உச்ச நீதிமன்றம் நீர்மட்டத்தை 142 அடியாக உயர்த்திக்கொள்ளவும், அருகேயுள்ள சிற்றணை ஒன்றை மேம்படுத்தியபின் 152 அடியாக உயர்த்திக்கொள்ளலாம் என்றும் ஆணையிட்டது.

இந்த ஆணைக்குப் பிறகு நான்கு முறை, நீர் மட்டம் 142 அடியை எட்டியது. ஆண்டுகள்: 2014, 2015, 2018, 2021.

இதில் 2018ஆம் ஆண்டு, கேரளம் பெரு வெள்ளத்தை எதிர்கொண்ட நேரம். அந்த ஆண்டு ஆகஸ்ட் 15 அன்று நீர்மட்டம் 142 அடியை எட்டியதும் உபரி நீர் 13 மதகுகள் வாயிலாக திறந்து விடப்பட்டது. இந்த வெள்ளம் கேரளத்தின் அபரிமிதமான மழை வெள்ளத்தோடு சேர்ந்துகொண்டது. அப்போது கேரள அரசு உச்ச நீதிமன்றத்தில் ஒரு முறைப்பாட்டை முன்வைத்தது. பெரியாறு அணையிலிருந்து தமிழகம் திடீரென்று தண்ணீரைத் திறந்துவிட்டதனால் கீழேயுள்ள இடுக்கி அணையிலிருந்து அதிக நீரை வெளியேற்ற வேண்டி வந்தது என்றும் இதனால் தங்கள் மாநிலத்தில் வெள்ளத்தின் பாதிப்பு மோசமானதாகவும் குற்றம் சாட்டியது கேரள அரசு. இதற்குத் தமிழக அரசு பதில் அளித்தது. 2018 ஆகஸ்ட் 10 முதல் 21வரை இடுக்கி அணை வெளியேற்றிய நீர் 39.10 டி.எம்.சி. (ஒரு டி.எம்.சி. என்பது ஆயிரம் மில்லியன் கன அடி). ஆகஸ்ட் 14 முதல் 19வரை இடமலையாறு அணை வெளியேற்றிய நீர் 7.74 டி.எம்.சி. ஆகஸ்ட் 15, 16 தேதிகளில் பெரியாறு அணையிலிருந்து திறந்துவிடப்பட்ட தண்ணீர் 3.27 டி.எம்.சி. பெரியாறு அணையின் உபரிநீர் கேரள அணைகளிலிருந்து திறந்துவிடப்பட்ட நீரைக்கால் பன்மடங்கு குறைவானது என்று தமிழகம் வாதிட்டது.

நீர் வரத்து அதிகமாக இருக்கும்போது அணையின் உயர்மட்டத்தை எட்டுவதற்கு முன்பாகவே, படிப்படியாக நீரை

வெளியேற்றுவதுதான் சரியானது. ஆனால் எல்லா அணைக்கட்டுகளிலும் உச்ச மட்டம்வரை நீரைத் தேக்குவது வழமையாகியிருக்கிறது. இதுதான் கேரளாவின் எல்லா அணைகளிலும் நடந்தது. ஒவ்வொரு முறையும் இனி நீரைத் தேக்க முடியாது என்ற நிலை வரும்போதுதான் கபினி, கிருஷ்ணசாகர் அணைகளின் மதகுகளைக் கர்நாடக அரசு திறக்கிறது. டிசம்பர் 2015இல் முழுக் கொள்ளளவை எட்டிய பிறகுதான் செம்பரம்பாக்கம் ஏரியிலிருந்தும் தண்ணீர் திறந்துவிடப்பட்டது. பெரியாறிலும் இதுவேதான் நடந்தது.

இரண்டு சாத்தியங்கள்

இந்தப் பாதிப்பை இரண்டு விதமாகக் குறைத்திருக்கலாம். நீர் மட்டம் 142 அடியை எட்டும் முன்னரே தமிழகப் பாசனத்திற்குத் தண்ணீரைத் திறந்துவிட்டிருக்கலாம். ஆனால் மீண்டும் மழை பொழியாவிடில் போராடிப் பெற்ற 142 அடிக்கு நீரைச் சேகரிக்க முடியாமல் போகும் என்ற அச்சம் பொறியாளர்களுக்கு இருந்திருக்கக்கூடும். இன்னொரு சாத்தியம் அணையில் நீரை 152 அடி வரை தேக்கியிருந்தால் உபரி நீரை கேரளாவிற்கு வெளியேற்றுவதைத் தவிர்த்திருக்கலாம். அணை பாதுகாப்பாகத்தான் இருக்கிறது. பல வல்லுநர்களும் சான்றளித்திருக்கிறார்கள். ஆனால் உச்ச நீதிமன்ற ஆணையின்படி 142 அடிக்குமேல் நீரைத் தேக்க முடியாது. ஆக இரண்டு வழிகளும் அரசியல் காரணங்களால் அடைபட்டுப் போனது.

உச்ச மட்டம்வரை நீரைத் தேக்குவது நீர் மேலாண்மைக்கு எதிரானது; அபாயகரமானது. பருவ காலங்களுக்கேற்ப படிப்படியாக நீரை வெளியேற்றுவதற்கான விதிமுறைகள் எல்லா அணைகளுக்கும் வகுக்கப்பட வேண்டும். இந்த அடிப்படையில் பெரியாறு அணைக்கான நீர்நிறுத்த விதிகளை (rule curve) வகுக்குமாறு உச்ச நீதிமன்றம் ஆணையிட்டது. மழைப்பொழிவைக் கணக்கிட்டு அணையின் உயர்மட்டம் அக்டோபர் 20இல் 138 அடியாகவும், நவம்பர் 10இல் 139.50 அடியாகவும், நவம்பர் 30இல் 142 அடியாகவும் இருக்கவேண்டும் என்கிற விதி 2018க்குப் பிறகு வகுக்கப்பட்டு, அதை ஒன்றிய நீர் ஆணையமும் ஏற்றுக் கொண்டதாக அறிய முடிகிறது. இந்த விதிகள் திமுக அரசு பொறுப்பேற்பதற்கு முன்னதாகவே அமலில் வந்திருக்க வேண்டும் என்று கருத இடமிருக்கிறது. 2021 அக்டோபர் 29ஆம் தேதி நீர்

மட்டம் 139 அடியைத் தாண்டியதும் பொதுப்பணித் துறை மூன்று கலிங்குகளை மட்டும் திறந்தது. அடுத்த நாள் நீர்வரத்து அதிகரிக்கவே கூடுதலாக மூன்று கலிங்குகளைத் திறந்தது. இவை எல்லாம் இரண்டு மாநிலங்களின் பொதுப்பணித்துறைகளும் ஒன்றிய நீர் ஆணையமும் ஒப்புக்கொண்ட வழிமுறைகள். ஆனால் இந்தப் பொறியியல் நடைமுறைகளில் அரசியல் கலந்தபோது பெரியாற்று நீர் கலங்கியது.

தமிழகத்திலிருந்து குற்றச்சாட்டுகள்.

அப்போது சில தமிழக ஊடகங்கள் கேரள அரசு 'தன்னிச்சை'யாக நீரைத் திறந்துவிட்டதாகச் செய்தி வெளியிட்டன. அணையின் உரிமையாளரும் பராமரிப்பாளரும் தமிழக அரசு. இதில் கேரள அரசு எங்ஙனம் கலிங்குகளைத் திறக்க முடியும்? இன்னொரு குற்றச்சாட்டு, கலிங்குகள் திறக்கப்படும்போது கேரள அமைச்சர்கள் இருந்தனர், தமிழக அமைச்சர்கள் இல்லை என்பது. கேரள அமைச்சர்கள் அணைக்கு வருவதும் பார்வையிடுவதும் அவர்கள் விருப்பம். அதை நாம் தடுக்க முடியாது; கூடாது. உபரி நீர் கேரளாவிற்குத் திறந்துவிடப்படுகிறது. இதை மேற்பார்க்கத் தமிழக அமைச்சர்கள் ஏன் செல்ல வேண்டும்? இந்தக் குற்றச்சாட்டை எழுப்பியவர்கள், வேறு அணைகளில் பாசனத்திற்கு நீர் திறந்துவிடப்படும்போது அமைச்சர்கள் மலர் தூவும் காட்சிகளோடு இதைக் குழப்பிக் கொண்டிருக்கக்கூடும். பெரியாறு அணையின் பாசன மதகுகள் அணையிலிருந்து 14கிமீ தள்ளி தேக்கடியில் இருக்கிறது. இது விதிவிலக்கான அணை.

அடுத்த குற்றச்சாட்டு எதிர்க்கட்சிகளிடமிருந்து வந்தன. தமிழகத்திற்கு நீரைப் பயன்படுத்தாமல் நீர் மட்டம் 142 அடியை எட்டுவதற்கு முன்னரே தமிழகம் தண்ணீரைக் கேரளாவிற்குத் திறந்துவிட்டதாக எதிர்க்கட்சிகள் குற்றம் சாட்டின. புதிய நீர்நிறுத்த விதிகளின்படி அக்டோபர் 29 அன்று நீர்மட்டத்தை 139 அடிக்குமேல் நிறுத்த முடியாது என்பதை அவர்கள் கவனத்தில் கொள்ளவில்லை.

கேரளத்தின் குற்றச்சாட்டுகள்

2021 நவம்பர் 7ஆம் தேதி பெரியாறு அணையை ஒட்டியுள்ள சிற்றணையை மேம்படுத்துவதற்குத் தடையாக இருந்த மரங்களை வெட்டுவதற்கு கேரள வனத்துறை முதலில் அனுமதி நல்கியிருந்தது.

பிற்பாடு அதைத் திரும்பப் பெற்றுக்கொண்டது. பிரதான அணைக்குப் பக்கத்தில் இருக்கிறது ஒரு சிற்றணை. பிரதான அணையைப்போலவே சிற்றணையினையும் மேம்படுத்த வேண்டும். தமிழக அரசு அதற்குத் தயாராக இருக்கிறது. அப்போதுதான் 152 அடிக்கு நீரை நிறுத்த முடியும். ஆனால் கேரள அரசியலர்கள் அதை விரும்பவில்லை. ஏனெனில், 136 அடியில் அணையின் பயன்கொள்ளத்தக்க நீரின் கொள்ளளவு 6.12 டி.எம்.சி., அதுவே 142 அடியில் 7.67 டி.எம்.சி., 152 அடியில் 10.57 டி.எம்.சி.

புதிய அணை கட்டவேண்டும் என்பது கேரள அரசியலர்களின் கோரிக்கை. ஏனெனில், புதிய அணையின் கட்டுப்பாடு கேரள அரசின் கைகளுக்குப் போய்விடும். அதற்காகவே அணை பலவீனமானது என்கிற குற்றச்சாட்டை முன்னெடுக்கிறார்கள். சிற்றணை மேம்பாட்டைத் தடுக்கிறார்கள்.

என்ன செய்யலாம்?

முதலாவதாக தன் படை வெட்டிச் சாய்க்கிற நமது உள்ளூர் அரசியலர்களும் ஊடகங்களும் தமிழக அரசுடன் ஒன்றுபட்டு நியாயத்தின் பக்கம் ஒற்றைக்கட்டாக நிற்க வேண்டும். இரண்டாவதாக, சட்டரீதியாக நமது உரிமைகளை நிலைநிறுத்த வேண்டும். அடுத்ததாக, நமது தரப்பின் நியாயங்களைக் கேரள அறிவாளர்களுக்கு எடுத்துச்சொல்ல வேண்டும். நல்வாய்ப்பாக, இரண்டு மாநில முதல்வர்களுக்கு இடையில் பரஸ்பர மரியாதை நிலவுகிறது. அதைப் பயன்படுத்தி கேரள மக்களின் நல்லெண்ணத்தைப் பெற முயற்சிக்க வேண்டும்.

பெரியாறு அணை வலுவானது. சிற்றணையையும் மேம்படுத்த வேண்டும். அணையின் முழுப் பயன்பாட்டையும் நாம் துய்க்க வேண்டும். அதற்கான நடவடிக்கைகளை எல்லா மட்டத்திலும் மேற்கொள்ள வேண்டும். மதுரை ஜில்லா மீண்டும் துயரப்படக் கூடாது.

பெரியாறு அணை அதன் பொறியியல் சிறப்புக்காக மட்டுமல்ல, இரண்டு மாநிலங்களின் இணக்கத்திற்குச் சான்றாகவும் வரலாற்றில் இடம்பெற வேண்டும். அப்போது அதன் நீர்ப்பிடிப்பெங்கும் தெளிவான தண்ணீர் துலங்கும்.

இந்து தமிழ் திசை 16.11. 2021, 5.9.2018

25

அணைப் பாதுகாப்புச் சட்டம் எதற்காக?

2021 டிசம்பர் 2ஆம் நாள் மாநிலங்களவையில் அணைப் பாதுகாப்பு மசோதா விவாதிக்கப்பட்டது. நீர் மேலாண்மை மாநில அரசுகளின் வரம்பிற்கு உட்பட்டது; அதில் ஒன்றிய அரசு கை கடத்துகிறது என்பது எதிர்க்கட்சிகளின் விமர்சனமாக இருந்தது. இந்த மசோதாவை ஒரு தேர்வுக் குழுவின் பரிசீலனைக்கு உட்படுத்த வேண்டும் என்று கோரியது திமுக. 'ஜல் சக்தி' அமைச்சர் கஜேந்திர சிங் ஷெகாவத், அதற்கு அவசியமில்லை என்று சொல்லிவிட்டார். அவர் மசோதாவுக்கு ஆதரவாகக் கூறியவைகளில் இரண்டு கருத்துகள் முக்கியமானவை. நாடெங்கிலுமுள்ள அணைகளின் பாதுகாப்புக்கு சீரான விதிகளும் நடைமுறையும் அவசியம்; இந்த மசோதா மாநில உரிமைகளுக்கு எதிரானதல்ல. மாநிலங்களவையில் மசோதா நிறைவேற்றப்பட்டு சட்டமும் ஆக்கப்பட்டது. இந்தச் சட்டம் எதற்காக? இதன் பின்னணி என்ன? திமுக உள்ளிட்ட எதிர்க்கட்சிகள் ஏன் இந்தச் சட்டத்தை எதிர்க்கின்றன? ஒன்றிய அமைச்சர் சொல்லும் சமாதானம் ஏற்கக்கூடியதா?

அணைக்கட்டுகள் பாசனத்திற்கும் குடிநீருக்கும் பேருதவி புரிகின்றன. புனல் மின் நிலையங்களுக்கு நீர் வழங்குகின்றன. வெள்ளம் பெருகாமல் காக்கின்றன. பேரணைகளை 'நவீன இந்தியாவின் ஆலயங்கள்' என்றார் நேரு. 2009இல் தொகுக்கப்பட்ட பேரணைகளின் பட்டியலின்படி இந்த ஆலயங்களின் எண்ணிக்கை 5,101ஆக இருந்தது (2019இல் 5,745). இந்த அணைக்கட்டுகளை வடிவமைப்பதிலும் உருவாக்குவதிலும் பராமரிப்பதிலும் சீர்மை இல்லாமல் இருந்தது. அதில் சீர்மை வேண்டுமென்று வலியுறுத்தியது ஒன்றிய நீர் ஆணையம். அது 1986ஆம் ஆண்டு. அதற்கு அடுத்த ஆண்டில் அணைப் பாதுகாப்பு மசோதாவுக்கான ஒரு முன்வரைவையும் உருவாக்கியது. மாநிலங்களின் கருத்துகள் கோரப்பட்டன. அதன் அடிப்படையில் 2002இல் மசோதா திருத்தப்பட்டது. 2010இல் பாராளுமன்றத்தில் முன்மொழியப்பட்டது. மசோதாவைப் பரிசீலிக்க ஒரு நிலைக்குழு அமைக்கப்பட்டது.

குழு மசோதாவை ஏற்றது. எனினும் அப்போது அந்த மசோதா நிறைவேற்றப்படவில்லை.

இதே மசோதா மீண்டும் 2019இல் பாராளுமன்றத்தில் அறிமுகப்படுத்தப்பட்டது. அப்படித்தான் பல ஊடகங்கள் எழுதின. ஆனால் அப்படிச் சொல்வது பிழை. 2010இல் அறிமுகப்படுத்தப்பட்டு நிறைவேறாமல் போன மசோதாவிற்கும், 2019இல் அறிமுகப்படுத்தப்பட்டு அந்த ஆண்டே பாராளுமன்றத்திலும், 2021இல் மாநிலங்களவையிலும் நிறைவேற்றப்பட்ட புதிய மசோதாவிற்கும் இடையில் ஏராளமான வேறுபாடுகள் உள்ளன.

2010 மசோதாவின் நோக்கம் அணைகளைக் கண்காணிப்பதும், மேற்பார்ப்பதும், இயக்குவதும், பேணுவதும் ஆகும். 2019 மசோதாவின் நோக்கமும் அதுதான். எனில், மேலதிகமாக இவற்றைச் செயல்படுத்துகிற அதிகாரம் மிக்க ஓர் அமைப்பும் மசோதாவின் பிரதான நோக்கமாகச் சேர்ந்துகொண்டது.

ஆந்திரம், மேற்கு வங்கம் ஆகிய இரு மாநிலங்கள்தாம் ஒன்றிய அரசின் மேற்பார்வையில் அணைப் பாதுகாப்பைக் கோரியவை. ஆகவே 2010 மசோதா அந்த இரண்டு மாநிலங்களை மட்டுமே குறிப்பிடுகிறது. மற்ற மாநிலங்கள் விருப்பப்பட்டால் தத்தமது சட்டமன்றத்தில் இந்தக் கூறுகளை விவாதித்துச் சட்டமாக்கிக்கொள்ளலாம். கட்டாயமில்லை. அதுதான் 2010இல் கண்ட வரைவு. ஆனால் 2019இல் காலம் மாறிவிட்டது. இப்போது மாநிலங்களின் விருப்பம் முக்கியமில்லை போலும். அதனால் எல்லா மாநிலங்களும் புதிய சட்டத்திற்குக் கீழ்ப்படிந்தே ஆகவேண்டும்.

2010 முன்வரைவு மூன்று அமைப்புகளை உள்ளடக்கியது. அதில் அணைப் பாதுகாப்புக்காக தேசிய அளவில் ஒரு குழுவும், ஒவ்வொரு மாநிலத்திற்கும் ஒரு குழுவும் இருந்தன. மூன்றாவதாக, ஒன்றிய அளவிலான ஓர் அமைப்பும் இருந்தது. பொறியியல் வல்லுநர்களைக்கொண்ட இந்த அமைப்பு தேசியக் குழுவிற்கும் மாநிலக் குழுக்களுக்கும் தொழில்நுட்ப ஆதரவை நல்கும். 2019 மசோதாவிலும் ஒன்றிய மாநிலப் பாதுகாப்புக் குழுக்கள் இருக்கின்றன. ஆனால் ஒன்றிய அளவிலான தொழில்நுட்பக் குழுவிற்குப் பதிலாக, ஒரு தேசிய அணைப் பாதுகாப்பு அதிகார மையம் உருவாக்கப்படும். இந்த மையம் நாடு முழுவதிலுமுள்ள

அணைகளை மேற்பார்ப்பதோடு மாநிலங்களுக்கு ஆணையிடும் அதிகாரத்தையும் பெற்றிருக்கும்.

மேலும் அமைப்புகளின் உறுப்பினர்கள் யார் யார் என்பதிலும் மாற்றம் வந்திருக்கிறது. 2010இல் அணைப் பாதுகாப்பு தேசியக் குழுவில் ஒன்றிய நீர் ஆணையத் தலைவருடன் சூழலியல், பாசனம், நிலஅளவை, வானிலை முதலான அரசுத் துறைகளின் தலைமைப் பொறியாளர்கள் இடம் பெற்றார்கள். இப்போதும் ஒன்றிய நீர் ஆணையத் தலைவர் இடம் பெறுவார். கூடவே ஐ.ஏ.எஸ். அதிகாரிகள்-10, சுழற்சி முறையில் மாநிலங்களின் தலைமைப் பொறியாளர்கள்-7, துறை சார்ந்த வல்லுநர்கள்-3, ஆக 21 பேர். இந்த 21 பேரும் ஒன்றிய அரசால் நியமிக்கப்படுவார்கள். மாநிலக் குழுவில் அந்த மாநிலத்தின் பொறியாளர்கள், நதி நீரைப் பங்கிட்டுக்கொள்ளும் அண்டை மாநிலப் பொறியாளர்கள், ஒன்றிய நீர் ஆணைய, மின் ஆணையப் பொறியாளர்கள் என 15 பேர் இருப்பார்கள். இதில் அண்டை மாநில உறுப்பினர்களை அந்தந்த மாநிலங்களும் தேசிய உறுப்பினர்களை ஒன்றிய அரசும் நியமிக்கும். அதாவது ஒன்றியக் குழுவை ஒன்றியம் மட்டும் நியமிக்கும். மாநிலக் குழுவை அந்த மாநிலமும், அண்டை மாநிலங்களும் ஒன்றியமும் நியமிக்கும். மாநிலக் குழுவில் பொறியாளர்கள் மட்டும் இருப்பார்கள். ஒன்றியக் குழுவில் சரிபாதி ஆட்சியாளர்கள் இருப்பார்கள்.

மிக முக்கியமாக, தேசிய அணைப் பாதுகாப்பு அதிகார மையத்தின் தலைவராக ஒன்றிய அரசு ஒரு ஐ.ஏ.எஸ் அதிகாரியை நியமிக்கும். மையத்தின் உறுப்பினர்கள், அவர்களது அனுபவம், தகுதி... அதை ஒன்றிய அரசு முடிவு செய்யும். இந்த மையத்திற்கு அணைகள் தொடர்பான எல்லாச் சர்ச்சைகளுக்கும் தீர்வு சொல்லும் அதிகாரம் இருக்கும்.

மாநிலத்தில் உள்ள அணைகளின் பாதுகாப்பை மேற்பார்க்கும் பொறுப்பு அந்தந்த மாநிலக் குழுவிடம் இருக்கும். ஆனால் அணை அண்டை மாநிலத்தில் இருந்தால், பொறுப்பு ஒன்றிய அரசின் அதிகார மையத்திற்குப் போய்விடும். தமிழகத்திற்கு உரிமையான முல்லைப் பெரியாறு, பரம்பிக்குளம், துன்னக்கடவு, பெருவாரிப்பள்ளம் ஆகிய நான்கு அணைகள் கேரளத்தில் அமைந்திருக்கின்றன. தமிழகப் பொதுப்பணித்துறைதான் இந்த அணைகளின் பாதுகாப்பிற்குப் பொறுப்பாக இருக்கும். ஆனால் இதன் பாதுகாப்பையும் இயக்கத்தையும் பராமரிப்பையும் புதிய

அதிகார மையம் மேற்பார்க்கும். இந்த அணைகள் தொடர்பான சர்ச்சைகளுக்கு இனி இந்த அதிகார மையம்தான் முடிவு சொல்லுமென்று தெரிகிறது.

இப்போது என்ன நடக்கிறது? தமிழக அரசின் பொதுப் பணித்துறை அனைத்துப் பாதுகாப்பு ஏற்பாடுகளையும் மேற்கொள்கிறது. ஒன்றிய நீர் ஆணையம் அதை அங்கீகரிக்கிறது. ஆனால் கேரள அரசு ஏற்க மறுக்கிறது. இது வழக்காகிறது. நீதிமன்றம் தமிழகத்தின் நிலைப்பாட்டை ஏற்கிறது. இந்தச் சங்கிலியில் ஒன்றிய நீர் ஆணையத்தின் பொறியியல் வல்லுநர்கள் இருக்கிறார்கள்.

ஆனால் புதிய சட்டம் நடப்பில் வந்தால் பொறியியல்ரீதியான தர்க்கத்தைத் தீர்க்கிற பொறுப்பு புதிய அதிகார மையத்தின் தலைவரிடத்தில் இருக்கும். அவர் ஒன்றிய அரசால் நியமிக்கப்பட்ட ஒரு ஐ.ஏ.எஸ் ஆட்சியாளர். அவருடைய தீர்ப்பே முடிந்த முடிவாகவும் எல்லாரையும் கட்டுப்படுத்துவதாகவும் அமையும். ‘இந்த மையம் பாரபட்சமில்லாமல் நடந்துகொள்ளும் என்று ஏன் நம்பக்கூடாது?’ என்று சிலர் கேட்கிறார்கள். அப்படி நடந்தால் நல்லதுதான். ஆனால் ஒரு புதிய மையத்தை உருவாக்கி அதன் தலைவருக்கு ஏன் வானாளவிய அதிகாரம் வழங்கப்பட வேண்டும்? அவர் ஒரு தலைபட்சமாக நடந்துகொள்ள மாட்டார் என்று எப்படிச் சொல்ல முடியும்?

நாடெங்கிலும் அணைப் பாதுகாப்பிற்குச் சீரான கொள்கை அவசியம்தான். அதுதான் ஆதியில் அணைப் பாதுகாப்புச் சட்டத்தின் நோக்கமாக இருந்தது. ஆனால் இப்போது அது ஒரு புதிய அதிகார மையத்தை உருவாக்கிவிட்டது. இந்த மசோதா மாநில உரிமைகளுக்கு எதிரானது என்று நம்ப போதிய முகாந்திரங்கள் உள்ளன. தமிழக அரசு இதன் பொறியியல் கூறுகளையும் நுணுக்கங்களையும் ஆராய்ந்து இதைச் சட்டரீதியாக நேரிட வேண்டும். மக்கள் மன்றத்திலும் விவாதிக்க வேண்டும்.

‘இந்து தமிழ் திசை 14.12.2021

26

ஓர் அணைக்கட்டின் ஆயுள் எத்தனை ஆண்டுகள்?

2021 டிசம்பர் மாதத் துவக்கத்தில் ஒன்றிய அரசு, மாநிலங்களவையில் அணைப் பாதுகாப்பு மசோதாவை நிறைவேற்றறியது. இப்படி ஒரு மசோதாவிற்கான அவசியத்தை, 'ஜல்-ஷக்தி' அமைச்சர் பட்டியலிட்டார். அதில் இந்தியாவில் பல அணைகளுக்கு வயதாகிவிட்டன என்கிற காரணமும் இருந்தது. இந்த விவாதத்தையொட்டி வெளியான ஒரு புள்ளிவிவரத்தின்படி இந்தியாவில் 5,745 பேரணைகள் உள்ளன, அவற்றுள் 393 அணைகள் நூறாண்டுகளைக் கடந்தவை. முல்லைப் பெரியாறு அணையின்மீது கேரளம் சுமத்தும் முக்கியக் குற்றச்சாட்டு, அணையின் வயது 125, ஆகவே அது பாதுகாப்புக் குறைவானது என்பதாகும். ஓர் அணை நாள்பட்டது என்பதாலேயே பாதுகாப்புக் குறைவானதாக ஆகிவிடுமா? இதற்கு கடந்த காலத்தில் உடைப்பு ஏற்பட்ட அணைகளைப் பரிசீலிக்கலாம்.

உடைப்புகள் ஏற்படுவது ஏன்?

ஒன்றிய நீர் ஆணையம் விடுதலைக்குப் பிறகு உடைப்பு ஏற்பட்ட அணைகளின் பட்டியல் ஒன்றை 2009ஆம் ஆண்டு வெளியிட்டது. அதில் 33 அணைகள் இருந்தன. இதில் கட்டி முடித்து ஐந்தாண்டுகளுக்குள் உடைப்புக்கு உள்ளானவை 15 அணைகள், ஐந்திலிருந்து பத்தாண்டுகளுக்குள் உடைந்தவை எட்டு அணைகள். ஆகவே ஓர் அணையில் உடைப்பு ஏற்படுவதற்கு அதன் வயது முக்கியக் காரணமில்லை என்று தெரிகிறது. வேறு என்ன காரணம்? ஆணையத்தின் பட்டியலில் நான்கு அணைகள் நீங்கலாக மற்றவை அனைத்தும் மண் அணைகள். வெள்ளக் காலத்தில் அணையில் நீர்நிலை உயர்ந்தபோது அந்த மண் சுவர்களால் அதை நேரிட முடியவில்லை. இன்னும் சில அணைகளில் வெள்ளக் காலங்களில் கலிங்குகளால் போதுமான உபரி நீரை வெளியேற்ற முடியவில்லை; இதனால் கொள்ளளவைக் காட்டிலும் அணையில் நீர் மிகுந்தது, அணை உடைப்பெடுத்தது. முதலாவது பிழை கட்டுமானத்தின் குறைபாடு, இரண்டாவது வடிவமைப்பில் நேர்ந்த குறைபாடு. அதாவது இந்த உடைப்புகளுக்கு அணையின் வயது காரணமன்று.

பெரியாறு அணைக்கு வயதாகிவிட்டதா?

சில வாரங்களுக்கு முன்னால் எனது எர்ணாகுளம் நண்பர் ஒருவர் அங்கு வைரலாகச் சுற்றிக்கொண்டிருந்த காணொலி ஒன்றை அனுப்பி வைத்தார். அதில் பேசியவர் ஒரு வழக்குரைஞர். அவர் பொறியியலையும் இரண்டாம் பாடமாகப் படித்திருப்பார் போல. 'பெரியாறு அணையின் ஆயுள் 50 ஆண்டுகள்தான், அது எப்போதோ முடிந்துவிட்டது' என்றார். இதை அவர் உணர்ச்சிகரமாகவும் உறுதிபடவும் கூறினார். இந்தப் பொறியியல் முடிவை அவர் எங்கிருந்து பெற்றார் என்பதை மட்டும் ரகசியமாக வைத்துக்கொண்டார். சரி, யாரோ ஒருவரின் பொறுப்பற்ற பேச்சு என்று விட்டுவிட்டேன். ஆனால் பொறுப்பான பதவிகளில் இருப்பவர்களும் அப்படிப் பேசத் தயங்குவதில்லை என்பது விரைவில் தெரிய வந்தது.

2021 டிசம்பர் 2ஆம் தேதி மாநிலங்களவையில் அணைப் பாதுகாப்பு மசோதா விவாதிக்கப்பட்டது. அதை ஆதரித்துப் பேசியவர்களில் ஒருவர் அல்போன்ஸ் கண்ணந்தானம். அதில் வியப்பொன்றுமில்லை. அவர் பாஜக உறுப்பினர். மலையாளி. கடந்த மோடி அமைச்சரவையில் அங்கம் வகித்தவர். தனது பேச்சில் அவர் மசோதாவை ஆதரித்து ஒரு வரி சொன்னார். மற்றபடி அந்த உரை முழுக்க பெரியாறு அணை பலவீனமாக இருப்பதாகத்தான் பேசினார். 'மனித வாழ்க்கை முடிவுக்கு வந்துதானே ஆக வேண்டும்' என்று தத்துவார்த்தக் கேள்வியை எழுப்பினார். 'மனிதனைப்போல மனிதன் உருவாக்கிய எல்லாக் கட்டுமானங்களின் ஆயுளும் முடிவுக்கு வந்துதானே ஆக வேண்டும்? ஒரு மனிதனால் 200 ஆண்டுகள் வாழ முடியுமா? முடியாது. அப்படியானால் ஓர் அணை எப்படி அத்தனை காலம் நீடித்திருக்க முடியும்?' என்று கேள்விகளை அடுக்கினார். அடுத்து அவர் சொன்னது சுவராஸ்யமானது. 'பெரியாறு அணை சுருக்கியால் கட்டப்பட்டது. சுருக்கி என்பது சுண்ணாம்பும் செங்கலும் நாட்டுச் சர்க்கரையும் கலந்து உருவான கலவை.' அவர் தொடர்ந்தார்: பெரியாறு அணை கான்கிரீட்டால் கட்டப்படவில்லை. சுருக்கியில் உருவான அணையால் எப்படி 125 ஆண்டுகள் நீடித்திருக்க முடியும்? இப்படியாக நீண்டது அவரது வாதம். கண்ணந்தானம் ஒரு முன்னாள் ஐ.ஏ.எஸ் அதிகாரியுங்கூட. பெரிய பொறுப்புகளில் இருந்த ஒருவர் ஒரு மதிப்புறு அரங்கில் பேசுவதால் மட்டுமே அந்தப் பேச்சு ஆதாரங்களின்

அடிப்படையிலும் பொறியியல் தரவுகளுடனும் அமைந்திருக்க வேண்டியதில்லை போலும். வழக்கறிஞரின் வாட்சப் காணொலியைவிட கண்ணந்தானத்தின் நாடாளுமன்ற உரை எந்த விதத்திலும் உயர்வாக இல்லை.

இந்தக் காணொலிகளை விட்டுவிடுவோம். மேதகு உறுப்பினரின் பேச்சையும் விட்டுவிடுவோம். சுருக்கி பலவீனமானதா? கான்கிரீட் பலமானதா? சுருக்கியைவிட கான்கிரீட் நீடித்து உழைக்கக்கூடியதா? ஓர் அணைக்கட்டின் ஆயுளை எப்படி நிர்ணயிப்பது?

கட்டுமானப் பொருள்களின் வலிமையும் ஆயுளும்

கான்கிரீட் ஒரு செயற்கைக் கலவை. மேலதிகமாக செயற்கையாக உருவாக்கப்பட்ட உலோகக் கலவையான இரும்புக்கம்பிகள் அதனுள்ளே பதிக்கப்படுகிறது. சிமெண்டும் கம்பியும் இயற்கையின் போக்குக்கு எதிர்த்திசையில் உருவானவை. ஆகவே இவை இயற்கையின் விதிகளை எதிர்த்து நிற்கவேண்டி இருக்கிறது. கான்கிரீட்டில் விரிசல் விழும். இரும்பு துருப் பிடிக்கும். இந்தப் போராட்டத்தில் எதிர்த்து நிற்கும் சக்தியைப் பொறுத்துதான் கான்கிரீட்டின் ஆயுள் தீர்மானமாகிறது. ஆகவே கான்கிரீட்டில் தரக் கட்டுப்பாடு முக்கியமானது. எவ்வாறாயினும் கான்கிரீட்தான் இந்த நூற்றாண்டின் பிரதானக் கட்டுமானப் பொருள். காரணம் அது வலுவானது, நவீனப் பயன்பாடுகளுக்கு உசிதமாக இருக்கிறது. சரி, கான்கிரீட்டின் ஆயுள் எத்துணை ஆண்டுகள்?

கட்டுமானத் துறையில், 'வடிவமைப்பு ஆயுள்' (design life) என்றொரு சொற்றொடரைப் பயன்படுத்துவார்கள். குறிப்பிட்ட விதிகளுக்கு உட்பட்டு உருவாகும் ஒரு கட்டுமானம் இத்தனை ஆண்டுகள் நீடித்திருக்கும் என்று கணிப்பார்கள். கான்கிரீட் கட்டிடங்களுக்கு ஒரு விதி நூல் இருக்கிறது, IS456. இதன் விதிகளுக்கு இசைவாக கான்கிரீட் தயாரிக்கப்பட்டு, கம்பி பதிக்கப்பட்டு, கட்டிடம் உருவானால் அதன் 'வடிவமைப்பு ஆயுள்' 50 ஆண்டுகளாக இருக்கும். தரமான கட்டிடம் 'வடிவமைப்பு ஆயு'ளைக் கடந்தும் நீடித்திருக்கும். எனினும் 50 ஆண்டுகள் என்பதை கான்கிரீட் கட்டிடங்களின் குறைந்தபட்ச ஆயுளாக எடுத்துக்கொள்ளலாம்.

இது கட்டிடங்களுக்குச் சரி. பாலம், சுரங்கம், துறைமுகம் போன்ற உள்கட்டுமானப் பணிகள் பெரும் பொருள் செலவில்

உருவாகின்றன. அவை 50 ஆண்டுகளே நீடித்திருக்கும் என்றால், அது அந்த முதலீட்டிற்கு நியாயம் சேர்க்காது. ஆகவே கான்கிரீட் உருவாக்கத்திலும் கம்பிகளைப் பதிப்பதிலும் வடிவமைப்பிலும் தரக்கட்டுபாடுகளை உயர்த்தி, இந்த 'வடிவமைப்பு ஆயு'ளை 120 ஆண்டுகளாகக் கூட்டுவார்கள். கான்கிரீட் கலவையை மேம்படுத்துவது, கான்கிரீட்டின் வெளிப்புறத்திற்கும் கம்பிக்குமான இடைவெளியைக் (cover) கூட்டுவது, கான்கிரீட்டின் வெளிப்புறத்தில் ஏற்படக்கூடிய விரிசலின் அகலத்தை (crack width) மட்டுப்படுத்துவது முதலான முறைகளால் இந்த ஆயுள் நீட்டிப்பு செய்யப்படும். சாதாரண கான்கிரீட்டைவிட இதைக் கருத்தாக உருவாக்க வேண்டும், செலவும் அதிகமாகும். இப்படி உருவாகும் உள்கட்டுமானப் பணிகளின் ஆயுள் 120 ஆண்டுகளில் முடிந்து போகும் என்பது பொருளல்ல. அது அந்தக் கட்டுமானத்தின் குறைந்தபட்ச ஆயுள். முறையாகப் பராமரிக்கப்பட்டால் அதைத் தாண்டியும் அது நீடித்திருக்கும்.

கான்கிரீட் கட்டிடங்களோடு ஒப்பிடுகையில் செங்கல் கட்டிடங்களில் பயன்படுத்தப்படும் செயற்கைப் பொருள்கள் குறைவு. ஆகவே இயற்கையோடு அவை நிகழ்த்தும் யுத்தமும் குறைவு. தற்காலத்தில் பயன்படுத்தப்படும் சிமெண்டுச் சாந்தைவிட, முற்காலத்தில் பயன்படுத்தப்பட்ட சுண்ணாம்புச்சாந்து இயற்கையோடு கூடுதல் இயைந்தது. ஆக, கான்கிரீட் கட்டிடங்களைவிட செங்கல் கட்டிடங்களின் ஆயுள் பல மடங்கு அதிகம். அதிலும் சிமெண்டுச்சாந்து பயன்படுத்திய செங்கல் கட்டிடங்களைவிட சுண்ணாம்புச்சாந்து பயன்படுத்தப்பட்ட கட்டிடங்கள் நீடித்து நிற்கும்.

இவை இரண்டையும்விட கருங்கல் கட்டிடங்களின் ஆயுள் அதிகம். செங்கற்களால் கட்டப்பட்ட பாரம்பரியக் கட்டிடங்கள் நூறு ஆண்டுகளைக் கடந்து நிற்கின்றன. கருங்கல்லால் கட்டப்பட்ட கோட்டைகளும் கோயில்களும் பல நூறு ஆண்டுகளைக் கடந்தும் நிற்கின்றன. காரணம் பயன்படுத்தப்பட்ட பொருள்களும், கட்டுமானத்தின் தரமும், தொடர்ச்சியான பராமரிப்பும்.

கரிகாலன் கட்டிய கல்லணை ஈராயிரம் ஆண்டுகளாகக் காவிரியை வழிமறித்து நெறிப்படுத்தி வருகிறது. அது கருங்கல்லால் கட்டப்பட்டது. கருங்கற்கள் ஆற்று நீருக்கு இடையில் ஒன்றன்மீது ஒன்றாக அமிழ்த்தப்பட்டு, பின்னர் இறுக்கப்பட்டது. இடையில் சாந்து இராது. பின்னாளில் வெள்ளையர் ஆட்சியில் இந்தக்

கட்டுமானத்தைக் கண்டு விதந்து பாராட்டிய பொறியாளர் ஆர்தர் காட்டன், கல்லணையை மேம்படுத்தவும் செய்தார்.

இந்தியாவில் மட்டும் 100 ஆண்டுகளைக் கடந்து நிற்கும் அணைகள் பல. கர்னாடாகாவில் உள்ள ஹெப்பலா அணையின் வயது 1000 ஆண்டுகளுக்கும்மேல். மராட்டியத்தின் தமாப்பூர் அணையின் வயது 400 ஆண்டுகளுக்கும்மேல். கன்னியாகுமரி மாவட்டத்தில் உள்ள பேச்சிப்பாறை அணை(1906), விழுப்புரம் மாவட்டத்தில் உள்ள வெலிங்கடன் அணை (1923), சென்னையின் தாகம் தீர்க்கும் செங்குன்றம் (1876), ஆர்தர் காட்டன் கோதாவரிக்கு குறுக்கே கட்டிய தவுலேஸ்வரம் (1850), கர்நாடகாவின் வாணி விலாச சாகரா (1907) முதலான பழைய அணைகள் அவற்றின் சீரிய கட்டுமானத்தாலும் சிறப்பான பராமரிப்பாலும் பாசனத்திற்கும் குடிநீருக்கும் மின்சாரத்திற்கும் பல்லாண்டுகளாகப் பணியாற்றி வருகின்றன.

பெரியாறு அணை கட்டப்பட்ட காலத்தில் சிமெண்ட் பயன்பாட்டுக்கு வரவில்லை. செங்கற்கள், சுண்ணாம்பு, நாட்டுச் சர்க்கரை உள்ளிட்ட கலவையில் உருவாக்கப்பட்ட சுருக்கி கருங்கல் சுவர்களுக்கு இடையில் கெட்டிக்கப்பட்டது. இந்தச் சுருக்கியின் அடர்த்தி கான்கிரீட்டின் அடர்த்தியைவிடக் குறைவாகத்தான் இருக்கும். அதனால்தான் ‘சுருக்கி கான்கிரீட்டைவிடத் தாழ்வானது’ என்கிறார் கண்ணந்தானம். ஓர் அணையில் நிறைந்து நிற்கும் நீர், அணை சுவர்களின் மீது பெரும் பக்கவாட்டு அழுத்தத்தைத் தரும். இதை அணையின் சுவர் தனது எடையால்தான் எதிர்கொள்கிறது. அதனால்தான் பேரணைகளின் சுவர்கள் பெரிதாக இருக்கும். அடர்த்தி குறைவான சுருக்கியால் உருவான சுவர்களின் அகலம் கான்கிரீட் சுவர்களின் அகலத்தைவிட அதிகமாக இருக்கும். அதேவேளையில் இயற்கைக்கு நெருக்கமான பொருள்களால் உருவான சுருக்கி, வேதியில் வினைகளால் உருவான செயற்கையான கான்கிரீட்டைவிட நீடித்துழைக்கக் கூடியது. ‘பெரியாறு அணை சுருக்கியால் உருவானதால் பலவீனமானது’ என்கிறார் கண்ணந்தானம். அது தவறு. அணை பலமானது மட்டுமில்லை, அவர் குற்றஞ் சொல்கிற சுருக்கியால் அதன் ஆயுள் பன்மடங்கு அதிகரித்திருக்கிறது. மேலதிகமாக சுருக்கியின் இருபுறமும் உள்ள கருங்கற்கள் அணையின் எடையையும் ஆயுளையும் அதிகரித்திருக்கிறது. பெரியாறு அணை சிறப்பாக பராமரிக்கப்பட்டு வருகிறது. அணையின் தரம் பல

முறை ஆய்வாளர்களால் பரிசோதிக்கப்பட்டது. ஒன்றிய நீர் ஆணையத்தாலும், உச்ச நீதிமன்றம் நியமித்த ஆய்வுக் குழுக்களாலும் மேற்பார்க்கப்பட்டது, அவர்களால் சான்றளிக்கப்பட்டது.

ஓர் அணையின் ஆயுள் அதன் கட்டுமானப் பொருள்களின் நீடித்துழைக்கும் பொறியியல் பண்புகளால் தீர்மானமாகிறது. பெரியாறு அணை அதன் கட்டுமானப் பொருள்களின் அடர்த்திக்கு ஏற்ப வடிவமைக்கப்பட்டது. ஆகவே வலுவானது. அதன் கட்டுமானப் பொருள்கள் இயற்கையோடு இயைந்தவை. அதனால் நீடித்து உழைக்க வல்லவை. மிக முக்கியமாக அணை சீராகப் பராமரிக்கபட்டு வருகிறது. வல்லுநர்களால் தொடர்ந்து பரிசோதிக்கப்பட்டும் வருகிறது. கேரளத்தின் வாட்சப் பண்டிதர்கள் முதல் பொறுப்பான பதவிகளில் இருக்கும் அரசியலர்கள்வரை சுமத்தும் குற்றச்சாட்டுகள் ஆதாரமற்றவை. தமிழக அரசு இதை தேசிய அரங்குகளிலும் கேரளத்தின் அறிவாளர்களிடையிலும் எடுத்துச்சொல்ல வேண்டும். பெரியாறு அணை இன்னும் பல நூறாண்டுகள் வலுவோடு நிற்க வல்லது. இதை உரக்கச் சொல்வோம் உலகுக்கு.

அருஞ்சொல் 16.12.2021

27

பொறியியல் மோகத்தைக் கொல்வோம்!

தமிழகத்தில் பொறியியல் படிக்க விரும்பும் அனைவருக்கும் ஏதாவது ஒரு பொறியியல் கல்லூரியில் இடம் கிடைத்துவிடும். ஏனெனில் இங்கே 400க்கும் மேற்பட்ட பொறியியல் கல்லூரிகள் உள்ளன. ஆனால் பொறியியல் படிக்கிற எல்லோராலும் நல்ல பொறியாளர்களாகப் பரிணமிக்க முடிகிறதா?

லண்டனிலிருந்து வெளியாகும் New Civil Engineerஇன் சமீபத்திய இதழில் ஜாக்கியா ஆடம் எனும் இளம் பொறியாளர் எழுதிய கட்டுரை என்னைக் கவர்ந்தது. 'பொறியாளர்கள் நாம் வாழும் இந்த உலகை வடிவமைக்கிறார்கள், கட்டமைக்கிறார்கள்' என்று தொடங்குகிறது கட்டுரை. இது எனக்கு 1956இல் காரக்பூர் ஐ.ஐ.டி-யின் முதல் பட்டமளிப்பு விழாவில் பிரதமர் நேரு நிகழ்த்திய உரையை நினைவூட்டியது. நேரு, 'இந்த உலகம் பொறியாளர்களின் கரங்களில் உருவாகிறது. பொறியாளர்கள் தேச நிர்மாணத்தில் நிர்வாகிகளாகவும் பங்காற்ற வேண்டும்' என்று நம்பிக்கை தெரிவித்தார். ஜாக்கியாவின் பெருமிதத்தையும் நேருவின் நம்பிக்கையையும் இன்று பல பொறியியல் பட்டதாரிகளிடம் பார்க்க முடிவதில்லை. ஏன்? எண்பதுகளின் பிற்பகுதியில் பொறியியல் கல்லூரிகளின் எண்ணிக்கை உயரத் தொடங்கியது. தரம் உயர்ந்ததா?

1980களில் தமிழகத்தில் சுயநிதிப் பொறியியல் கல்லூரிகள் தோன்றின. தொடர்ந்து இந்தியா மேற்கொண்ட தாராளமயமாக்கல் கொள்கையின் விளைவாக, தேசம் தகவல் தொழில்நுட்பத் துறையில் அயல்பணி ஒப்படைப்பு (அவுட்சோர்சிங்) மையமாக மாறியது. பொதுவியல், இயந்திரவியல், மின்னியல், மின்னணுவியல் என்று சகல துறைகளில் பட்டம் பெற்றவர்களும் தகவல் தொழில்நுட்பத்துறைக்கு ஏகினர். இந்தியாவில் அதுவரை பொறியியல் பட்டதாரிகள் நினைத்துப் பார்க்க முடியாத ஊதியம் அவர்களுக்குக் கிடைத்தது.

1995இல் தமிழகத்தின் ஒரு பெரிய பொறியியல் கல்லூரியில் கான்கிரீட் குறித்து ஒரு கருத்தரங்கம் நடந்தது. நானும் ஒரு

கட்டுரை வாசித்தேன். துறை சார்ந்த பல வல்லுனர்கள் பங்கெடுத்தனர். நிறைவு விழாவில் சிறப்பு விருந்தினராகக் கலந்து கொண்ட பிரமுகர், அப்போது இரண்டு பொறியியல் கல்லூரிகளின் உடைமையாளர். அவர் தமிழிலேயே பேசியிருக்கலாம். ஆங்கிலத்தில் பேசினார். அவர் பொதுவாகப் பேசியிருக்கலாம். கான்கிரீட் குறித்துப் பேசினார். அவரது ஆங்கில அறிவும் பொறியியல் அறிவும் ஒரு பத்தாம் வகுப்பு மாணவனைவிடச் சற்று மேலானதாகவே இருந்தது. பேராசிரியப் பெருமக்களும் பேராளர்களும் அமைதியாகக் கேட்டுக்கொண்டிருந்தனர். கடைசியாகக் கைதட்டவும் செய்தனர். பொறியியல் கல்வியின் வீழ்ச்சி எனக்குக் கண்கூடாகத் தெரிந்தது.

ஆனால் சுயநிதிக் கல்லூரிகளின் பெருக்கம் அப்போது வளர்ச்சியாகவே பார்க்கப்பட்டது. 2003-04இல் அயல்பணி சேவை உச்சத்தில் இருந்தது. வெளிநாட்டு நிறுவனங்களுக்கு குறைந்த செலவில் சேவை வழங்கிய அந்த வணிகம் ஒரு கட்டத்தில் ஆண்டுக்கு பத்து லட்சம் கோடி ரூபாயைத் தாண்டியது. அப்போது அயல்பணி சேவை இந்தியாவை உய்விக்க வந்த தொழில் என்று விதந்தோதியவர்கள் உண்டு. அது ஒரு சேவை, தொழிலன்று. 2007இல் ஏற்பட்ட உலகப் பொருளாதார மந்த நிலை அமெரிக்காவையும் ஐரோப்பாவையும் பாதித்தது. அயல்பணி சேவை தங்கள் நாடுகளின் வேலை வாய்ப்பைப் பறிப்பதாக அங்கெல்லாம் குரல்கள் எழுந்தன. 2016இல் பிரிட்டிஷ் குடிமக்கள் ஐரோப்பிய ஒன்றியத்திலிருந்து வெளியேற முடிவு செய்ததும், அமெரிக்கக் குடிமக்கள் டிரம்பை அதிபராகத் தெரிவு செய்ததும் இந்தத் துறைக்குப் பெரிய பின்னடவை ஏற்படுத்தின. அயல்பணி சேவையின் வீழ்ச்சியால் இன்று பல பொறியியல் பட்டதாரிகளுக்கு வேலை இல்லை. தொழில் துறையிலும் போதிய வேலை வாய்ப்புகள் இல்லை. முக்கியமாகப் பல பட்டதாரிகளின் பொறியியல் அறிவும் குறைபாடுடையதாக இருக்கிறது. என்றாலும் பொறியியல் மோகம் குறைந்தபாடில்லை.

இந்தியாவில் உள்ள இந்தப் பொறியியல் மோகத்தை வேறு எந்த நாட்டிலும் பார்க்க முடியாது. ஹாங்காங் பல்கலைக்கழகங்களில் கிராக்கியுள்ள துறை மருத்துவம். அடுத்து சட்டமும் மேலாண்மையும். அடுத்து மொழியியல், இலக்கியம், அறிவியல். அடுத்துத்தான் பொறியியல். சில ஆண்டுகளுக்கு முன்னால் நன்றாகப் படிக்கிற பிள்ளைகளை பொறியியலின்பால் ஈர்ப்பதற்காக

ஹாங்காங் பொறியியல் கழகம் சில பரப்புரைகளை மேற்கொண்டது. அவற்றுள் ஒன்று பள்ளிகளுக்குச் சென்று மாணவர்களிடம் பொறியியலின் மேன்மையை எடுத்துச்செல்வது. 2007-08 கல்வியாண்டில் இந்தக் குழுவில் நானும் பங்கு பெற்றேன். ஒரு புகழ் பெற்ற பள்ளியில் லாம் சுங் வா என்ற மாணவன் கலந்துரையாடலில் ஆர்வமாகப் பங்கேற்றான். ஆனால் வேதியல்தான் படிக்கப் போகிறேன், என்றான். 'ஏன் படிக்கக் கூடாது பொறியியல்?' என்று கேட்டேன். 'பொறியியல் படிப்பதற்கு கணிதத்திலும் இயற்பியலிலும் ஆர்வமும் அறிவும் இருக்க வேண்டும், என்னிடத்தில் இல்லை' என்று பதிலளித்தான். நான் வியந்து போனேன். நமது பிள்ளைகளில் எத்தனை பேருக்கு இந்தத் தெளிவு இருக்கிறது?

கணிதமும் இயற்பியலும்தான் பொறியியல் கல்வியின் அடித்தளங்கள். இந்த அடித்தளம் பள்ளிப் படிப்பின்போது உருவாகிவிட வேண்டும். இந்த அடித்தளம் சரியாக இல்லாமல் பொறியியல் கல்லூரியில் சேர்வது பலமான அடித்தளம் இல்லாமல் கட்டிடம் கட்டுவதைப்போன்றது. பிற்பாடு பொறியாளராகப் பணியில் சேர்ந்தாலும் இவர்களால் மிளிர முடியாது.

ஹாங்காங்கில் வளர்ந்த எனது பிள்ளைகள் இரண்டு பேரும் பொறியியல் படிக்கவில்லை. அவரவர்க்கு விருப்பமான துறையைத் தேர்ந்தெடுத்தார்கள். எல்லாத் துறைகளும் நன்று. எல்லாத் துறைகளிலும் வேலையும் வாய்ப்பும் இருக்கிறது. ஈடுபாட்டோடு படிக்க வேண்டும்.

நேரு தேச நிர்மாணத்திற்குப் பொறியாளர்களைப் பெரிதும் நம்பினார். பொறியியல் கல்வி இப்படி வணிகமாகும் என்று அவர் எதிர்பார்த்திருக்க மாட்டார். நேரு ஏமாந்தார். இது கல்வியிலும், வேலை வாய்ப்பிலும், தொழில் துறையிலும் பெரிய வீழ்ச்சியை ஏற்படுத்தி வருகிறது. இதை அனுமதிக்கலாகாது. கல்வித்துறை கவனம் செலுத்த வேண்டும். இளம் தலைமுறையினர் விழித்துக் கொள்ள வேண்டும்.

இந்து தமிழ் திசை 22.6.2018

28
பொறியியல் கல்வியை ஏன் மேம்படுத்த வேண்டும்?

ஒவ்வொரு ஆண்டும் பொறியியல் கல்லூரி அனுமதி ஒரு திருவிழாவைப்போல் நடக்கிறது. 2011ஆம் ஆண்டில் தமிழகத்தில் 570 பொறியியற் கல்லூரிகள் இருந்தன. இப்போதும் 400க்கும் மேற்பட்ட கல்லூரிகள் இருக்கின்றன. பல சுற்றுக் கலந்தாய்வுகளின் பின்னாலும் ஆயிரக்கணக்கான இடங்கள் காலியாக இருக்கின்றன. ஏன் இப்படி நடக்கிறது?

கல்லூரிகள் அதிகம், வேலை வாய்ப்புகள் குறைவு என்பது எல்லோரும் சொல்லும் காரணம். மாணவர்கள் பலரின் தரம் திருப்திகரமாக இல்லை என்பது பொறியியல் நிறுவனங்கள் சொல்லும் இன்னொரு காரணம். இவற்றை நாம் கொஞ்சம் நெருங்கிப் பார்க்கலாம்.

காளான்களும் கல்லூரிகளும்

இந்தியாவின் பொறியியல் கல்லூரிகள் அனைத்தும் அனைத்திந்தியத் தொழில்நுட்பக் கல்விக் குழுமத்தின் (AICTE) மேற்பார்வையின்கீழ் வருபவை. பொறியியல் கல்வியின் தரத்தை மேம்படுத்துவதற்கும் முறைப்படுத்துவதற்குமான அதிகாரம் 1986இல் இந்தத் தொழில்நுட்பக் குழுமத்துக்கு நாடாளுமன்றத்தால் வழங்கப்பட்டது. கிட்டத்தட்ட அதே காலகட்டத்தில்தான் சுயநிதிக் கல்லூரிகள் முளைக்கலாயின. புதிய கல்லூரிகள் தொடங்குவதற்கான குறைந்தபட்சத் தேவைகள் வகுக்கப்பட்டு, அதனடிப்படையில் புதிய கல்லூரிகளுக்கு அனுமதி வழங்கியிருக்க வேண்டும். ஆனால் தொழில்நுட்பக் குழுமம் அதைக் கறாராகச் செய்யவில்லை.

தொண்ணூறுகளின் தாராளமயத்திற்குப் பிறகு தகவல் தொழில்நுட்பத்துறையிலும் (IT) அயல் பணி சேவையிலும் (BPO) வேலை வாய்ப்புகள் பெருகின. பொறியியல் கல்லூரி என்கிற கடையில் நன்றாக வியாபாரம் நடப்பதைப் பல வணிகர்கள் தெரிந்துகொண்டனர். சுயநிதிக் கல்லூரிகள் பெருகின.

"பொறியியல் கல்லூரிகள் காளான்களாகப் பெருத்துவிட்டன. பல கல்லூரிகளில் தரமான கல்வியை வழங்கத் தேவையான

உள்கட்டமைப்போ, சிறந்த ஆசிரியர்களோ இல்லை."- இப்படிச் சொல்லியிருப்பவரின் பெயர் அனில் சகாஸ்ரபுத்தே (Anil Sahasrabuddhe). இவர்தான் தொழில்நுட்பக் குழுமத்தின் தலைவர். ஆக, எல்லோருக்கும் எல்லாம் தெரிந்திருக்கிறது. எல்லோருடைய சம்மதத்தோடுதான் பொறியியல் கல்வி வணிகம் நடக்கிறது. இதை எப்படி நேராக்குவது?

சுய திருத்தம்

பலரும் பல ஆலோசனைகளை வழங்குகிறார்கள். 'சுயநிதிப் பொறியியல் கல்லூரிகளில் மாணவர்களின் சேர்க்கை குறைகிறதே?' என்கிற கேள்விக்கு, ஒரு பழம்பெரும் கல்லூரியின் தாளாளர், 'ஒரு சுய திருத்தம் (self correction) நடக்கிறது, இது நல்லதுதான்' என்று பதிலளித்திருக்கிறார். தாளாளர் ஒரு தொழிலதிபருங்கூட. பங்குச் சந்தையிலும் ரியல் எஸ்டேட்டிலும் புழங்கும் ஒரு சொற்றொடரை அவர் பயன்படுத்தி இருக்கிறார். சில சமயங்களில், ஒரு நிறுவனத்தின் பங்கோ, ஒரு அடுக்கக வீடோ அதற்கு அருகதையான விலையைக் காட்டிலும் அதிக விலைக்கு விற்கும். நாளடைவில் சந்தையின் நிர்ப்பந்தங்களாலோ, தானாகவோ அதன் விலை சரியும். இதைத்தான் திருத்தம் அல்லது சுய திருத்தம் என்பார்கள். கூடுதல் விலையில் பங்கை வாங்கியவர்கள் நஷ்டப்படுவார்கள். அதனால் பொருள் இழப்பு மட்டுமே நேரும். பரவாயில்லை. ஆனால் பொறியியல் கல்விக் களம், சுய திருத்தம் செய்துகொள்ளும் என்று காத்திருந்தால், அதற்கிடையில் தரம் குறைந்த கல்லூரிகளில் படித்தவர்கள் தங்கள் எதிர்காலத்தையே இழப்பார்கள். ஆகவே சுய திருத்தத்திற்குக் காத்திருக்காமல், தொழில்நுட்பக் குழுமம், எல்லாக் கல்லூரிகளும் குறைந்தபட்சத் தரத்தில் இருப்பதை உறுதி செய்ய வேண்டும்.

பாடத் திட்டம்

இன்னொரு எதிர்வினை ஒரு முன்னாள் துணைவேந்தரிடமிருந்து வந்தது. 'நமது பொறியியல் பாடத்திட்டங்கள் பழைமையானவை, அவற்றைப் புதுப்பிக்க வேண்டும்' என்று சொல்லியிருந்தார் துணைவேந்தர். இதோடு பயிற்றுவிக்கும் முறையையும் சேர்த்துக் கொள்ளலாம். இந்தக் குறை சுயநிதிக் கல்லூரிகளுக்கு மட்டுமல்ல, எல்லாப் பொறியியல் கல்லூரிகளுக்கும் பொதுவானது. மாறிவரும் பொறியியல் துறையின் வளர்ச்சிக்கு ஏற்ற விதத்தில் நமது

பாடங்கள் மேம்படுத்தப்படுவதில்லை. இந்த இடத்தில் என்னுடைய அனுபவம் ஒன்றைச் சொல்வது பொருத்தமாக இருக்கும். பத்தாண்டுகள் இருக்கும்.

ஒரு பொறியியல் கல்லூரியின் பொதுவியல் (civil) துறை மாணவர்களோடு கலந்துரையாடும் வாய்ப்புக் கிடைத்தது. கான்கிரீட்டில் பதிக்கப்படும் ஊடுகம்பிகளைப் பற்றிய உரையாடல். 'சாதாரணமாக இரண்டு கம்பிகளை அடுத்தடுத்துக் கட்டவேண்டி வந்தால், ஒரு கம்பியின் மீது அடுத்த கம்பியை குறிப்பிட்ட நீளத்திற்கு அணைத்துக் கட்டுவார்கள். இதற்கு lapping என்று பெயர். இடப்பற்றாக்குறையுள்ள இடங்களில் ஒன்றன் மீது ஒன்றை அணைத்துக் கட்ட முடியாது. ஆகவே இரு கம்பிகளிலும் பிரிகளை (thread) உருவாக்கி, கப்ளர் (coupler) எனப்படும் சிறிய உருளையால் இணைத்துவிடுவார்கள். பிளம்பர்கள் குழாய்களை இணைக்கப் பயன்படுத்தும் உருளைக்கும் கப்ளர் என்றுதான் பெயர்.' நான் சொல்லிக்கொண்டிருந்தேன். மாணவர்களின் முகத்தில் எந்த உணர்ச்சியுமில்லை. பரவாயில்லை. ஆனால் ஆசிரியர்களில் பலருங்கூட கப்ளரைப்பற்றி அப்போது அறிந்திருக்கவில்லை. இத்தனைக்கும் இந்தியாவிலேயே இது 20 ஆண்டு காலத்திற்கும் மேலாகப் பயன்பாட்டில் இருக்கிறது. ஆனால் அந்த ஆசிரியர்களின் கவனத்திற்கு அது வரவில்லை. நமது நாட்டில் தொழில் துறையும் கல்வித்துறையும் ஒன்றோடொன்று உரையாடிக்கொள்வதில்லை. ஆசிரியர்களுக்கு அதைச் செய்வதற்கான ஊக்குவிப்பு இருப்பதாகவும் தெரியவில்லை.

ஆய்வின் சிறப்பு

அடுத்ததாக, சர்வதேசத் தளத்தில் ஆய்வுப்புலத்தில் நடப்பவை பற்றியும் நமது கல்வியாளர்களில் பலர் அக்கறை கொள்வதில்லை. சில மாதங்களுக்கு முன்னால் ஒரு பல்கலைக்கழகத்திற்குத் துணைவேந்தராக நியமிக்கப்பட்டவர், 36 ஆண்டுப் பணிக்காலத்தில் எழுதியிருந்த ஆராய்ச்சிக் கட்டுரைகள் வெறும் 12. இதில் சர்வதேச ஆய்விதழ்களில் வெளியானவை எத்தனை என்று தெரியவில்லை. மேலை நாட்டுப் பல்கலைக்கழகங்களில் ஆரம்பகால ஆசிரியர்கள் இதைக்காட்டிலும் அதிகமாக எழுதியிருப்பார்கள். அவர்கள் தங்கள் பணியைத் தக்கவைத்துக் கொள்வதற்கு தொடர்ந்து ஆய்வில் ஈடுபடுவதும், ஆய்வு முடிவுகளை சர்வதேச ஆய்விதழ்களில் பதிப்பிப்பதும் கட்டாயம். நமது ஆசிரியர்களுக்கு அப்படியான நிர்ப்பந்தங்கள் எதுவுமில்லை.

ஆசிரியர்கள் தொடர்ச்சியாக தொழில் துறையோடும் ஆய்வுப் புலத்தோடும் தொடர்பில் இருந்தால் மட்டுமே அவர்கள் கற்பிக்கிற பாடத்திட்டத்தின் போதாமை விளங்கும். அதைப் புதுக்கிக் கொண்டே இருக்கவேண்டிய அவசியத்தை அவர்கள் உணர்வாளர்கள்.

ஆனால் இங்கே பல சுயநிதிக் கல்லூரிகளின் ஆசிரியர்களுக்கு முறையான ஊதியமே வழங்கப்படுவதில்லை. அது ரகசியமுமில்லை. இதைத் தொழில்நுட்பக் குழுமம் கண்டு கொள்வதுமில்லை.

இந்த நிலை மாறவேண்டும். கல்லூரிகளின் உள் கட்டமைப்பையும் ஆசிரியர்களின் தகுதியையும் அவர்களுக்கு வழங்கப்படும் ஊதியத்தையும் தொழில்நுட்பக் குழுமம் சமரசமின்றிப் பரிசோதிக்க வேண்டும். ஆசிரியர்கள் தொடர்ந்து ஆய்வுப் புலத்தில் பங்காற்றிக்கொண்டிருக்க வேண்டும். கல்லூரிகள் தொழில் துறையோடு உறவாடிக்கொண்டே இருக்க வேண்டும். பாடத்திட்டத்தையும் பயிற்றுவிக்கும் முறையையும் மேம்படுத்திக்கொண்டே இருக்கவேண்டும். அப்போது நமது பொறியியல் கல்லூரிகளிலிருந்து வெளியே வரும் மாணவர்கள் தன்னம்பிக்கையோடு விளங்குவார்கள். தொழில் துறையும் கல்விப் புலமும் அவர்களை வரவேற்கும்.

இந்து தமிழ் திசை 2.11.2021

29

தக்கவைப்புச் சுவரின் பொறியியல்

பருவ மழையினால் நேரும் பாதிப்புகளை நமது ஊடகங்கள் இரண்டு விதமான சொல்லாடல்களின்கீழ் கொண்டுவந்துவிடும். பருவமழை பொய்த்தது என்பது முதல் வகை. ஊரே வெள்ளக்காடானது என்பது இரண்டாவது வகை. இரண்டாவது வகைப்படும் மழைக்காலப் பாதிப்புகளில் இடிந்து விழும் சுற்றுச் சுவர்களைப் பற்றிய செய்திகளும் இருக்கும்.

தாதா நாகர்வேலி ஒன்றியப் பிரதேசத்தின் தலைநகர் சில்வசா. 2020ஆம் ஆண்டு ஆகஸ்ட் மாதம், ஒரு மழை இரவில், நகரின் தொழிற்சாலை ஒன்றின் சுற்றுச்சுவர் இடிந்து விழுந்தது. விழுந்த இடத்தில் கட்டிடத் தொழிலாளரின் குடிசைகள் இருந்தன. ஐந்து உயிர்கள் பலியாயின. அப்போது பெருமழை பொழிந்த இடங்களில் மும்பையும் இருந்தது. நகரின் புகழ்மிக்க மலபார் பகுதியில் ஒரு பெரிய சுற்றுச்சுவர் விழுந்தது. அது தாங்கி நின்ற உயர்வான நிலமும் சரிந்தது. பிரதான சாலைகளின் போக்குவரத்து முடங்கியது.

இம்மாதிரியான சுற்றுச்சுவர் விபத்துகளுக்குத் தமிழகமும் விலக்கல்ல. டிசம்பர் 2019இல் மேட்டுப்பாளையம் நடூர் பகுதியில் நடந்த விபத்தை எப்படி மறக்க முடியும்? மழை கொட்டித் தீர்த்த அந்த இரவில், மேலே இருந்த ஒரு பெரிய வீட்டின் சுற்றுச்சுவர் கீழே இருந்த பல சிறிய வீடுகளின்மீது விழுந்தது. உறக்கத்திலேயே 17 பேர் பலியாயினர். சில சமூக ஆர்வலர்கள் இதைத் தீண்டாமைச் சுவர் என்று சாடவும் செய்தனர். இப்படியான சுற்றுச்சுவர்கள் வீழ்ந்துபடுவதற்கு மழையைக் கைகாட்டி விட்டுப்போவது சுலபமானது. ஆனால் இந்தச் சுவர்களில் பலவும் அடிப்படைப் பொறியியல் கூறுகளைப் பின்பற்றிக் கட்டப்படுவதில்லை. அதை அறிந்துகொள்வதும் அவசியமானது.

இம்மாதிரியான மேலும் இரண்டு விபத்துகளை ஒப்பிட்டுப் பார்க்கலாம். ஜூலை 2019இல் மராட்டிய மாநிலத்தை மழை மூழ்கடித்தது. அப்போதும் இதுபோன்ற இரண்டு சுவர்கள் இடிந்து

விழுந்தன. முதலாவது சுவர் மும்பையின் மலாட் பகுதியில் ஒரு நீர்த்தேக்கத்திற்காக ஒதுக்கப்பட்ட பகுதியையும் கீழேயுள்ள வனப்பகுதியையும் பிரிக்கும் சுவர். வனப்பகுதியில் முறையான அனுமதியின்றி, ஆனால் நெடுங்காலமாக வாழ்ந்துவந்த எளிய மனிதர்களில் 31 பேர் உயிரிழந்தனர். இரண்டாவது சுவர் புனே கொண்ட்வா பகுதியில் அடுக்குமாடிக் குடியிருப்பையும் அடுத்துள்ள தாழ் நிலத்தையும் பிரிக்கும் சுவர். கீழே கூடாரமிட்டு வசித்து வந்த கட்டிடத் தொழிலாளிகள் 20 பேர் மாண்டு போயினர். இவர்கள் மராட்டியத்திற்குப் பஞ்சம் பிழைக்கவந்த பீகாரிகள்.

தக்கவைப்புச் சுவராவது யாது?

இப்படியான சுவர்கள் நாடெங்கிலும் அவ்வப்போது வீழ்ந்து கொண்டும், மனித உயிர்களைக் காவு வாங்கிக்கொண்டும் இருக்கின்றன. இவை சுற்றுச்சுவர் என்று குறிப்பிடப்பட்டாலும் இவை சுற்றுச்சுவர் மட்டுமல்ல. சாதரணமாக சுற்றுச்சுவர்கள் ஐந்தடி, ஆறடி உயரந்தான் இருக்கும். ஆனால் மேற்குறிப்பிட்ட சுவர்களில் பலவும் 15 அடி, 20 அடி உயரமானவை. ஏனெனில் இந்தச் சுவர்களின் ஒரு புறம் நிலப்பகுதி உயரமாக இருக்கும். மறுபுறம் தாழ்வாகவும் இருக்கும். இப்படியான இரண்டு நிலப் பகுதிகளுக்கிடையே கட்டப்படும் இந்தச் சுவர்கள் உயர்ந்து

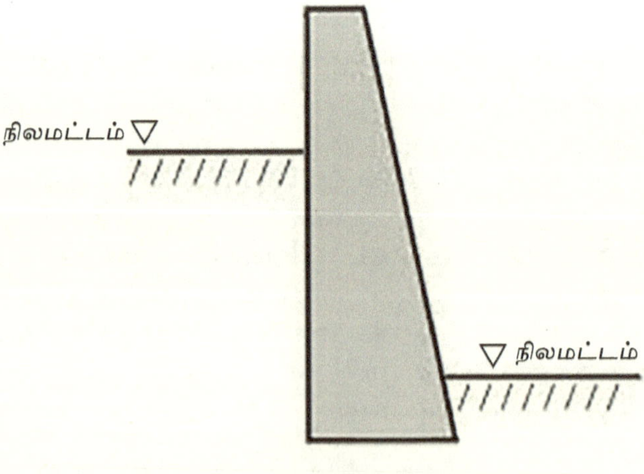

படம் 29.1 - தக்கவைப்புச் சுவர்

நிற்கும் நிலப்பகுதியைப் பக்கவாட்டில் தாங்கிப்பிடிக்கின்றன. சுவர்களின் மேற்பகுதியானது உயர் தளத்தின் தரையிலிருந்து ஐந்தாறடி உயரமே இருக்கும். ஆனால் தாழ்தளத்திலிருந்து கணக்கிட்டால் சுவரின் உயரம் கூடுதலாக இருக்கும். ஆகவேதான் மேட்டுப்பாளையம், மும்பை, புனே சுவர்கள் 15-20 அடி உயரம் கொண்டிருந்தன. எனவே இவை வெறும் சுற்றுச்சுவரல்ல, பக்கவாட்டிலுள்ள மண்ணையும் தாங்கி நிற்பதால் தக்கவைப்புச் சுவர் (retaining wall) எனப்படும் (படம் 29.1).

இந்த தக்கவைப்புச் சுவர் இரண்டு விதமான பாரங்களை எதிர்கொள்ள வேண்டும். முதலாவது வகை அணைத்து நிற்கிற மண் தரும் அழுத்தமும் நிலத்தடி நீர் தரும் அழுத்தமும். இவை பக்கவாட்டிலிருந்து (lateral load) இயங்கும். இரண்டாவது வகைப் பாரம், சுவரின் எடை. இது செங்குத்தாக (vertical load) இயங்கும். இந்த தக்கவைப்புச் சுவர்கள் பக்கவாட்டுப் பாரத்தையும் செங்குத்தான பாரத்தையும் ஒரே நேரத்தில் எதிர்கொள்ளும் விதமாக வடிவமைக்கப்பட வேண்டும். இதன் நிலைத்தன்மையை உறுதி செய்துகொள்ள சுவரின் அடித்தளம் போதிய தாங்குதிறன் (bearing) கொண்டதாகவும், சுவரின்மீதான அழுத்தம் அதை நிலைகுலையச் செய்யாமலும் (overturning), சரிந்து போகாமலும் (sliding) இருக்குமாறு வடிவமைக்கப்பட வேண்டும். இதற்காக சுவரின் அடித்தளத்திலும் பக்கவாட்டிலும் அமைந்திருக்கும் மண்ணின் தன்மை பரிசோதனை செய்யப்பட வேண்டும். அதன் மூலம் தக்கவைப்புச் சுவர் எதிர்கொள்ள வேண்டிவரும் பக்கவாட்டுப் பாரத்தையும் தாங்குதிறனையும் மதிப்பிட முடியும்.

அணைக்கட்டு

இதே பொறியியற் கோட்பாட்டின்படிதான் அணைக்கட்டுகளும் கட்டப்படுகின்றன. நீர்பிடிப்புப் பகுதியிலுள்ள நீரின் எடை பக்கவாட்டிலிருந்தும், அணைக்கட்டின் சுய எடை (self weight) செங்குத்தாகவும் இயங்கும். பக்கவாட்டு எடைதான் பிரதானமாக இருக்கும். அது கீழ்நோக்கிச் செல்லுந்தோறும் கூடும். அதனால்தான் அணைக்கட்டுச் சுவர்களின் அகலம் மேற்பகுதியில் குறைவாகவும் கீழ்ப்பகுதியில் கூடுதலாகவும் இருக்கும். இந்த விதிகள் தக்கவைப்புச் சுவருக்கும் பொருந்தும். அதாவது தக்கவைப்புச் சுவரின் அகலம் கீழ்ப்பகுதியில் கூடுதலாக இருக்க வேண்டும். ஆனால் பல தக்கவைப்புச் சுவர்களில் அப்படி இருப்பதில்லை.

பராமரிப்பு

மேட்டுப்பாளையம் தக்கவைப்புச் சுவர் கருங்கல்லால் ஆனது. மும்பை, புனே தக்கவைப்புச் சுவர்கள் கான்கிரீட்டால் ஆனவை. கட்டுமானப் பொருள் எதுவாகவும் இருக்கலாம். அதனதன் அடர்த்திக்கேற்ப வடிவமைக்கப்பட வேண்டும். மேலும் தரமான கட்டுமானப் பொருள்களைப் பயன்படுத்த வேண்டும். முறையான கட்டுமான நடைமுறைகளைக் கைக்கொள்ள வேண்டும். தக்கவைப்புச் சுவர்களின் பாதுகாப்பு நல்ல வடிவமைப்போடும் தரமான கட்டுமானத்தோடும் முடிந்து விடுவதில்லை. அவை முறையாகப் பராமரிக்கப்படவும் வேண்டும்.

மழைநீர் தக்கவைப்புச் சுவரின் ஒரு புறம் தேங்கிவிடலாகாது. சுவரின் மேற்புறமும், கீழ்ப்புறமும் மழைநீர் எளிதில் போகத்தக்க வடிகால் வாய்க்கால்கள் (drainage channels) அமைக்கப்பட வேண்டும். மேலும் சுவரில் கசிவுநீர்க் குழாய்கள் (weep holes) நிறுவப்பட வேண்டும். இவை மழைக்காலத்தில் சுவரின் பின்புறமுள்ள மண்ணில் இறங்கும் நீர் அங்கேயே தேங்கிவிடாமல் வெளியேற வகை செய்யும். இந்த வடிகால் வாய்க்கால்களும் கசிவுநீர்க் குழாய்களும் செவ்வனே பராமரிக்கப்பட வேண்டும். மும்பை மலாட் பகுதியின் தக்கவைப்புச் சுவர் விழுந்தவுடன், நகராட்சி ஒரு வல்லுநர் குழுவை நியமித்தது. குழுவினர் அறிக்கையில் சுட்டிக் காட்டியிருந்த முக்கியமான குறைபாடு, சுவரில் வடிகால் வாய்க்கால்களோ, கசிவுநீர்க்குழாய்களோ இல்லாதிருந்தன என்பதாகும். இதனால் நீர் ஒரு புறம் தேங்கியது. இது சுவரின் மீது கூடுதல் அழுத்தத்தைக் கொடுத்தது. தக்கவைப்புச் சுவரால் இந்தக் கூடுதல் அழுத்தத்தை எதிர்கொள்ள முடியவில்லை. அதற்காக அது வடிவமைக்கப்படவும் இல்லை. விளைவு- சுவர் விழுந்தது.

மேலும் தக்கவைப்புச் சுவர் தாங்கி நிற்கிற நிலப்பகுதியில் வளரும் தாவரங்களோ அவற்றின் வேர்களோ சுவருக்கு ஊறு விளைவிக்காமல் பார்த்துக்கொள்ள வேண்டும். தக்கவைப்புச் சுவர்களில் வெடிப்புகள் ஏற்பட்டால் அவை பரிசோதிக்கப்பட்டுச் செப்பனிடப்பட வேண்டும். இந்தச் சுவர்கள் நாடெங்கிலும் மீண்டும் மீண்டும் விழுவதற்கு இவற்றின் வடிவமைப்பிலோ, கட்டுமானத்திலோ, பராமரிப்பிலோ நேரும் குறைபாடுகள்தாம் காரணம்.

ஹாங்காங் எடுத்துக்காட்டு

ஹாங்காங் போன்ற வளர்ந்த நாடுகள் இந்த தக்கவைப்புச் சுவர்களை எப்படிக் கையாளுகின்றன என்று பார்ப்பது பயன் தரும். முதலில் இதன் வடிவமைப்பைப் பதிவு பெற்ற கட்டமைப்புப் பொறியாளரும் (registered structural engineer) மண்-தொழில்நுட்பப் பொறியாளரும் (registered geotechnical engineer) மேற்கொள்வார்கள். இந்த வடிவமைப்பை அரசின் கட்டிடத்துறையும் மண்-தொழில்நுட்பத் துறையும் சரிபார்த்து ஒப்புதல் வழங்கும். இது தரமான பொருள்களோடு முறையாகக் கட்டப்படுகிறது என்பதைப் பரிசோதிக்கவும் சான்றளிக்கவுமான பொறுப்பு இந்த தக்கவைப்புச் சுவரை வடிவமைத்த பொறியாளர்களுக்கு உண்டு.

மிக முக்கியமாக ஹாங்காங்கில் உள்ள அனைத்து தக்கவைப்புச் சுவர்களும் ஆவணப்படுத்தப்பட்டிருக்கின்றன. ஒரு தக்கவைப்புச் சுவர் கட்டி முடிக்கப்பட்டதும் அதன் நீளம், உயரம், கனம், பயன்படுத்தப்பட்ட கட்டுமானப் பொருள்கள், வடிகால் வாய்க்கால்கள், கசிவுநீர்க் குழாய்கள், பக்கவாட்டிலும் அடித்தளத்திலும் உள்ள மண்ணின் தன்மை முதலான விவரங்களைப் பட்டியலிட்டு அரசின் மண்-தொழில்நுட்பத்துறைக்குச் சமர்ப்பிக்க வேண்டும். இந்தத் துறை, தக்கவைப்புச் சுவருக்கு பிரத்யேக எண் ஒன்றை வழங்கும். இந்த 'தக்கவைப்புச் சுவர் எண்' சுவரின்மீது எழுதி வைக்கப்படும். சுவரின் பொறியியல் தன்மைக்கேற்ப குறிப்பிட்ட கால இடைவெளியில் இந்தச் சுவர்களின் பராமரிப்பைப் பரிசோதித்து அரசுக்கு அறிக்கை அனுப்புகிற கடமையும் பொறியாளர்களுக்கு உண்டு. வடிவமைப்பிற்கும் கட்டுமானத்திற்கும் வழங்கப்படும் முக்கியத்துவம் அதன் பராமரிப்பிற்கும் நீட்டிக்கப்படும். மக்களுக்கு சுற்றுச்சுவருக்கும் தக்கவைப்புச் சுவருக்கும் இடையிலான வேறுபாடு தெரியும்.

உலகின் வளர்ந்த நாடுகள் பலவற்றிலும் நான்கடி உயரத்திற்கு அதிகமான சுவர்களைக் கட்ட உள்ளூர் நகராட்சியின் அனுமதி வேண்டும். சுவர்களைத் தனி நபர்கள் கட்டலாம். அது அவர்களின் சொத்தாகவும் இருக்கலாம். எனில், அவற்றின் வடிவமைப்பிலோ, கட்டுமானத்திலோ, பராமரிப்பிலோ நேரும் பிழை, பொதுமக்களைப் பாதிக்கும். ஆகவே விதிகள் பின்பற்றப்படும்.

நாம் என்ன செய்யலாம்?

இன்றைக்கு இந்தியாவில் தக்கவைப்புச் சுவர் உள்ளிட்ட எந்தக் கட்டுமானத்திற்கும் உள்ளாட்சி அமைப்புகளுக்கும் பொறியியல் கணக்கீடுகளையோ (engineering calculations), பொறியியல் வரைபடங்களையோ சமர்ப்பிப்பது கட்டாயமில்லை. அவை சரி பார்க்கப்படுவதோ, அவற்றுக்கு ஒப்புதல் வழங்குவதோ நடைமுறையில் இல்லை. இந்நிலை மாற வேண்டும். கட்டிடங்களுக்கும் தக்கவைப்புச் சுவர்களுக்கும் பொறியியல் வரைபடங்கள் சமர்ப்பிக்கப்படுவதும் ஒப்புதல் பெறுவதும் கட்டாயமாக்கப்பட வேண்டும்.

அடுத்ததாக, தகுதியான பொறியாளர்களை அரசுத் துறைகள் அங்கீகரிக்கலாம்.

மூன்றாவதாகத் தமிழகத்தில் பொதுப்பணித்துறை, நெடுஞ்சாலைத்துறை, வடிகால் வாரியங்கள் முதலான அமைப்புகளில் அனுபவம் மிக்க பொறியாளர்கள் உள்ளனர். அவர்களில் தேர்ந்தெடுக்கப்பட்டவர்களைக்கொண்டு ஒரு குழுவோ வாரியமோ அமைக்கலாம். இவர்களைக்கொண்டு முதற்கட்டமாக மாநிலமெங்குமுள்ள தக்கவைப்புச் சுவர்களைப் பரிசோதித்துப் பட்டியலிடலாம்.

நான்காவதாக தக்கவைப்புச் சுவர், கட்டிடங்கள் முதலானவற்றின் ஆதாரப் பொறியியல் கூறுகளைப் பள்ளிப் பிள்ளைகளுக்குப் பாடமாக்கலாம். இது தக்கவைப்புச் சுவர்களைச் சுற்றுச் சுவர்களிலிருந்து வேறுபடுத்தி அதன் முக்கியத்துவத்தை அறிந்து கொள்ள வழிவகுக்கும். ஊடகங்களும் தக்கவைப்புச் சுவர்களைச் சுற்றுச்சுவர் என்று எளிய சொல்லாடல்களில் பொதுமைப்படுத்துவது குறையும். அப்போது தக்கவைப்புச் சுவர்களின் வடிவமைப்பும், கட்டுமானமும் பராமரிப்பும் சமரசமின்றி மேற்கொள்ளப்படும். அந்தக் காலகட்டத்தில் தக்கவைப்புச் சுவர்கள் யார் தலையிலும் விழாது. மனித உயிர்களின் மாண்பும் பேணப்படும்.

மின்னம்பலம்.காம் 21.8.2020

மானுடம் மே 2023

30

ஹாங்காங்கின் சாரங்கள்

ஹாங்காங் எப்போதும் செய்தியில் இருந்து வந்திருக்கிறது. பிரிட்டனின் காலனியாக இருந்த இந்த நகரம் 1997இல் சீனாவிற்குக் கைமாறியது. அப்போதும் அது தன்னாட்சி அதிகாரம் பெற்றிருந்தது. ஒரு வணிக முனையமாகவும், சுற்றுலா மையமாகவும், ஊடக சுதந்திரத்துடனும், சுயேச்சையான நீதித்துறையுடனும் 'அளவுக்கு உட்பட்ட' ஜனநாயகத்துடனும் விளங்கி வந்தது. கடைசியாகச் சொன்ன 'அளவு' 2020இல் கணிசமாகக் குறைந்தது. கடுமையான விதிகளுடன் கூடிய தேசியப் பாதுகாப்புச் சட்டம் அமலானது அந்த ஆண்டில்தான். 2022இல் தலையெடுத்த ஒமிக்கிரான், அதுவரை சுழியம்-கோவிட் (Zero Covid) விதிமுறைகளுக்குள் பாதுகாக்கப்பட்ட மக்களை, குறிப்பாகத் தடுப்பூசி செலுத்திக்கொள்ளாத பல முதியவர்களை அள்ளிக்கொண்டு போனது. அரசியல் தளத்திலும் சமூகத்தளத்திலும் அடுத்தடுத்து நேர்ந்த இந்தப் பின்னடைவுகள் பல பன்னாட்டு ஊடகங்களை ஹாங்காங்கிற்கு இரங்கற்பா எழுத வைத்தது. அதாவது ஹாங்காங் இனி மீளாது என்பதுதான் அந்தப் பாக்களின் பொருள். நான் அப்படி நினைக்கவில்லை. காரணம் ஒரு நாடென்பது மக்களால் ஆனது. அந்த மக்கள் அறிவும் ஆற்றலும் உள்ளவர்களாக இருக்கும் வரை அந்த நாடு ஒரு சக்தியாக நீடிக்கும். ஹாங்காங் அப்படியான நாடு. அதற்குப் பல எடுத்துக்காட்டுகள் உள்ளன. அவற்றுள் ஒன்று கட்டுமானப் பணித்தலங்களில் பயன்படுத்தப்படும் மூங்கில் சாரங்கள்.

இப்போது ஹாங்காங் விமான நிலையம் ஊருக்கு வெளியே கடற்பரப்பு நிகர்த்தப்பட்ட செப் லெக் காக் எனுமிடத்தில் உள்ளது. உலகின் தலைசிறந்த விமான நிலையங்களின் பட்டியலில் முதல் ஐந்திற்குள் இந்த நிலையம் எப்போதும் இடம் பிடித்துவிடும். நான் 1995இல் ஹாங்காங்கிற்குப் புலம் பெயர்ந்தேன். அப்போது விமான நிலையம் நகருக்கு நடுவே கை டாக் எனும் இடத்தில் இருந்தது. ஓடுதளம் கடலைப் பிளந்துகொண்டு உள்ளே போகும். அந்த முதல் பயணத்தில் எனக்கு சன்னலோர இருக்கை

கிடைத்திருந்தது. விமானம் தரையிறங்கத் தயாரானபோது, பாதுகாப்புப் பட்டிகளைப் பூட்டிக்கொள்ளச் சொல்லி அறிவிப்பு வந்தது. மேகங்களுக்குக் கீழே கடலின் நீலப்பரப்பு தெரிந்தது. விரைவில் பச்சை போர்த்திய மலைகளும், கூடவே நெடிதுயர்ந்த கட்டிடங்களும் தெரிந்தன. விமானம் ஓடுதளத்தைத் தொடுமுன்னர், கட்டுமானப் பணிகள் நடைபெறும் உயர்ந்த கட்டிடங்களும் அவற்றைச் சுற்றிக் கட்டப்பட்டிருந்த பச்சைப் படுதாவும் தெரிந்தன. அந்தக் காட்சி நான் அதுகாறும் கண்டறியாததாக இருந்தது. விமான நிலையத்திலிருந்து வெளியேறி நகருக்குள் நுழைந்தபோது எல்லா கட்டிடப் பணித்தலங்களைச் (work site) சுற்றியும் மூங்கில் சாரங்களையும், அவை பச்சை நிற நைலான் படுதாவால் சுற்றப்பட்டிருந்ததையும் பார்க்க முடிந்தது. வியப்பாக இருந்தது. பிற்பாடு இந்த மூங்கில் சாரங்களைப்பற்றி மேலதிக விவரங்களை அறிந்துகொள்ள வாய்த்தது. வியப்பும் அதிகரித்தது.

ஹாங்காங் வானாளவிய கட்டிடங்களுக்குப் பெயர் போனது. 150 மீட்டருக்கு (500 அடி, சுமார் 45 மாடி) மேல் உயரமான கட்டிடங்கள் பொதுவாக 'வானாளவிய கட்டிடங்கள்' (sky scrappers) என்று அழைக்கப்படுகின்றன. 1980இல் கட்டப்பட்ட

படம் 30.1 - மூங்கில் சாரங்களைச் சுற்றி நைலான் வலை

64 மாடிக் கட்டிடமான Hopewell Centre அடுத்த பத்தாண்டு காலத்திற்கு ஆசியாவின் அதி உயரக் கட்டிடமாக இருந்தது. 1990இல் கட்டப்பட்ட Bank of China Tower-க்கு 70 மாடிகள், அமெரிக்காவிற்கு வெளியே 1,000 அடிகளுக்குமேல் உயர்ந்த கட்டிடம் அப்போது அது ஒன்றுதான். இப்போதைக்கு ஹாங்காங்கின் உயரமான கட்டிடம் 108 மாடிகளைக்கொண்ட International Commerce Centre. உயரம்- 484 மீட்டர் (1588 அடி). இன்றைக்கு உலக அளவில் வானளாவிய கட்டிடங்களின் பட்டியலுக்குத் தலைமை தாங்குகிறது ஹாங்காங். 518 கட்டிடங்கள் (இரண்டாம் இடம் ஷென்ஜன்- 343, மூன்றாம் இடம் நியூயார்க்- 300). இந்த அதி நவீனக் கட்டிடங்களைச் சுற்றிப் பராம்பரியமான மூங்கில் சாரங்கள் அமைக்கப்படுவதுதான் இந்த நகரத்தின் தனித்துவம். அதைப் பேணிப் பாதுகாப்பதுதான் ஹாங்காங் மக்களின் தனித்துவம். கட்டிடங்கள் எத்துணை வேகமாக உயர்ந்தாலும், ஹாங்காங்கின் மூங்கில் சாரப் பணியாளர்கள் சற்றும் சளைக்காமல் தங்கள் சாரங்களையும் உயர உயர கட்டிக்கொண்டே போகிறார்கள்(படம் 30.1).

சீனாவின் தொன்மக் கதையொன்று யா செள செ என்கிற ஞானி 5000 ஆண்டுகட்கு முன்னால், இந்தப் பிரபஞ்சம் உருவாக்கப்பட்டபோது, தனது மக்களுக்கு எப்படிக் குடில்கள் கட்டுவது என்று கற்பித்தான் என்கிறது. இயற்கையிடமிருந்தும் விலங்குகளிடமிருந்தும் தங்களைப் பாதுகாத்துக்கொள்ளக் கட்டப்பட்ட இந்தக் குடில்கள், பறவைகளின் கூடுகளைப்போல குறுக்கும் நெடுக்குமாகப் பின்னப்பட்டது என்கின்றன சீனத் தொன்மங்கள். இந்தக் குடில்கள்தாம் மரத்தாலான சீனாவின் பாரம்பரியக் கட்டிடக்கலைக்கும், பல நூற்றாண்டுகளாக ஜீவனோடு விளங்கும் மூங்கில் சாரங்களுக்கும் முன்னோடி என்கின்றனர் ஆய்வாளர்கள். யா செள செ-யை வழிபடும் சாரத் தொழிலாளிகள், சீன வருடத்தின் 19ஆம் நாளை அவரின் பிறந்த நாளாகக் கொண்டாடுகிறார்கள்.

மூங்கில், குழாய் வடிவிலானது. ஆகவே எடை குறைவானது. உயரங்களில் வீசும் காற்றின் அழுத்தத்தை நேரிடும் வலிவும் நெகிழ்வும் ஒருங்கே அமையப்பெற்றது. மூங்கில் உயரமாக வளரும். சில இனங்கள் நூறு அடி வரைகூட வளரும். தன் முழு உயரத்தை அது முதல் ஆண்டிலேயே பெற்றுவிடும். அதன் பிறகு அதன் உயரம் கூடாது. தண்டின் விட்டமும் கூடாது. ஆகவே தாவிரவியலாளர்கள் மூங்கிலை மரமாகக் கருதவில்லை. அதைப்

புல்லாகத்தான் கருதுகிறார்கள். ‘பெரும் புல்’ என்று அழைப்பவர்களும் உண்டு. மூங்கில் வேகமாக வளரும் தாவரம்: மூன்று ஆண்டுகளில் அறுவடை செய்யலாம். மீண்டும் நட்டு வைக்க வேண்டாம். அறுவடைக்குப்பின் எஞ்சிய வேர்களிலிருந்து அது மூங்கிலடி மூங்கிலாக மீண்டும் தழைத்து வளரும்.

தென்கிழக்கு ஆசியாவிலும் சீனாவிலும் முன்னர் பரவலாகப் பயன்படுத்தப்பட்டு வந்த மூங்கில் சாரங்கள் இப்போது வெகுவாக அருகிவிட்டன. அங்கெல்லாம், இப்போது உலகின் மற்ற பல நாடுகளைப்போல் இரும்புக்குழாய் சாரங்களே பயன்பாட்டில் இருக்கிறது. ஆனால் ஹாங்காங் மூங்கில் சாரங்களின் கோட்டையாக விளங்குகிறது. உறுதியான மூங்கில் கம்புகள், சாரத் தொழிலாளர்கள் இறுகிப் பிணைத்த முடிச்சுகளோடு, ஹாங்காங்கின் சூறைக்காற்றையும் (typhoon wind), புயலையும், மழையையும் தாக்குப் பிடித்தபிடி நிமிர்ந்து நிற்கின்றன.

சீனாவின் மிகப் பழைமையான நூல், ‘ஷிழ் சிங்’ (Shi Jing). சுமார் 3000 ஆண்டுகளுக்கு முந்தையது. நமது சங்கப் பாடல்களுக்கு இணையானது. இதில் சில பாடல்களை, 'வாரிச் சூடினும் பார்ப்பவரில்லை' (மொ-ர்: பயணி, காலச்சுவடு, 2012) என்னும் நூலில் படிக்கலாம். 'கரடிக் கனவும் பாம்புக் கனவும்' என்பது அதில் ஒரு பாடல். ஒரு வீட்டின் சகோதரர்கள் ஒத்து ஒன்றாய் வாழ வேண்டும் - மூங்கில் வேர்கள் ஒன்றையொன்று பலப்படுத்துவதுபோல; மரச்செறிவுகள் கண்ணுக்குக் குளுமை தருவதைப்போல. இப்படித் துவங்குகிறது அந்தப் பாடல்.

வளைந்துத் தெளிந்து
செல்லும் ஓடை.
ரகசியம் பொதிந்த மோனத்தில் தென்மலை.
மூங்கில் வேர்களின் திண்மைபோலே
அடர்மரங்களின் செறிவுபோலே
மூத்தோனும் இளையோனும்
ஒத்து ஒன்றாய் வாழ்கவே! (பாடல்: 189)

சகோதரர்களின் ஒற்றுமை வேகமாக வளர வேண்டும், அது சமூகத்திற்குப் பலன் தரவேண்டும், காலத்தை எதிர்கொள்ளும் உறுதியோடும் நெகிழ்வோடும் விளங்க வேண்டும். பெயரறியாச் சீனக் கவிஞனுக்கு இவை அத்தனைக்குமான உவமையாக அமைகிறது மூங்கில்.

மூங்கிலின் பயன்பாடு சொல்லவும் பெரிது. சீனர்கள் இன்றளவும் உணவு உண்ண மூங்கில் குச்சிகளைத்தான் அதிகமும் பயன்படுத்துகிறார்கள். கைத்தடி, ஓடம், நாற்காலி, பொம்மை, கூடை, கட்டில், சிற்பம் என்று அதன் பயன்பாடு விரியும். தரையோடுகள், சுவர்ப்பலகைகள், உத்திரங்கள், கூரைகள், கதவுகள், சன்னல்கள் என்று ஒரு குடிலின் அனைத்துப் பாகங்களாகவும் மூங்கில் வடிவெடுக்கும். வேலிகளாகவும் சிறு பாலங்களாகவும் தென்னாசியாவின் பல நாடுகளில் பயன்படுகிறது. இன்றும் தென் சீனாவின் பல நகரங்களில் மூங்கில் சாரங்கள் பயன்படுத்தப்படுகின்றன. ஆனால் பயன்பாடு குறைந்துவிட்டது. எனில், ஹாங்காங்கில் மூங்கில் சாரங்களின் பயன்பாடு அதிகரித்து வருகிறது. இந்தச் சாரங்கள் தொடர்ந்து ஆய்வுக்குள்ளாகிறது, பொறியியல் நெறிகட்கு உட்பட்டு அதன் பயன்பாடு மேம்படுத்தப்படுகிறது.

ஹாங்காங்கில் மூங்கில் சாரங்களின் பயன்பாடு பல விதமானது. கட்டுமானப் பணிகளின் தூசி, பணித் தலங்களைக் கடந்து வீதிகளை எட்டாமல் தடுக்கிறது சாரங்களைச் சுற்றிக் கட்டப்பட்டிருக்கும் நெருக்கமான கண்ணிகளை உடைய நைலான் வலை. ஐந்து மாடி இடைவெளிகளில் சாரங்களோடு சேர்த்துக் கட்டப்படும் தாங்கு தட்டிகள் (catch fan) கட்டுமானக்

படம் 30.2 தாங்கு தட்டி

படம் 30.3 சாரத் தொழிலாளி

கற்கூளங்கள், உயரங்களிலிருந்து கீழே வீழாமல் இடையில் தாங்கிப் பிடித்துக்கொள்கின்றன (படம் 30.2). இந்தச் சாரங்களின் இடையே இறுக்கிக் கட்டப்பட்டிருக்கும் பலகைகளின்மீது நின்றபடிதான் வெளிச்சுவர்களுக்கு சாந்துக் கலவை பூசப்படுகிறது. இன்னும் வெளிச்சுவர்களுக்கு வர்ணம் பூசுவதற்கும், தட்டை ஓடுகள், சலவைக்கற்கள் போன்றவை பதிப்பிப்பதற்கும், நீர்க்குழாய்கள் பொருத்துவதற்கும் இந்தச் சாரங்களே பயன்படுத்தப்படுகின்றன.

இந்தியாவில் சிறிய கட்டிடங்களுக்கு மிகுதியும் சவுக்குக் கம்புகளாலும், பெரிய கட்டிடங்களுக்கு மிகுதியும் இரும்புக் குழாய்களாலும் சாரங்கள் அமைக்கப்படுகின்றன. ஆனால் இவை வெளிச்சுவர்களின் பூச்சு, வர்ணம், நீர்க்குழாய்கள் முதலான பணிகளுக்காக மட்டுமே நிறுவப்பட்டு, அவை முடிந்த கையோடு அகற்றப்படுகின்றன. உலகெங்கும் இதுவே நடைமுறை. ஆனால் ஹாங்காங்கின் சாரங்கள் மட்டும் கட்டிடம் பூமியைப் பிளந்து

மேலெழும்போது தொடங்கி, மேகத்தைத் தொடுவதுவரை கூடவே வளர்ந்து, எல்லாப் பணிகளும் நிறையும்வரை காத்திருந்து, பின் சட்டையை உரித்து, பின் கூடுகளையும் ஒவ்வொன்றாய் உதிர்த்துக்கொள்கிறது.

மூங்கில் சாரப் பணியின் நுணுக்கமறிந்த அனுபவமிக்க மேஸ்திரி சீ-பூ எனப்படுகிறார். 1960கள்வரை குருகுல முறையில்தான் சாரம் கட்டும் தொழிலைக் கற்கவேண்டியிருந்தது. மாணவர்கள் சீ-பூ-விற்கு குற்றேவல் புரிய வேண்டும். அப்படியும் ஆரம்ப மாதங்களில் கம்புகளையும் கருவிகளையும் எடுத்துக் கொடுப்பதுதான் மாணவர்களின் பணியாக இருக்கும். மூங்கில்களில் ஏறவும், சூறைக்காற்றால் இளக்க முடியாத முடிச்சுக்களைப் போடவும், மாணவர்களின் கீழ்ப்படிதலைப் பொறுத்துப் படிப்படியாகச் சொல்லித் தரப்படும். 30-40 மாடி உயரத்தில் காற்றில் அலைக்கழிக்கப்படும் மூங்கிலைக் கீழ்ப்படுத்தி, கட்டுக்குள்ளாக்கும் கலையும் மனோதைரியமும் மாணவர்களுக்கு கைகூடக் காலம் பிடிக்கும். இப்படி சாரத் தொழிலைக் கற்றவர்தான் சியூ க்வாங் லியூங், சாரத் தொழிலாளிகளின் தொழிற்சங்கத் தலைவர். 'ஆனால் இப்போது காலம் வெகுவாக மாறிவிட்டது' என்கிறார் சியூ.

சாரத் தொழிலுக்கென 1970களில் சில பயிற்சிப் பள்ளிகள் தொடங்கப்பட்டன. 1976இல் கட்டுமானத் தொழிற்பயிற்சி மையம் (Construction Industry Training Authority -CITA) நிறுவப்பட்டது. CITA நடத்துகிற ஒன்பது வகையான தொழிற்பயிற்சி வகுப்புகளில் சாரத் தொழில் பிரதானமானது. ஒரு மில்லியன் ஹாங்காங் டாலருக்கும் (ரூ.1 கோடி) அதிகமான மதிப்புள்ள கட்டுமானப் பணிகளுக்கு விதிக்கப்படும் தீர்வையிலிருந்து (0.4%) CITAவின் வகுப்புகள் நடத்தப்படுகின்றன. அறிவியல் ரீதியிலான பயிற்சி மாணவர்களுக்கு முறையாக அளிக்கப்படுகிறது. ஓராண்டு நீளும் இந்தப் பயிற்சி முடியும்போது மாணவர்களுக்கு வேலையும் கிடைக்கிறது. பயிற்சியின் மிகக் கடினமான பகுதி, அந்த பிரம்ம முடிச்சுக்களைப் போடுவதுதான். 'முதல் முடிச்சை சரியாகப் போட்ட போது அடைந்த மகிழ்ச்சிக்கு அளவேயில்லை' என்கிறான் 18 வயது மாணவன் இம் சீ சின். ஓராண்டுப் பயிற்சியின் முடிவில் அவன் சாரத் தொழிலாளியாகும் போது நாளொன்றுக்கு 350 ஹாங்காங் டாலர் ஊதியமாகக் கிடைக்கும். ஐந்தாண்டு களப்பணிக்குப் பிற்பாடு CITA நடத்தும் முதுநிலைத்

தேர்வில் அவனால் பங்கேற்க முடியும். வெற்றி பெற்றால் இம்-ஆல் சீ-பூ ஆக முடியும். அப்போது அவனது நாள் சம்பளம் 700 டாலர் ஆகும். இது படிப்படியாக 1000 டாலர்வரை உயரும்.

பழைமையான தொழில் என்று மூங்கில் சாரங்களை ஹாங்காங்கின் பொறியாளர்கள் புறந்தள்ளவில்லை. பல்வேறு மூங்கில்களின் தன்மையும், தாங்கு திறனும் பல்கலைக்கழகங்களில் தொடர்ந்து ஆய்வுக்குள்ளாயின. உயரங்களில் வீசும் அதிவேகக் காற்றை எதிர்கொள்ள வடிவமைப்பு விதிகள் வகுக்கப்பட்டன. சர்வதேசக் கருத்தரங்குகள், விவாதங்கள் நடந்தன. இவற்றில் மூத்த சீ-பூ-க்களும் CITAவின் ஆசிரியர்களும் பங்கேற்றனர். இந்த தொடர் ஆய்வுகளின் பலனாக, கட்டிடத்துறை (Buildings Department) மூங்கில் சாரங்களின் வடிவமைப்பைக் குறித்த விதிநூலை வெளியிட்டது.

சிறிய மராமத்துப் பணிகளுக்குச் சாரங்கள் ஒரே வரிசையில் கட்டுவது அனுமதிக்கப்படுகிறது. ஆனால் பெரிய கட்டிடப் பணிகளுக்கு இரு வரிசைச் சாரம் கட்டாயம். கட்டிடத்தின் வெளிச் சுவரிலிருந்து முக்கால் அடி (230மிமீ) இருக்கும்படியாகக் கட்டப்படுகிறது உள் வரிசைச் சாரம். வெளி வரிசை, உள் வரிசையிலிருந்து சுமார் 2 அடி (600மிமீ) இடைவெளியில் கட்டப்படுகிறது. இரண்டு வரிசைகளிலும் சுமார் இரண்டடி

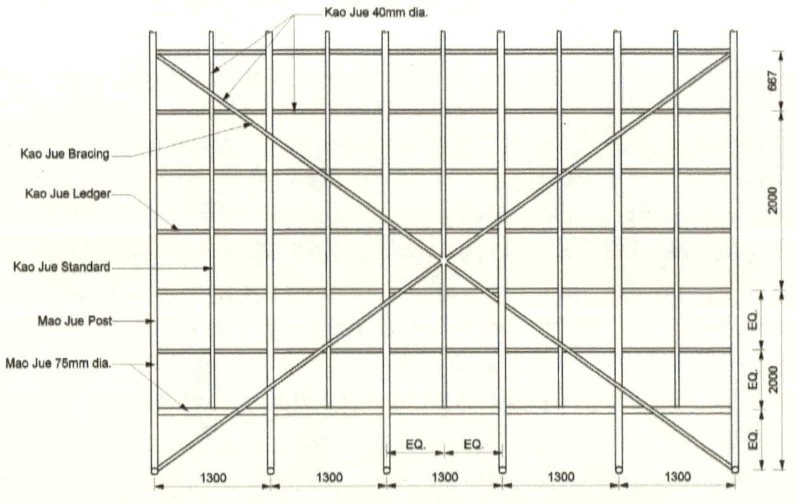

Typical Elevation - Outer Layer of Double Layerd Scaffolding

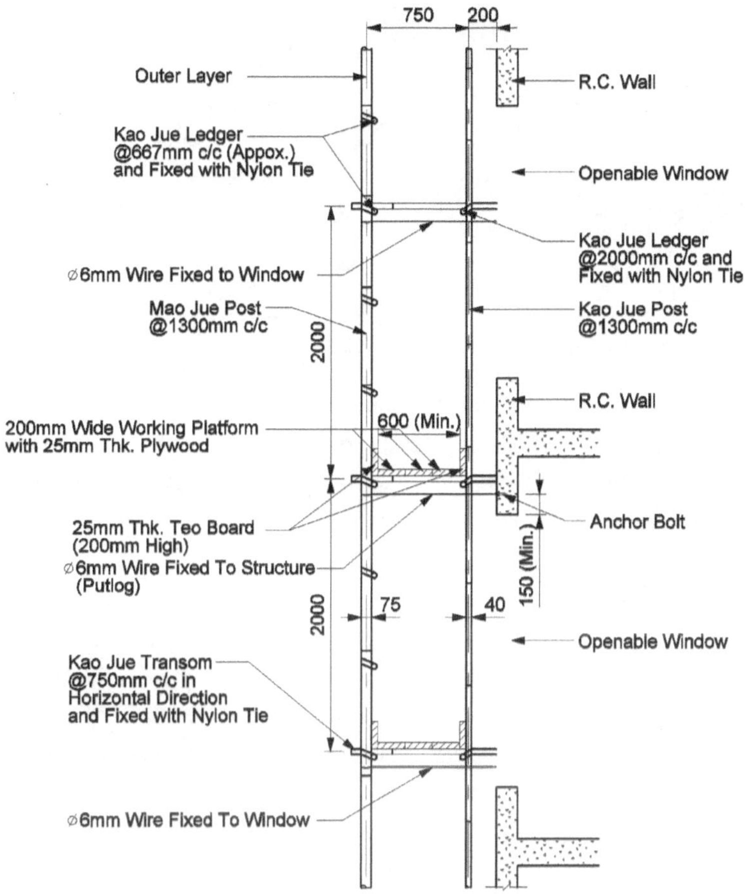

Typical Side Elevation - Double Layerd Scaffolding

படம் 30.4 பொறியியல் வரைபடங்கள்

இடைவெளியில் மூங்கில்கள் செங்குத்தாக நடப்படுகின்றன. இதே இரண்டடி இடைவெளியில் மூங்கில்கள் படுக்கை வசமாகவும் கட்டப்படுகின்றன. இதனால் ஏகதேசம் இரண்டடிக்கு இரண்டடி சதுரங்களலான பின்னல் வலையைப்போல் காட்சி தருகின்றன இந்தச் சாரங்கள். இந்தச் சாரங்களில் பயன்படுத்தப்படும் மூங்கில்கள் கா ஜூ *(Kao Jue)* என்றும் மா ஜூ*(Mao Jue)* என்றும் அழைக்கப்படுகின்றன, முன்னதன் வண்ணம் குறைந்தபட்சம் 40 மிமீ (1-½ அங்குலம்) ஆகவும் பின்னதன் வண்ணம் 75மிமீ (3 அங்குலம்) ஆகவும் இருக்க வேண்டும். எந்த மூங்கிலை எங்கே பயன்படுத்துவது என்பது விதி நூலில் சொல்லப்பட்டிருக்கிறது

படம் 30.5 மூங்கில் முடிச்சு

(படம் 30.4). இரண்டு வரிசைச் சாரங்களுக்கும் இடையே கட்டப்படும் பலகைகளின் மீதேறித்தான் வெளிச்சுவர்களின் பணிகளைத் தொழிலாளிகள் மேற்கொள்கின்றனர். இந்தச் சாரங்களுக்குப் பிடிமானமாக, முதலில் வெளிச்சுவர்களில் நங்கூர ஆணிகள் (anchor bolts) பலமாக நிறுவப்படுகின்றன. பின்னர் இந்த ஆணிகளுடன் வெளி வரிசை மூங்கில்கள் கம்பிகளால் பிணைக்கப்படுகின்றன. இந்த ஆணிகள் பொதுவாக இரண்டு மாடி இடைவெளிகளில் பொருத்தப்படுகின்றன.

வெளிப்பார்வைக்கு பல்லாண்டுகளாக தொடர்ச்சியாக ஒரே மாதிரிக் காட்சியளிக்கும் இந்தச் சாரங்களில் ஒரு குறிப்பிடத்தக்க மாற்றம் 1970களில் ஓசையின்றி நடந்தது. அதுவரை சாரங்கள் மூங்கிலிலிருந்து வெட்டியெடுக்கப்பட்ட நார்களினாலேயே கட்டப்பட்டு வந்தன. இவைகளை நாள்கணக்கில் நீரில் ஊற வைக்கவேண்டும். விரைவில் நைந்தும் போகும். ஆனால் 1970களில் நைலான் பட்டைகள் வந்தன. இவை விரைவாகக் கட்டத்தக்க நெகிழ்வும், கட்டியபின் நெடுநாள் நிலைத்திருக்கும் ஆயுளும், மூங்கில்களைப் பிணைக்கும் உறுதியும் கொண்டவை (படம் 30.5). மூங்கில்கள், நங்கூர ஆணிகள், கம்பிகள், நைலான் பட்டைகள் முதலான அனைத்துப் பொருள்களின் உருவ அளவும் தர அளவும், அவற்றுக்கிடையிலான குறைந்தபட்ச இடைவெளிகளும் கட்டிடத்துறை விதிநூலில் சொல்லப்பட்டிருக்கிறது.

கட்டிடத்துறை வடிவமைப்பு விதிகளை ஒழுங்கமைத்தபோது, தொழிலாளர் துறை பல பாதுகாப்பு விதிகளை ஏற்படுத்தியது. ஹாங்காங் பணித்தலங்களில் தலைக்கவசமும் பாதுகாப்புக் காலணிகளும் அணியாத தொழிலாளர் எவரும் இரார். இவற்றை அணிவதில் சாரத் தொழிலாளிகளுக்கும் பிரச்சினையில்லை. ஆனால் உயரங்களில் பணி புரிபவர்களுக்குப் பாதுகாப்புப் பட்டிகள் அவசியம் என்கிறது விதி. இடுப்பில் கட்டப்பட்டிருக்கும் இந்தப் பட்டி, தொழிலாளியைக் கட்டிடத்தின் ஏதேனும் ஒரு பாதுகாப்புப் புள்ளியோடு இணைக்கிறது. இந்தப் பட்டியை

அணிந்துகொள்வதில் சாரத் தொழிலாளிகளுக்கு மனத்தடை இருந்தது. இந்தச் சிலந்தி மனிதர்கள் மூங்கில்கள் மீது கால்களைக் குறுக்காகப்போட்டு லாவகமாக ஏறுபவர்கள்(படம் 30.3). இடுப்புப்பட்டி இவர்கள் வேகத்தை மட்டுப்படுத்துவதால் அதை அணிவதைத் தவிர்த்து வந்தனர். மேலும் இவர்களின் தொழில் திறமையால் விபத்துகளும் குறைவே. எனினும் பாதுகாப்புக் கொள்கையில் பொதுமக்களும், ஊடகங்களும், அரசும் ஒரே நோக்கோடு அக்கறை காட்டுகிறது. மேலும் CITAவின் தொடர்ச்சியான வகுப்புகளும், பாதுகாப்பு விதிமுறைகளும் நிலைமையில் மாற்றத்தைக் கொண்டு வந்திருக்கிறது. இப்போது இந்தச் சிலந்தி மனிதர்களும் இடுப்புப்பட்டி அணியத் தொடங்கியிருக்கிறார்கள்.

எல்லாப் பணித்தலங்களிலும் சாரங்கள் நீண்ட நாள் நிற்க வேண்டியிருக்கிறது; இயற்கையில் விளைந்த மூங்கில்களோ தட்பவெட்ப நிலைக்கேற்ப விரியவும் சுருங்கவும் செய்யும். இதனால் மூங்கில்களைப் பிணைத்திருக்கும் முடிச்சுகள் சமயங்களில் இளகக்கூடும். ஆகவே அவற்றைத் தொடர்ந்து கண்காணித்து, குறைபாடுகள் நேர்ந்தால் நிவர்த்தி செய்வதன் மூலமே, அந்தச் சாரங்களில் ஏறிப் பணிபுரியும் மற்ற தொழிலாளிகளின் பாதுகாப்பையும் உறுதிசெய்ய முடியும். ஆகவே, 'தக்க நபர்' (competent person) ஒருவர் மாதமிருமுறை சாரங்களைப் பரிசோதிக்க வேண்டுமென்பது தொழிலாளர் துறைப் பாதுகாப்பு விதிகளுள் ஒன்று. சூறைக்காற்று, கனமழை காலங்களில் சோதனைகளின் எண்ணிக்கை கூடும். இந்த 'தக்க நபர்' CITAவின் முதுநிலைத் தேர்வு பெற்றவராக இருக்க வேண்டும். விதிகள் வகுக்கப்பட்ட காலத்தில் சாரத் தொழிலில் பத்தாண்டுக்கு மேற்பட்ட அனுபவம் உடையவர்களும் தக்க நபராக அங்கீகரிக்கப்பட்டனர். பல்லாண்டு அனுபவமிக்க தொழிலாளர்களுக்கு தேர்வு எழுத மனத்தடை இருக்கும் என்பதால் இந்த விலக்கு வழங்கப்பட்டது. ஆனால் தொழிலாளர் துறையின் அச்சம் தேவையற்றது என்பது பின்னால் தெரிய வந்தது. எல்லா சி-பூக்களும் தேர்வெழுதி தங்களை நிரூபித்துக் கொண்டனர்.

இந்தத் தேர்வு இரண்டு பகுதிகளாலானது. முதல் பகுதி எழுத்துத் தேர்வு. ஒரு மணிநேரம். ஹாங்காங்கில் கல்வியறிவு நூறு சதவீதம். உயர்நிலைப்பள்ளி வரை கல்வி இலவசம், கட்டாயம். ஆதலால் இந்தத் தேர்வெழுதுவதில் தொழிலாளர்களுக்குப்

பிரச்சினையில்லை. அடுத்தது களத்தேர்வு. ஏற்கெனவே மூங்கில் சாரம் கட்டப்பட்டிருக்கும். அதன் குறைகளைக் கணடறிந்து அவற்றை நிவர்த்திக்க வேண்டும். பிறகு சாரங்களைக் கட்டுடைத்து அவற்றை அடுக்கிவைக்க வேண்டும். பின்னர் அவற்றை மீண்டும் கட்டி எழுப்ப வேண்டும். இவை எல்லாவற்றுக்குமான கால அவகாசம் ஐந்து மணிநேரம்.

அரசு இயந்திரமும், தனியார் தொழில் துறையும், கல்வியகங்களும் ஒத்திசைவோடு இயங்கும் ஹாங்காங்கில், அந்தப் பண்பு மூங்கில் சாரங்களின் வடிவமைப்பிலும் பாதுகாப்பிலும், புதிய விதிகளை ஏற்படுத்துவதிலும் அவற்றை முறையாக அனுசரிப்பதிலும் பிரதிபலிக்கிறது. இதில்தான் ஹாங்காங்கின் மூங்கில் சாரங்கள் நமக்கும் வழங்கும் பாடம் இருக்கிறது. பாரம்பரியக்கலை என்பதாலேயே ஒன்று உயர்ச்சியோ, தாழ்ச்சியோ பெறுவதில்லை. சமகாலத் தொழில்நுட்பக் கூறுகளுக்கு அவற்றை உட்படுத்த வேண்டும். அதன் வாயிலாக அந்தக் கலையை மேம்படுத்த வேண்டும். இதுதான் ஹாங்காங்கின் மூங்கில் சாரங்கள் நமக்கு வழங்கும் பாடம்.

இந்தச் சாரங்கள் அடுக்குமாடிக் கட்டிடங்கள் அன்னியில் சரிவுகளை மேம்படுத்தும் பணிகளிலும் (slope improvement works) பயன்படுகின்றன. சாலையின் அகலத்திற்கு நீளும் விளம்பரப் பலகைகள் ஹாங்காங்கின் அடையாளங்களுள் ஒன்று. இவற்றை நிறுவவும் மூங்கில் சாரங்கள் பயன்படுகின்றன. தவிர, பயன்பாட்டில் இருக்கும் கட்டிடங்களின் வெளிச்சுவர்களில் பழுது பார்க்கவும் மராமத்துப்பணிகளை மேற்கொள்ளவும், தேவைக்கேற்ப சிறிய ஒற்றை வரிசைச் சாரங்கள் அமைக்கப்படுகின்றன.

மூங்கில் சாரங்கள் ஹாங்காங்கில் பிரபலமாக இருப்பதற்குப் பல காரணங்கள் சொல்லப்படுகின்றன. மூங்கில்கள் ஹாங்காங்கிற்கு வெகு அருகாமையிலிருந்து இறக்குமதியாவது அவற்றுள் ஒன்று. குவாங்டாங் மற்றும் குவாங்ஸீ மாநிலங்களில் விளையும் மூங்கில்கள், தொகுதிகளாகக் கட்டப்பட்டு, அவையே தெப்பங்களாக மாறி முத்தாற்றில் (Pearl River) மிதந்து, மக்காவ் வழியாக ஹாங்காங்கை அடைகின்றன. கப்பலும் மூங்கிலே, சரக்கும் மூங்கிலே.

மேலும், இரும்புக்குழாய் சாரங்களைப் பயன்படுத்தினால் அவற்றைப் பாதுகாக்க கிடங்குகள் வேண்டும். மூங்கில்களை

மலையோரங்களில் கட்டிவைத்து விடலாம். அவை திருடு போவதில்லை. இரும்புக் குழாய்களைப்போல் அவற்றைத் தூய்மைப்படுத்த வேண்டாம். துருப்பிடிக்குமே என்று கவலைப்பட வேண்டாம். வர்ணம் பூச வேண்டாம். விலைக் குறைவானது. இரும்புக்குழாய் சாரங்களின் விலையில் வெறும் 6 சதவீதமே மூங்கில் சாரங்களின் விலை. மூங்கில்களை மூன்று முறையேனும் மீளப் பயன்படுத்தலாம். தவிர, மூங்கில் சாரங்கள் கனக் குறைவானது. சிறிய அறம், பேனாக்கத்தி போன்ற எளிய கருவிகளே சாரத் தொழிலாளியின் உபகரணங்கள்.

ஹாங்காங்கில் மூங்கில் சாரங்கள் பயன்படுத்தப்படுவதற்கு பொறியியல்ரீதியாக ஒரு முக்கியமான காரணம் இருக்கிறது. வானளாவிய கட்டிடங்களின் கட்டுமானப் பணிக்காலம் முழுமையும் சாரங்களும், தாங்குதட்டிகளும், நைலான் வலையும், ஹாங்காங்கைப்போல வேறு பல நாடுகளில் அமைக்கப்படுவதில்லை. இப்படி உயரமான கட்டிடங்களுக்கு நீண்ட நாள் சாரங்களை அமைப்பது மூங்கிலால் சாத்தியமாகிறது. எப்படி? ஒவ்வொரு ஐந்தாவது மாடியிலும் இரும்பாலான தாங்கு முக்கோணங்கள் கட்டிடத்தின் வெளிச்சுவரோடு பொருத்தப்படும். இவற்றின் மீதுதான் மூங்கில் சாரங்கள் நிலைகொள்ளும். அதாவது இந்த இரும்புத் தாங்கிகள் ஐந்து மாடி உயரத்திற்கான மூங்கில்களை மட்டும் தாங்கினால் போதுமானது. இந்த முறையை இரும்புக் குழாய் சாரங்களுக்கு நீட்டிக்க முடியாது. அவை எடை கூடியவை என்பதால் ஐந்து மாடிக் குழாய்களின் எடை அதிகம்; அதானால் தாங்கு முக்கோணங்களின் எடையும் அதிகமாக இருக்கும். ஆகவே இவற்றை வெளிச் சுவர்களால் தாங்க முடியாது. பல மாடிக் கட்டிடப் பணியில், இடையில் தாங்கிகள் இல்லாமல், இரும்புக் குழாய்களை ஒன்றன்மீது ஒன்றாக நிறுத்துவதும் கடினமானது; அவற்றின் எடை வெகு அதிகமாக இருக்கும். இதனால்தான் பல நாடுகளில் வானளாவிய கட்டிடங்களுக்கு வெளிச்சுவர் சார்ந்த பணிகளுக்கு மட்டும் இரண்டு மாடிகளுக்கு இடையே இரும்புக் குழாய் சாரங்களை அமைத்து, குறிப்பிட்ட பணி முடிந்ததும் சாரங்களை அகற்றி விடுவார்கள்; அடியிலிருந்து முடி வரை சாரங்களை அமைக்கமாட்டார்கள்.

இன்னொரு முக்கியமான காரணம் இருக்கிறது. அது இந்த மூங்கில் சாரங்களை அதிவிரைவாக நிறுவ முடியும். ஒரு நல்ல சாரத் தொழிலாளியால் 750 முதல் 1,000 சதுர அடி சாரத்தை ஒரு

நாளில் நிறுவ முடியும். இது இரும்புக்குழாய்ச் சாரங்களை அமைப்பதைப் பார்க்கிலும் ஆறு மடங்கு விரைவானது. காலில் சக்கரம் கட்டியபடி எப்போதும் ஓடிக்கொண்டேயிருக்கும் ஹாங்காங் மக்களை இந்த வேகம்தான் கவர்ந்திருக்க வேண்டும்.

கடைசியாக ஒரு காரணத்தைச் சொல்லவேண்டும். பழைமையின் நல்ல கூறுகளைப் புறந்தள்ளாமல், அதேவேளையில் புதுமையையும் அங்கீகரிக்கிற ஹாங்காங்கின் மனப்போக்கு. ஹாங்காங் நகரின் மத்தியில் நூறாண்டுப் பழைமையான டிராம்கள் அசைந்தாடி நகர்கின்றன. அவற்றுக்கு நேர் கீழே அமைக்கப்பட்டிருக்கிற சுரங்கங்களில் உலகின் அதி நவீன, அதிவேக மெட்ரோ ரயில்கள் ஓடுகின்றன. மரபான டிம்ஸம் பலகாரக்கடைகளுக்குப் பக்கத்திலேயே பன்னாட்டு நிறுவனத்தின் மக்டொனால்ட்ஸ் உணவகமும் இருக்கிறது. அடுக்குமாடிக் கட்டிடங்கள் தொடர்ந்து எழும்பினாலும், நகரின் 40 சதவீத நிலப்பரப்பு வனமாகவே *(country parks)* பேணப்படுகிறது. கிறிஸ்துமஸின்போது எங்கும் வாழ்த்தொலியும் விருந்தும் கேளிக்கையுமாக இருக்கிறது. துறைமுகத்தின் இருமருங்கும் நியான் விளக்குகள் ஒளிர்கின்றன. அடுத்த மாதமே சீனப் புத்தாண்டை இன்னும் அதிக உற்சாகத்தோடு வரவேற்க நகரம் தயாராகி விடுகிறது. பாரம்பரிய வாண வேடிக்கை கணினிமயப்படுத்தப்பட்ட துல்லியத்தோடு அரங்கேறுகிறது. மரபின் தோள்களின் மீதேறி ஹாங்காங் மக்கள் புதுமையைத் தரிசிக்கிறார்கள். அப்போது ஒரு புதிய பார்வை சாத்தியமாகிறது. அதுவே அதிநவீனக் கட்டிடங்களைச் சுற்றி மரபான சாரங்களை எழுப்பச் செய்கிறது.

ஹாங்காங்கின் கட்டிடப் பணித்தலங்கள் தோறும் உயர்ந்து நிற்கும் இந்த மூங்கில் சாரங்கள், ஹாங்காங்கின் சாரத்தை மௌனமாகப் பறைசாற்றுகிறது. இன்றைக்கு ஹாங்காங் ஒரு பின்னடைவைச் சந்தித்திருக்கலாம். ஆனால் மூங்கில் சாரங்களைப் போலவே ஹாங்காங் மக்கள் ஒத்திசைவும், திண்மையும், நெகிழ்வும் உடையவர்கள். இந்தச் சாரங்களைப்போல் அவர்கள் நிமிர்ந்து நிற்பார்கள்.

காக்கைச் சிறகினிலே பிப்ரவரி 2023

www.ingramcontent.com/pod-product-compliance
Lightning Source LLC
LaVergne TN
LVHW090349051026
849518LV00006B/2075